AF761286

സാമ്രാജ്യത്വം
മുതലാളിത്തത്തിന്റെ പരമോന്നത ഘട്ടം

samrajyathvam
muthalalithathinte paramonnatha ghattam

•

lenin

•

chintha first edition
july 2012

•

second edition
october 2017

•

typesetting and published
chintha publishers, thiruvananthapuram

•

•

cover
vinod

•

വിതരണം

ദേശാഭിമാനി ബുക്ക് ഹൗസ്
H O തിരുവനന്തപുരം-695 035
phone: 0471-2303026, 6063026
www.chinthapublishers.com
chinthapublishers@gmail.com

ബ്രാഞ്ചുകൾ

ഹെഡ്ഡാഫീസ് ബ്രാഞ്ച് കുന്നുകുഴി • സ്റ്റാച്യു തിരുവനന്തപുരം • കെ എസ് ആർ ടി സി ബസ് സ്റ്റേഷൻ ആലപ്പുഴ • കെ എസ് ആർ ടി സി ബസ് സ്റ്റേഷൻ എറണാകുളം • മച്ചിങ്ങൽ ലെയ്ൻ തൃശൂർ • ഐ ജി റോഡ് കോഴിക്കോട് • മാവൂർ റോഡ് കോഴിക്കോട് • എൻ ജി ഒ യൂണിയൻ ബിൽഡിങ് കണ്ണൂർ • സെൻട്രൽ ബസ് ടെർമിനൽ കോംപ്ലക്സ് താവക്കര കണ്ണൂർ

CR - 1731 / 4428
ISBN - 978-93-82167-52-5

സാമ്രാജ്യത്വം
മുതലാളിത്തത്തിന്റെ പരമോന്നത ഘട്ടം

ലെനിൻ

ചിന്ത പബ്ലിഷേഴ്സ്
തിരുവനന്തപുരം-695 035

ലെനിൻ (1870 - 1924)

ഉള്ളടക്കം

മുഖവുര

വായനക്കാരുടെ മുമ്പിൽ സമർപ്പിക്കുന്ന ഈ ലഘുലേഖ[1] 1916 വസന്തത്തിൽ സൂറിഹിൽ വച്ചാണ് എഴുതിയത്. ഞാൻ അവിടെ പ്രവർത്തിക്കാൻ നിർബന്ധിതനായ സാഹചര്യങ്ങളിൽ ഫ്രഞ്ച്-ഇംഗ്ലീഷ് ഭാഷകളിലുള്ള ഗ്രന്ഥങ്ങളുടെ കുറവും റഷ്യൻ ഗ്രന്ഥങ്ങളുടെ ഗുരുതരമായ അഭാവവും എന്നെ സ്വാഭാവികമായും കുറെ വിഷമിപ്പിച്ചു. എങ്കിലും, സാമ്രാജ്യത്വത്തെക്കുറിച്ചുള്ള മുഖ്യ ഇംഗ്ലീഷ് കൃതിയായ ഹോബ്സന്റെ പുസ്തകത്തെ, എന്റെ അഭിപ്രായത്തിൽ അത് അർഹിക്കുന്ന മുഴുവൻ അവധാനതയോടും കൂടി, ഞാൻ ഉപയോഗപ്പെടുത്തുകയുണ്ടായി.

സാറിസ്റ്റ് സെൻസർഷിപ്പുണ്ടാവുമെന്ന കണ്ണുവച്ചുകൊണ്ട് എഴുതിയതാണ് ഈ ലഘുലേഖ. അതുകൊണ്ട് വസ്തുതകളുടെ തികച്ചും സിദ്ധാന്തപരമായ, വിശേഷിച്ച് സാമ്പത്തികമായ, വിശകലനത്തിൽ എനിക്ക് ഒതുങ്ങിനിൽക്കേണ്ടിവന്നുവെന്നു മാത്രമല്ല, രാഷ്ട്രീയകാര്യങ്ങളെക്കുറിച്ച് അവശ്യംവേണ്ട ചുരുക്കം നിരീക്ഷണങ്ങൾപോലും അങ്ങേയറ്റത്തെ ജാഗ്രതയോടുകൂടിയും സൂചനകൾ മുഖേനയും ശപിക്കപ്പെട്ട അലങ്കാരഭാഷയിലും പ്രകടിപ്പിക്കാൻ ഞാൻ നിർബന്ധിതനാവുകയും ചെയ്തു. 'നിയമവിധേയ' കൃതികൾ രചിക്കാൻ പേനയെടുക്കുമ്പോഴെല്ലാം അങ്ങനെ ചെയ്യുന്നതിന് സാറിസം എല്ലാ വിപ്ലവകാരികളെയും നിർബന്ധിച്ചിരിക്കുന്നു.

സെൻസറെക്കുറിച്ചുള്ള ചിന്ത വികൃതപ്പെടുത്തുകയും ഇരുമ്പുകൊടിലിലിട്ട് അമർത്തി ഞെരിക്കുകയും ചെയ്ത ലഘുലേഖാഭാഗങ്ങൾ സ്വാതന്ത്ര്യത്തിന്റെ ഈ ദിനങ്ങളിൽ വീണ്ടും വായിക്കുന്നത് തൊട്ടുമുമ്പുള്ള കാലഘട്ടമാണെന്നും സോഷ്യൽ ഷോവിനിസം (വാക്കിൽ സോഷ്യലിസവും പ്രവൃത്തിയിൽ ഷോവിനിസവും) സോഷ്യലിസത്തെ നിശ്ശേഷം വഞ്ചി

ക്കലും ബൂർഷ്വാസിയുടെ പക്ഷത്തേക്ക് പൂർണമായി കാലുമാറലുമാണെന്നും തൊഴിലാളി പ്രസ്ഥാനത്തിലുള്ള ഈ പിളർപ്പ് സാമ്രാജ്യത്വത്തിന്റെ വസ്തുനിഷ്ഠ സാഹചര്യങ്ങളുമായി ബന്ധപ്പെട്ടതാണെന്നും മറ്റുമുള്ള കാര്യങ്ങൾ എനിക്ക് 'അടിമ' ഭാഷയിൽ പറയേണ്ടി വന്നു. ഈ വിഷയത്തിൽ താൽപ്പര്യമുള്ള വായനക്കാരുടെ ശ്രദ്ധയെ 1914-17 കാലത്ത് ഞാൻ വിദേശത്തുവച്ചെഴുതിയ ലേഖനങ്ങളിലേക്കു ക്ഷണിച്ചുകൊള്ളുന്നു. അവയുടെ പുതിയൊരു പതിപ്പ് അടുത്തുതന്നെ ഇറങ്ങും. മുതലാളിമാരും അവരുടെ പക്ഷത്തേക്കു കാലുമാറിയ (കൗത്സ്കി എത്രയും സ്ഥിരതയില്ലാതെ എതിർക്കുന്ന) സോഷ്യൽ ഷോവിനിസ്റ്റുകളും വെട്ടിപ്പിടിത്തത്തിന്റെ പ്രശ്നത്തിൽ എത്ര നിർലജ്ജമായി നുണപറയുന്നുവെന്നും തങ്ങളുടെ മുതലാളിമാരുടെ വെട്ടിപ്പിടിത്തങ്ങളെ എത്ര നിർലജ്ജമായി അവർ മറച്ചുപിടിക്കുന്നുവെന്നും സെൻസർമാർക്കു സ്വീകാര്യമായ വിധത്തിൽ വായനക്കാർക്കു കാണിച്ചുകൊടുക്കാൻ എനിക്ക് ജപ്പാനെ ഉദാഹരണമായി എടുത്തുകാണിക്കേണ്ടി വന്നു! ശ്രദ്ധാപൂർവം വായിക്കുന്ന ഒരാൾ ജപ്പാനുപകരം റഷ്യയെന്നും കൊറിയയ്ക്കു പകരം ഫിൻലാൻഡ്, പോളണ്ട്, കുർലാൻഡ്, ഉക്രെയിൻ, ഹിവ, ബൊഹാറ, എസ്തോണിയ തുടങ്ങി ഗ്രേറ്റ് റഷ്യക്കാരല്ലാത്തവർ അധിവസിക്കുന്ന പ്രദേശങ്ങളെന്നും നിഷ്പ്രയാസം വായിച്ചുകൊള്ളും.

മൗലികമായ സാമ്പത്തികപ്രശ്നം-സാമ്രാജ്യത്വത്തിന്റെ സാമ്പത്തികസത്തയുടെ പ്രശ്നം-മനസിലാക്കാൻ ഈ ലഘുലേഖ വായനക്കാരെ സഹായിക്കുമെന്നു ഞാൻ പ്രതീക്ഷിക്കുന്നു. അതു പഠിച്ചില്ലെങ്കിൽ, സമകാലീനയുദ്ധത്തെയും സമകാലീനരാഷ്ട്രീയത്തെയും മനസിലാക്കാനും വിലയിരുത്താനും സാധ്യമാവുകയില്ല.

പെത്രോഗ്രാഡ്,
ഏപ്രിൽ 26, 1917

ഗ്രന്ഥകാരൻ

ഫ്രഞ്ച്-ജർമൻ പതിപ്പുകൾക്കുള്ള മുഖവുര[2]

ഒന്ന്

റഷ്യൻ പതിപ്പിനുള്ള മുഖവുരയിൽ സൂചിപ്പിച്ചിരുന്നതുപോലെ സാറിസ്റ്റ് സെൻസർഷിപ്പുണ്ടാവുമെന്ന കണ്ണുവച്ചുകൊണ്ട് 1916 ൽ എഴുതിയതാണ് ഈ ലഘുലേഖ. അതിന്റെ പാഠം മുഴവനും പരിഷ്കരിക്കാൻ എനിക്കിപ്പോൾ സാധ്യമല്ല. ഒരുപക്ഷേ അത് അഭിലഷണീയവുമായിരിക്കില്ല. കാരണം, അനിഷേധ്യമായ ബൂർഷ്വാ സ്ഥിതിവിവരക്കണക്കുകളുടെ സംക്ഷിപ്ത റിപ്പോർട്ടുകളുടെയും എല്ലാ രാജ്യങ്ങളിലെയും ബൂർഷ്വാപണ്ഡിതന്മാർതന്നെ സമ്മതിച്ചിട്ടുള്ള വസ്തുതകളുടെയും അടിസ്ഥാനത്തിൽ, ഇരുപതാം നൂറ്റാണ്ടിന്റെ തുടക്കത്തിലുള്ള-ഒന്നാം ലോക സാമ്രാജ്യത്വയുദ്ധത്തിനു തൊട്ടുമുമ്പുള്ള -സാർവദേശീയ ബന്ധങ്ങളെ സംബന്ധിച്ചിടത്തോളം ലോകമുതലാളിത്ത സമ്പദ്വ്യവസ്ഥയുടെ ഒരു സമഗ്രചിത്രം അവതരിപ്പിക്കുകയെന്നതായിരുന്നു ഈ പുസ്തകത്തിന്റെ മുഖ്യോദ്ദേശ്യം. ഇപ്പോഴും അതുതന്നെയാണ് ഉദ്ദേശ്യം.

പുരോഗമിച്ച മുതലാളിത്തരാജ്യങ്ങളിലെ പല കമ്യൂണിസ്റ്റുകാർക്കും ഒരു കാര്യം ബോധ്യമാവാൻ സാറിസ്റ്റ് സെൻസറുടെ നിലപാടുവച്ചു നോക്കുമ്പോൾ നിയമവിധേയമായിരുന്ന ഈ ലഘുലേഖയുടെ ദൃഷ്ടാന്തം ഒരതിർത്തിവരെ ഉപകരിച്ചുവെന്നുപോലും വരാം. ഉദാഹരണത്തിന് കമ്യൂണിസ്റ്റുകാർക്ക് ആധുനിക അമേരിക്കയിലോ ഫ്രാൻസിലോ (അടുത്ത കാലത്ത് കമ്യൂണിസ്റ്റുകാർ മിക്കവാറും കൂട്ടത്തോടെ അറസ്റ്റുചെയ്യപ്പെട്ട ശേഷം) തങ്ങൾക്കനുഭവിക്കാൻ കഴിയുന്ന നിയമവിധേയത്വത്തിന്റെ ഏറ്റവും നേരിയ അവശിഷ്ടങ്ങളെപ്പോലും ഉപയോഗപ്പെടുത്താൻ-സോഷ്യൽ-പസിഫിസ്റ്റ് വീക്ഷണങ്ങളും 'ലോകജനാധിപത്യ'ത്തെക്കുറിച്ചുള്ള പ്രതീക്ഷകളും തികച്ചും സത്യവിരുദ്ധമാണെന്നു വിശദമാക്കുന്നതിനു

വേണ്ടി ഉപയോഗപ്പെടുത്താൻ-കഴിയും, കഴിയണം എന്നതാണ് അത്. സെൻസർ ചെയ്യപ്പെട്ട ഈ ലഘുലേഖയോട് കൂട്ടിച്ചേർക്കേണ്ടതായിട്ടുള്ള ഏറ്റവും ആവശ്യമായ കാര്യങ്ങൾ ഞാൻ ഈ മുഖവുരയിൽ പ്രതിപാദിക്കാൻ ശ്രമിക്കാം.

രണ്ട്

1914-18 ലെ യുദ്ധം ഇരുഭാഗത്തെ സംബന്ധിച്ചും ഒരു സാമ്രാജ്യത്വ യുദ്ധമായിരുന്നുവെന്നും (അതായത്, വെട്ടിപ്പിടുത്തത്തിന്റെയും കൊള്ളയുടെയും കവർച്ചയുടെയും സ്വഭാവമുള്ള യുദ്ധമായിരുന്നുവെന്ന്) ലോകത്തെ പങ്കിട്ടെടുക്കാനും കോളനികളും ഫിനാൻസ് മൂലധനത്തിന്റെ സ്വാധീനമണ്ഡലങ്ങളും വിഭജിക്കാനും പുനർവിഭജിക്കാനുമുള്ള യുദ്ധമായിരുന്നുവെന്നും മറ്റും ലഘുലേഖയിൽ തെളിയിച്ചിട്ടുണ്ട്.

യുദ്ധത്തിന്റെ യഥാർഥ സാമൂഹ്യസ്വഭാവം, അഥവാ യഥാർഥ വർഗസ്വഭാവം, എന്തായിരുന്നുവെന്നതിനുള്ള തെളിവു കണ്ടെത്താൻ കഴിയുന്നത് സ്വാഭാവികമായും യുദ്ധത്തിന്റെ നയതന്ത്രപരമായ ചരിത്രത്തിലല്ല, പിന്നെയോ, യുദ്ധത്തിലേർപ്പെട്ട എല്ലാ രാജ്യങ്ങളിലെയും ഭരണാധികാരിവർഗങ്ങളുടെ വസ്തുനിഷ്ഠമായ നിലപാടിനെ അപഗ്രഥിക്കുന്നതു വഴിയാണ്. ഈ വസ്തുനിഷ്ഠമായ നിലപാട് ചിത്രീകരിക്കാൻ ചില ഉദാഹരണങ്ങളോ ഒറ്റതിരിഞ്ഞ വസ്തുതകളോ അല്ല കണക്കിലെടുക്കേണ്ടത്. (സാമൂഹ്യജീവിതത്തിലെ പ്രതിഭാസങ്ങളുടെ അങ്ങേയറ്റത്തെ സങ്കീർണത നിമിത്തം ഏതു പ്രമേയം തെളിയിക്കാനും ഉദാഹരണങ്ങളോ ഒറ്റതിരിഞ്ഞ വസ്തുതകളോ എത്രവേണമെങ്കിലും തെരഞ്ഞെടുക്കാൻ എപ്പോഴും കഴിയും) യുദ്ധത്തിൽ പങ്കെടുക്കുന്ന എല്ലാ രാജ്യങ്ങളുടെയും ലോകത്തിന്റെ ഒട്ടാകെത്തന്നെയും സാമ്പത്തികജീവിതത്തെ അടിസ്ഥാനമാക്കിയുള്ള എല്ലാ വിവരങ്ങളും കണക്കിലെടുക്കുകയാണ് വേണ്ടത്.

1876 ലും 1914 ലും ലോകത്തെ വിഭജിച്ചതും (6-ാം അധ്യായത്തിൽ) 1890 ലും 1913 ലും ലോകത്തിലുള്ള റെയിൽവേകളെ വിഭജിച്ചതും (7-ാം അധ്യായത്തിൽ) വിവരിക്കുമ്പോൾ ഞാൻ ഉദ്ധരിച്ചത് അനിഷേധ്യമായ ഇത്തരം സംക്ഷിപ്തവിവരങ്ങളല്ലാതെ മറ്റൊന്നുമല്ല. മുതലാളിത്തവ്യവസായത്തിന്റെ ഏറ്റവും പ്രധാനപ്പെട്ട ശാഖകളായ കൽക്കരി, ഇരുമ്പ് എന്നിവയുടെ ആകത്തുകയാണ് റെയിൽവേകൾ. ലോകവാണിജ്യത്തിന്റെയും ബൂർഷ്വാ-ജനാധിപത്യനാഗരികതയുടെയും വികാസത്തിന്റെ ആകത്തുകയും ഏറ്റവും പ്രകടമായ സൂചികയുമാണവ. വൻകിടവ്യവസായം, കുത്തകകൾ, സിൻഡിക്കേറ്റുകൾ, കാർട്ടലുകൾ, ട്രസ്റ്റുകൾ, ബാങ്കുകൾ, ഫിനാൻസ് ദുഷ്പ്രഭുത്വം ഇവയോടെല്ലാം റെയിൽവേകൾ എങ്ങനെ കൂട്ടിയിണക്കപ്പെട്ടിരിക്കുന്നുവെന്ന് പുസ്തകത്തിലെ മുൻ അധ്യായങ്ങളിൽ കാണിച്ചിട്ടുണ്ട്. റെയിൽവേകളുടെ അസമമായ വിതരണവും അസമമായ വികസനവും ആധുനിക കുത്തകമുതലാളിത്തത്തെ ലോകവ്യാപകമായ തോതിൽ ക്രോഡീകരിക്കുന്നു. ഉൽപ്പാദനോപാധികളിൽ സ്വകാര്യ

സ്വത്തുടമ നിലനിൽക്കുന്ന കാലത്തോളം ഇത്തരം സമ്പദ്‌വ്യവസ്ഥയിൻകീഴിൽ സാമ്രാജ്യത്വയുദ്ധങ്ങൾ തികച്ചും അനിവാര്യമാണെന്ന് ഈ ക്രോഡീകരണം തെളിയിക്കുന്നു.

റെയിൽവേ നിർമാണം ലളിതവും സ്വാഭാവികവും ജനാധിപത്യപരവും സംസ്കാരസമ്പൂർണവും പരിഷ്കൃതവുമായ ഒരു സംരംഭമാണെന്നു തോന്നിപ്പോകും. മുതലാളിത്തത്തിന്റെ അടിമത്തത്തെ വർണോജ്വലമായി വരച്ചുകാട്ടാൻ ശമ്പളം പറ്റുന്ന ബൂർഷ്വാ പ്രൊഫസർമാരുടെ ദൃഷ്ടിയിലും പെറ്റിബൂർഷ്വാ ഫിലിസ്റ്റൈനുകളുടെ ദൃഷ്ടിയിലും അതങ്ങനെയാണു താനും. എന്നാൽ, വാസ്തവത്തിൽ, ഉൽപ്പാദനോപാധികളിൽ പൊതുവേയുള്ള സ്വകാര്യസ്വത്തുടമയുമായി ഈ സംരംഭങ്ങളെ ആയിരമായിരം വ്യത്യസ്ത കുരുക്കുകളിലൂടെ ബന്ധിപ്പിക്കുന്ന മുതലാളിത്തച്ചരടുകൾ ഈ റെയിൽവേ നിർമാണത്തെ (കോളനികളിലും അർധകോളനികളിലുമുള്ള) ഒരു നൂറുകോടി ജനങ്ങളെയും -അതായത്, ആശ്രിതരാജ്യങ്ങളിൽ അധിവസിക്കുന്ന, ലോക ജനസംഖ്യയുടെ പകുതിയിലധികത്തെയും, കൂടാതെ 'പരിഷ്കൃതരാജ്യങ്ങളിൽ' മൂലധനത്തിന്റെ കൂലിയടിമകളായിട്ടുള്ളവരെയും -മർദിക്കാനുള്ള ഒരു ഉപകരണമായി മാറ്റിയിരിക്കയാണ്.

ചെറുകിട സ്വത്തുടമയുടെ അധ്വാനത്തെ ആസ്പദമാക്കിയ സ്വകാര്യസ്വത്ത്, സ്വതന്ത്രമത്സരം, ജനാധിപത്യം-മുതലാളിമാരും അവരുടെ പത്രങ്ങളും തൊഴിലാളികളെയും കൃഷിക്കാരെയും കബളിപ്പിക്കാൻ വേണ്ടി ഉപയോഗിക്കുന്ന മുദ്രാവാക്യം-ഇവയെല്ലാം തന്നെ വിദൂരഭൂതകാലത്തെ കാര്യങ്ങളാണ്. ഒരുപിടി 'പുരോഗമിച്ച' രാജ്യങ്ങൾ ലോകത്തിലെ ബഹുഭൂരിപക്ഷം ജനങ്ങളെ കോളനികളെന്ന നിലയ്ക്കു മർദിക്കുകയും ധനപരമായി കഴുത്തുഞെരിക്കുകയും ചെയ്യുന്ന ഒരു ലോകവ്യവസ്ഥയായി മുതലാളിത്തം വളർന്നിരിക്കുന്നു. നഖശിഖാന്തം ആയുധമണിഞ്ഞു നിൽക്കുന്ന പ്രബലന്മാരായ രണ്ടോ മൂന്നോ കവർച്ചക്കാർ (അമേരിക്ക, ബ്രിട്ടൻ, ജപ്പാൻ) ഈ 'കൊള്ളമുതൽ' പങ്കിട്ടെടുക്കുന്നു. തങ്ങളുടെ കൊള്ളമുതൽ വീതിക്കുന്നതിനെച്ചൊല്ലിയുള്ള തങ്ങളുടെ യുദ്ധത്തിലേക്ക് മുഴുവൻ ലോകത്തെയും വലിച്ചിഴയ്ക്കുന്നത് അവരാണ്.

മൂന്ന്

രാജാധിപത്യജർമനി അടിച്ചേൽപ്പിച്ച ബ്രെസ്റ്റ്-ലിറ്റോവ്സ്ക് ഉടമ്പടി[3]യും 'ജനാധിപത്യ' റിപ്പബ്ലിക്കുകളായ അമേരിക്കയും ഫ്രാൻസും 'സ്വതന്ത്ര' ബ്രിട്ടനും പിന്നീട് അടിച്ചേൽപ്പിച്ച അതിലും എത്രയോ കൂടുതൽ മൃഗീയവും ഗർഹണീയവുമായ വെഴ്സയിൽസ് ഉടമ്പടി[4]യും മനുഷ്യരാശിക്ക് വളരെയേറെ പ്രയോജനപ്രദമായ ഒരു സേവനം ചെയ്തിട്ടുണ്ട്. സാമ്രാജ്യത്വത്തിന്റെ കൂലിയെഴുത്തുകാരെയെന്നപോലെതന്നെ, ശാന്തിവാദികളെന്നും സോഷ്യലിസ്റ്റുകാരെന്നും സ്വയം വിളിച്ചെങ്കിലും 'വിൽസണിസ'[5]ത്തെ പാടിപ്പുകഴ്ത്തുകയും സാമ്രാജ്യത്വത്തിൻകീഴിൽ

സമാധാനവും പരിഷ്കരണവും സാധ്യമാണെന്നു ശഠിക്കുകയും ചെയ്ത പിന്തിരിപ്പൻ ഫിലിസ്റ്റൈനുകളെയും ആ ഉടമ്പടികൾ തുറന്നുകാട്ടി.

ഫിനാൻഷ്യൽ തീവെട്ടിക്കൊള്ളക്കാരുടെ ബ്രിട്ടീഷ് ഗ്രൂപ്പിനാണോ ജർമൻഗ്രൂപ്പിനാണോ കൂടുതൽ കൊള്ളമുതൽ കിട്ടേണ്ടതെന്നു തീരുമാനിക്കാൻ വേണ്ടിയുള്ള യുദ്ധംമൂലം മരിച്ചവരും അംഗഭംഗം വന്നവരുമായ കോടാനുകോടി മനുഷ്യരും ഈ രണ്ട് 'സമാധാന ഉടമ്പടികളും' ബൂർഷ്വാസിയാൽ ചവിട്ടിമെതിക്കപ്പെട്ട്, മർദിക്കപ്പെട്ട്, വഞ്ചിക്കപ്പെട്ട്, കബളിപ്പിക്കപ്പെട്ട് കിടക്കുന്ന ദശലക്ഷക്കണക്കിനും കോടിക്കണക്കിനുമുള്ള ജനങ്ങളുടെ കണ്ണുകളെ അഭൂതപൂർവമായ വേഗതയോടെ തുറപ്പിച്ചുകൊണ്ടിരിക്കയാണ്. അങ്ങനെ യുദ്ധം വരുത്തിവച്ച സാർവത്രിക നാശത്തിൽ നിന്ന് ലോകവ്യാപകമായ ഒരു വിപ്ലവപ്രതിസന്ധി ഉയർന്നുവരികയാണ്. അതിന്റെ ഘട്ടങ്ങൾ എത്രതന്നെ ദീർഘവും ക്ലേശകരവുമായിരുന്നാലും ശരി, അത് ഒരു തൊഴിലാളിവർഗവിപ്ലവത്തിലും അതിന്റെ വിജയത്തിലും കലാശിക്കാതെ തരമില്ല.

രണ്ടാം ഇന്റർനാഷണലിന്റെ ബാസെൽ പ്രകടനപത്രിക[6] -യുദ്ധത്തെ പൊതുവിലല്ലാതെ (യുദ്ധങ്ങൾ പലതരമുണ്ട്; വിപ്ലവയുദ്ധങ്ങളും അവയിൽപ്പെടും) 1914 ൽ പൊട്ടിപ്പുറപ്പെട്ട യുദ്ധത്തെത്തന്നെ 1912 ൽ വിലയിരുത്തിയ പ്രസ്തുത പ്രകടനപത്രിക-ഇന്ന് രണ്ടാം ഇന്റർനാഷണലിലെ വീരന്മാരുടെ ലജ്ജാകരമായ പാപ്പരത്തത്തെയും വഞ്ചനയെയും പൂർണമായി തുറന്നു കാട്ടുന്ന ഒരു സ്മാരകമാണ്.

ആ പ്രകടനപത്രിക ഈ പതിപ്പി[7]ന് അനുബന്ധമായി ഞാൻ ചേർത്തത് അതുകൊണ്ടാണ്. താൻ കളവുനടത്തിയ സ്ഥലത്തുനിന്ന് ഒരു കള്ളൻ ഒഴിഞ്ഞുമാറി നടക്കുന്നത്രതന്നെ നിഷ്കർഷയോടെയാണ് ആസന്നമായ യുദ്ധവും തൊഴിലാളിവർഗവിപ്ലവവും തമ്മിലുള്ള ബന്ധത്തെക്കുറിച്ച് കൃത്യമായും വ്യക്തമായും ഖണ്ഡിതമായും പറയുന്ന പ്രകടനപത്രികയിലെ ഭാഗങ്ങളെ രണ്ടാം ഇന്റർനാഷണലിലെ വീരന്മാർ വർജിക്കുന്നതെന്ന വസ്തുത ശ്രദ്ധിക്കണമെന്ന് ഞാൻ വായനക്കാരോട് വീണ്ടും വീണ്ടും അഭ്യർഥിക്കുന്നു.

നാല്

കൗത്സ്കിയിസത്തെ വിമർശിക്കുന്ന കാര്യത്തിൽ ഈ ലഘുലേഖ സവിശേഷ ശ്രദ്ധ പതിപ്പിച്ചിട്ടുണ്ട്. 'ഏറ്റവും സമുന്നത സൈദ്ധാന്തിക'രായ രണ്ടാം ഇന്റർനാഷണലിലെ നേതാക്കളും (ആസ്ട്രിയയിൽ ഓട്ടോ ബൗവർ പ്രഭൃതികൾ, ബ്രിട്ടനിൽ റാംസെ മാക്ഡൊണാൾഡും കൂട്ടരും, ഫ്രാൻസിൽ അൽബേർ തോമാ തുടങ്ങിയവർ) സോഷ്യലിസ്റ്റുകാരുടെയും പരിഷ്കരണവാദികളുടെയും ശാന്തിവാദികളുടെയും ബൂർഷ്വാജനാധിപത്യവാദികളുടെയും പുരോഹിതന്മാരുടെയും വലിയൊരു സമൂഹവും ലോകത്തുള്ള സകലരാജ്യങ്ങളിലും പ്രതിനിധാനം ചെയ്യുന്ന ഒരു സാർവദേശീയ പ്രത്യയശാസ്ത്ര പ്രവണതയാണത്.

ഈ പ്രത്യയശാസ്ത്ര പ്രവണത ഒരു വശത്ത് രണ്ടാം ഇന്റർനാഷണലിന്റെ തകർച്ചയുടെയും ജീർണതയുടെയും ഫലമാണ്. മറുവശത്ത്, ജീവിതരീതിയൊട്ടാകെമൂലം ബൂർഷ്വാജനാധിപത്യ മുൻവിധികൾക്ക് അടിമപ്പെട്ടിരിക്കുന്ന പെറ്റി ബൂർഷ്വാസിയുടെ പ്രത്യയശാസ്ത്രത്തിന്റെ അനിവാര്യഫലമാണത്.

താൻ ദശാബ്ദങ്ങളായി, വിശേഷിച്ചും (ബെർൺഷ്ടൈൻ, മില്യെറാൻ, ഹൈൻഡ്മാൻ, ഗോംപേഴ്സ് തുടങ്ങിയവരുടെ) സോഷ്യലിസ്റ്റ് അവസരവാദത്തിനെതിരായ സമരത്തിൽ, ഉയർത്തിപ്പിടിച്ചിട്ടുള്ള മാർക്സിസത്തിന്റെ അതേ വിപ്ലവപ്രമാണങ്ങളുടെ പരിപൂർണ നിരാകരമാണ് കൗത്സ്കിയും അദ്ദേഹത്തെപ്പോലുള്ളവരും വച്ചുപുലർത്തുന്ന വീക്ഷണങ്ങൾ. അതുകൊണ്ട് ലോകമാസകലമുള്ള കൗത്സ്കിയുടെ അനുയായികൾ ഇപ്പോൾ പ്രായോഗികരാഷ്ട്രീയരംഗത്ത് (രണ്ടാം അഥവാ മഞ്ഞ ഇന്റർനാഷണൽ[8] മുഖേന) അങ്ങേയറ്റത്തെ അവസരവാദികളുമായും (സോഷ്യലിസ്റ്റുകാർക്ക് പങ്കുള്ള ബൂർഷ്വാ കൂട്ടുകക്ഷിഗവൺമെന്റുകൾ മുഖേന) ബൂർഷ്വാ ഗവൺമെന്റുകളുമായും യോജിച്ചിരിക്കുന്നത് കേവലം യാദൃച്ഛികമല്ല.

വളർന്നുവരുന്ന ലോകതൊഴിലാളി വിപ്ലവ പ്രസ്ഥാനത്തിനു പൊതുവെയും കമ്യൂണിസ്റ്റ്പ്രസ്ഥാനത്തിനു പ്രത്യേകിച്ചും കൗത്സ്കിയിസത്തിന്റെ സിദ്ധാന്തപരമായ തെറ്റുകളെ അപഗ്രഥിച്ച് തുറന്നുകാട്ടാതിരിക്കാൻ സാധ്യമല്ല. മാർക്സിസമാണെന്നു ഭാവിക്കുന്നില്ലെങ്കിലും കൗത്സ്കി പ്രഭൃതികളെപ്പോലെതന്നെ സാമ്രാജ്യത്വത്തിന്റെ വൈരുധ്യങ്ങളുടെ അഗാധതയെയും അത് അനിവാര്യമായും ഉളവാക്കുന്ന വിപ്ലവ പ്രതിസന്ധിയെയും മൂടിവയ്ക്കുന്ന ശാന്തിവാദത്തിനും പൊതുവിൽ 'ജനാധിപത്യവാദ'ത്തിനും ലോകമൊട്ടുക്ക് ഇന്നും വളരെയേറെ പ്രചാരമുള്ളതുകൊണ്ട് ഇതു വിശേഷിച്ചും വാസ്തവമാണ്. ഈ പ്രവണതകൾക്കെതിരെ പൊരുതാൻ തൊഴിലാളിവർഗത്തിന്റെ പാർട്ടി ബാധ്യസ്ഥമാണ്. അത് ബൂർഷ്വാസിയുടെ സ്വാധീനത്തിൽനിന്ന് അവയാൽ കബളിപ്പിക്കപ്പെട്ട ചെറുകിടസ്വത്തുടമകളെയും ഏറെക്കുറെ പെറ്റിബൂർഷ്വാ ജീവിതസാഹചര്യങ്ങൾ അനുഭവിച്ചുപോരുന്ന കോടിക്കണക്കിനു പണിയാളരെയും സ്വപക്ഷത്തേക്കു കൊണ്ടുവരണം.

അഞ്ച്

'മുതലാളിത്തത്തിന്റെ ഇത്തിക്കണ്ണിസ്വഭാവവും ജീർണതയും' എന്ന 8-ാം അധ്യായത്തെപ്പറ്റി ഏതാനും വാക്കുകൾ പറയേണ്ടിയിരിക്കുന്നു. അതിൽ ചൂണ്ടിക്കാണിച്ചിട്ടുള്ളതുപോലെ മുൻ 'മാർക്സിസ്റ്റും' ഇപ്പോൾ കൗത്സ്കിയുടെ സമരസഖാവും ജർമനിയിലെ സ്വതന്ത്രസോഷ്യൽ ഡെമോക്രാറ്റിക് പാർട്ടി[9]യിൽ ബൂർഷ്വാപരിഷ്കരണവാദ നയത്തിന്റെ പ്രമുഖ വക്താക്കളിലൊരാളുമായ ഹിൽഫെർഡിങ്, ഒരു തുറന്ന ശാന്തിവാദിയും പരിഷ്കരണവാദിയുമായ ഹോബ്സൺ എന്ന ഇംഗ്ലീഷു

കാരനെ അപേക്ഷിച്ച് ഈ പ്രശ്നത്തിൽ ഒരു ചുവടു പുറകോട്ടു വയ്ക്കുകയാണ് ചെയ്തിരിക്കുന്നത്. തൊഴിലാളി പ്രസ്ഥാനത്തിലൊട്ടാകെയുണ്ടായിട്ടുള്ള സാർവദേശീയ ഭിന്നിപ്പ് ഇപ്പോൾ പൂർണമായും വ്യക്തമായിക്കഴിഞ്ഞു (രണ്ടാമത്തെയും മൂന്നാമത്തെയും ഇന്റർനാഷണലുകൾ). രണ്ടു പ്രവണതകളും തമ്മിൽ സായുധസമരവും ആഭ്യന്തരയുദ്ധവും നടക്കുകയാണെന്ന വസ്തുതയും വ്യക്തമായിക്കഴിഞ്ഞു. റഷ്യയിൽ മെൻഷെവിക്കുകളും സോഷ്യലിസ്റ്റ് റവലൂഷണറികളും[10] ബോൾഷെവിക്കുകൾക്കെതിരെ കൊൽച്ചാക്കിനും ദെനീക്കിനും[11]പിന്തുണ നൽകുന്നു. ജർമനിയിൽ ഷൈഡെമാന്റെയും നോസ്കേയുടെയും[12] കൂട്ടർ ബൂർഷ്വാസിയുടെ കൂട്ടുപിടിച്ചുകൊണ്ട് സ്പാർട്ടാക്കിസ്റ്റുകൾ[13]ക്കെതിരെ സമരം നടത്തുന്നു. ഫിൻലൻഡിലും പോളണ്ടിലും ഹങ്കറിയിലും മറ്റും ഇതുതന്നെയാണ് നടക്കുന്നത്. ഈ ലോകചരിത്രപ്രതിഭാസത്തിന്റെ സാമ്പത്തികാടിസ്ഥാനം എന്താണ്?

മുതലാളിത്തത്തിന്റെ ഇത്തിക്കണ്ണിസ്വഭാവവും ജീർണതയുമല്ലാതെ മറ്റൊന്നുമല്ല അത്. മുതലാളിത്തത്തിന്റെ വളർച്ചയിലെ ഏറ്റവുമുയർന്ന ചരിത്രഘട്ടമായ സാമ്രാജ്യത്വത്തിന്റെ സവിശേഷതയാണ് അവ രണ്ടും. ഈ ലഘുലേഖയിൽ ചൂണ്ടിക്കാണിച്ചിട്ടുള്ളതുപോലെ, വെറുതെ 'കൂപ്പണുകൾ മുറിച്ചെടുത്തുകൊണ്ട്' മാത്രം ലോകത്തെ മുഴുവനും കൊള്ളയടിക്കുന്ന അസാമാന്യസമ്പത്തും പ്രാബല്യവുമുള്ള ഒരുപിടി രാജ്യങ്ങളെ മുതലാളിത്തം ഇപ്പോൾ തെരഞ്ഞെടുത്തിട്ടുണ്ട് (അവ ലോകജനസംഖ്യയിലെ പത്തിലൊരംശം വരില്ല. ഏറ്റവും 'ഉദാരമായും' നിർലോപമായും കണക്കാക്കിയാൽ അഞ്ചിലൊരംശം വരില്ല). യുദ്ധത്തിനു മുമ്പുള്ള വിലകളുടെ അടിസ്ഥാനത്തിലും യുദ്ധത്തിനു മുമ്പത്തെ ബൂർഷ്വാ സ്ഥിതിവിവരക്കണക്കുകളനുസരിച്ചും മൂലധനത്തിന്റെ കയറ്റുമതി പ്രതിവർഷം 800-1,000 കോടി ഫ്രാങ്കിന്റെ വരുമാനം നൽകുന്നു. ഇപ്പോൾ അത് തീർച്ചയായും വളരെക്കൂടുതലായിരിക്കും.

ഇത്തരം വമ്പിച്ച അമിതലാഭങ്ങളിൽനിന്ന് ('സ്വന്തം' രാജ്യത്തെ തൊഴിലാളികളിൽ നിന്നു മുതലാളിമാർ പിഴിഞ്ഞെടുക്കുന്ന ലാഭത്തിനു പുറമെ കിട്ടുന്നതാണല്ലോ അവ) തൊഴിലാളിനേതാക്കളെയും തൊഴിലാളി ആഢ്യന്മാരുടെ ഉപരിവിഭാഗത്തെയും കോഴകൊടുത്തു പാട്ടിലാക്കാൻ കഴിയുമെന്നു വ്യക്തമാണ്. 'പുരോഗമിച്ച' രാജ്യങ്ങളിലെ മുതലാളിമാർ ചെയ്യുന്നതും അതുതന്നെയാണ്. നേരിട്ടും അല്ലാതെയും, തെളിഞ്ഞും മറഞ്ഞും, ഒരായിരം മാർഗങ്ങളിലൂടെ അവർ ഇവരെ കോഴകൊടുത്തു വശപ്പെടുത്തുന്നു.

ബൂർഷ്വയായി മാറിയ തൊഴിലാളികളുടെ അഥവാ തൊഴിലാളി ആഢ്യന്മാരുടെ ഈ വിഭാഗമാണ്-ജീവിതരീതിയിലും വരുമാനത്തിന്റെ വലിപ്പത്തിലും വീക്ഷണഗതിയിലാകെത്തന്നെയും തനി ഫിലിസ്റ്റൈനുകളായ ഇവരാണ്-രണ്ടാം ഇന്റർനാഷണലിന്റെ മുഖ്യാവലംബം; ഇക്കാലത്താണെങ്കിൽ, ബൂർഷ്വാസിയുടെ മുഖ്യ സാമൂഹ്യ(സൈനികമല്ല) അവ

ലംബം. കാരണം, അവർ തൊഴിലാളി പ്രസ്ഥാനത്തിനകത്ത് ബൂർഷ്വാസിയുടെ തനി ഏജന്റന്മാരാണ്, മുതലാളിവർഗത്തിന്റെ തൊഴിലാളി ലെഫ്റ്റനന്റുകളാണ്, പരിഷ്കരണവാദത്തിന്റെയും ഷോവിനിസത്തിന്റെയും തനിവാഹകന്മാരാണ്. തൊഴിലാളിവർഗവും ബൂർഷ്വാസിയും തമ്മിലുള്ള ആഭ്യന്തരയുദ്ധത്തിൽ എണ്ണത്തിലൊട്ടും കുറയാത്ത അവർ അനിവാര്യമായും നിലകൊള്ളുന്നത് ബൂർഷ്വാസിയുടെ പക്ഷത്താണ്, 'കമ്യൂണാർഡുകൾ'ക്കെതിരെ, 'വെഴ്സയിൽസുകാരു[14]ടെ' പക്ഷത്താണ്.

ഈ പ്രതിഭാസത്തിന്റെ സാമ്പത്തികവേരുകൾ മനസിലാക്കിയില്ലെങ്കിൽ, അതിന്റെ രാഷ്ട്രീയവും സാമൂഹ്യവുമായ അർഥം ഗ്രഹിച്ചില്ലെങ്കിൽ, കമ്യൂണിസ്റ്റ് പ്രസ്ഥാനത്തിന്റെയും ആസന്നമായ സാമൂഹ്യവിപ്ലവത്തിന്റെയും പ്രായോഗികപ്രശ്നങ്ങൾ പരിഹരിക്കുന്ന കാര്യത്തിൽ ഒരു ചുവടുപോലും വയ്ക്കാൻ കഴിയുകയില്ല.

തൊഴിലാളിവർഗത്തിന്റെ സാമൂഹ്യവിപ്ലവത്തിന്റെ തൊട്ടുമുമ്പുള്ള ഘട്ടമാണ് സാമ്രാജ്യത്വം. 1917നുശേഷം ഇത് ലോകവ്യാപകമായ തോതിൽ സ്ഥിരീകരിക്കപ്പെട്ടിട്ടുണ്ട്.

ജൂലായ് 6, 1920 **ലെനിൻ**

തുടക്കം

കഴിഞ്ഞ പതിനഞ്ചോ ഇരുപതോ വർഷങ്ങൾക്കിടയിൽ-വിശേഷിച്ച് സ്പാനിഷ്-അമേരിക്കൻ യുദ്ധത്തിനും (1898) ആംഗ്ലോ-ബോയർ യുദ്ധത്തിനും (1899-1902) ശേഷം-രണ്ട് അർധഗോളങ്ങളിലെ സാമ്പത്തിക പ്രസിദ്ധീകരണങ്ങളിലും രാഷ്ട്രീയപ്രസിദ്ധീകരണങ്ങളിലും ഇന്നത്തെ കാലഘട്ടത്തെ വിവരിക്കാൻ 'സാമ്രാജ്യത്വം' എന്ന പദം കൂടുതൽ കൂടുതൽ ഉപയോഗിച്ചുവരാറുണ്ട്. 1902 ൽ ഇംഗ്ലീഷ് ധനശാസ്ത്രജ്ഞനായ ജെ എ ഹോബ്സന്റെ *സാമ്രാജ്യത്വം* എന്ന ഗ്രന്ഥം ലണ്ടനിലും ന്യൂയോർക്കിലും പ്രസിദ്ധീകരിക്കപ്പെട്ടു. മുൻ മാർക്സിസ്റ്റായ കാൾ കൗത്സ്കിയുടെ ഇപ്പോഴത്തെ വീക്ഷണകോണിൽനിന്നു സാരാംശത്തിൽ ഭിന്നമല്ലാത്ത ബൂർഷ്വാ സോഷ്യൽ പരിഷ്കരണവാദത്തിന്റെയും ശാന്തിവാദത്തിന്റെയും വീക്ഷണകോണമുള്ള ആ ഗ്രന്ഥകാരൻ സാമ്രാജ്യത്വത്തിന്റെ മുഖ്യവും സവിശേഷവുമായ സാമ്പത്തിക-രാഷ്ട്രീയലക്ഷണങ്ങളുടെ വളരെ നല്ല, സമഗ്രമായ ഒരു വിവരണം നൽകുന്നുണ്ട്. 1910 ൽ ആസ്ട്രിയൻ മാർക്സിസ്റ്റായ റൂഡോൾഫ് ഹിൽഫെർഡിങിന്റെ *ഫിനാൻസ് മൂലധനം* എന്ന പുസ്തകം വിയന്നയിൽ പുറത്തുവന്നു. (റഷ്യൻ പതിപ്പ്, മോസ്കോ, 1912) പണത്തെക്കുറിച്ചുള്ള സിദ്ധാന്തത്തിന്റെ കാര്യത്തിൽ ഗ്രന്ഥകാരനു തെറ്റുപറ്റിയിട്ടുണ്ടെങ്കിലും മാർക്സിസത്തെ അവസരവാദവുമായി രഞ്ജിപ്പിച്ചുകൊണ്ടുപോകാൻ അദ്ദേഹം പ്രവണത കാട്ടുന്നുണ്ടെങ്കിലും ഉപശീർഷകത്തിൽ പറയുന്ന "മുതലാളിത്തവളർച്ചയുടെ ഏറ്റവും പുതിയ ഘട്ട"ത്തിന്റെ വളരെ വിലപ്പെട്ട ഒരു സൈദ്ധാന്തികവിശകലനം ആ കൃതിയിലുണ്ട്. സത്യത്തിൽ, കഴിഞ്ഞ കുറച്ചു വർഷങ്ങൾക്കുള്ളിൽ സാമ്രാജ്യത്തെക്കുറിച്ചു പറഞ്ഞിട്ടുള്ള കാര്യങ്ങൾ-വിശേഷിച്ച് മാസികകളിലും പത്രങ്ങളിലും വന്ന ഒട്ടനവധി ലേഖ

നങ്ങളിലും- ഉദാഹരണത്തിന്, 1912 ശരൽക്കാലത്തു ഹെംനിറ്റ്സി[15]ലും ബാസെലിലും നടന്ന കോൺഗ്രസുകൾ പാസാക്കിയ പ്രമേയങ്ങളിലും പറഞ്ഞിട്ടുള്ള കാര്യങ്ങൾ-മുകളിൽ പറഞ്ഞ രണ്ട് എഴുത്തുകാർ ആവിഷ്കരിച്ച, അഥവാ കൂടുതൽ കൃത്യമായിപ്പറഞ്ഞാൽ ക്രോഡീകരിച്ച, ആശയങ്ങൾക്കപ്പുറം പോയിട്ടില്ല.

സാമ്രാജ്യത്വത്തിന്റെ മുഖ്യ സാമ്പത്തിക സവിശേഷതകൾ തമ്മിലുള്ള ബന്ധത്തെക്കുറിച്ച് സംക്ഷിപ്തമായും കഴിയുന്നത്ര ലളിതമായും പ്രതിപാദിക്കാൻ ഞാൻ വഴിയേ ശ്രമിക്കുന്നതാണ്. പ്രശ്നത്തിന്റെ സാമ്പത്തികേതരവശങ്ങളെപ്പറ്റി ചർച്ചചെയ്യേണ്ടത് എത്ര വളരെ ആവശ്യമാണെങ്കിലും എനിക്കതു സാധ്യമാവുകയില്ല. പ്രസിദ്ധീകരണങ്ങളെക്കുറിച്ചുള്ള പരാമർശങ്ങളും എല്ലാ വായനക്കാർക്കും താൽപ്പര്യം കാണാനിടയില്ലാത്ത മറ്റു കുറിപ്പുകളും ലഘുലേഖയുടെ അവസാനം[16] ചേർത്തിട്ടുണ്ട്.

ലെനിൻ

1

ഉൽപ്പാദനത്തിന്റെ കേന്ദ്രീകരണവും കുത്തകകളും

വ്യവസായത്തിന്റെ വൻതോതിലുള്ള വളർച്ചയും ഉൽപ്പാദനം കൂടുതൽ കൂടുതൽ വലിയ സ്ഥാപനങ്ങളിലായി അസാമാന്യവേഗതയോടെ കേന്ദ്രീകരിക്കപ്പെടുന്നുവെന്ന വസ്തുതയും മുതലാളിത്തത്തിന്റെ ഏറ്റവും സവിശേഷമായ ലക്ഷണങ്ങളിലൊന്നാണ്. ഈ പ്രക്രിയയെക്കുറിച്ചുള്ള അങ്ങേയറ്റം സമ്പൂർണവും സൂക്ഷ്മവുമായ വിവരങ്ങൾ ആധുനിക ഉൽപ്പാദനത്തെക്കുറിച്ചുള്ള സ്ഥിതിവിവരക്കണക്കുകളിൽനിന്നും ലഭ്യമാണ്.

ഉദാഹരണത്തിന്, ജർമനിയിൽ, ആയിരം വ്യവസായസ്ഥാപനങ്ങളെടുത്താൽ അവയിൽ അമ്പതിലേറെ തൊഴിലാളികൾ പണിയെടുക്കുന്ന വൻകിടസ്ഥാപനങ്ങളുടെ എണ്ണം 1882 ൽ മൂന്നും 1895 ൽ ആറും 1907 ൽ ഒമ്പതും ആയിരുന്നു. ആ വർഷങ്ങളിൽ പണിയെടുത്തിരുന്ന 100 തൊഴിലാളികളെ എടുത്താൽ അവരിൽ യഥാക്രമം 22, 30, 37 എന്നിത്രയും പേർ ഈ ഗ്രൂപ്പിൽപ്പെട്ട വ്യവസായസ്ഥാപനങ്ങളിലാണ് പണിയെടുത്തത്. എന്നാൽ ഉൽപ്പാദനത്തിന്റെ കേന്ദ്രീകരണം തൊഴിലാളികളുടെ കേന്ദ്രീകരണത്തെക്കാൾ എത്രയോ കൂടുതൽ തീവ്രമാണ്. കാരണം, വൻകിട വ്യവസായസ്ഥാപനങ്ങളിലെ അധ്വാനം വളരെക്കൂടുതൽ ഉൽപ്പാദനക്ഷമമാണ്. ആവിഎഞ്ചിനുകളുടെയും വൈദ്യുതമോട്ടോറുകളുടെയും കണക്കുകൾ തെളിയിക്കുന്ന കാര്യമാണത്. വാണിജ്യവും ഗതാഗതവും മറ്റും ഉൾപ്പെടുത്തിക്കൊണ്ട് വിപുലമായ അർഥത്തിൽ വ്യവസായമെന്നു ജർമനിയിൽ വിളിക്കപ്പെടുന്ന വിഭാഗമെടുത്താൽ താഴെക്കാണുന്ന ചിത്രമാണ് ലഭിക്കുക: ആകെയുള്ള 32,65,623 ൽ 30,588 എണ്ണം, അതായത് 0.9 ശതമാനം, വൻകിട വ്യവസായസ്ഥാപനങ്ങളാണ്. ആകെയുള്ള 1,44,00,000 തൊഴിലാളികളിൽ 57,00,000 തൊഴിലാളികൾ–അതായത് 39.4

ശതമാനം-പണിയെടുക്കുന്നത് ആ സ്ഥാപനങ്ങളിലാണ്. മൊത്തം 88,00,000 കുതിരശക്തിയുള്ള ആവിശക്തിയിൽ 66,00,000 കുതിരശക്തിയും (അതായത് 75.3 ശതമാനം), മൊത്തം 15,00,000 കിലോവാട്ട് വിദ്യുച്ഛക്തിയിൽ 12,00,000 കിലോവാട്ടും (അതായത് 77.2 ശതമാനം) അവ ഉപയോഗിക്കുന്നു.

ആകെയുള്ളതിന്റെ നൂറിലൊരംശംപോലും വരാത്ത സ്ഥാപനങ്ങളാണ് മൊത്തം ആവിശക്തിയുടെയും വിദ്യുച്ഛക്തിയുടെയും മുക്കാൽ ഭാഗത്തിൽ കൂടുതൽ ഉപയോഗിക്കുന്നത്! അഞ്ചു തൊഴിലാളികളെവരെ വച്ചിട്ടുള്ള 29,70,000 ചെറുകിട സ്ഥാപനങ്ങൾ (ആകെയുള്ളതിന്റെ 91 ശതമാനം) മൊത്തം ആവിശക്തിയുടെയും വിദ്യുച്ഛക്തിയുടെയും 7 ശതമാനം മാത്രമേ ഉപയോഗിക്കുന്നുള്ളൂ! പതിനായിരങ്ങൾ വരുന്ന വൻകിടസ്ഥാപനങ്ങളാണ് സർവതും. ദശലക്ഷക്കണക്കിനുള്ള ചെറുകിടസ്ഥാപനങ്ങൾ ഒന്നുമല്ല.

1907 ൽ ജർമനിയിൽ ആയിരമോ അതിലേറെയോ തൊഴിലാളികൾ പണിയെടുക്കുന്ന 586 വ്യവസായസ്ഥാപനങ്ങളുണ്ടായിരുന്നു. വ്യവസായത്തിൽ ആകെയുള്ള തൊഴിലാളികളുടെ പത്തിലൊരു ഭാഗത്തോളം (13,80,000) അവയിൽ പണിയെടുത്തിരുന്നു. ആകെയുള്ള ആവി-വിദ്യുച്ഛക്തിയുടെ മൂന്നിലൊരംശത്തോളം (32 ശതമാനം) അവ ഉപഭോഗിച്ചിരുന്നു.* നാം കാണാൻ പോവുന്നതുപോലെ, പണമായിട്ടുള്ള മൂലധനവും ബാങ്കുകളും ഈ ഒരുപിടി പടുകൂറ്റൻ വ്യവസായസ്ഥാപനങ്ങളുടെ മേധാവിത്വത്തെ തികച്ചും അക്ഷരാർഥത്തിൽത്തന്നെ പൂർവാധികം അപ്രതിഹതമാക്കിത്തീർക്കുന്നു. അതായത്, ചെറുകിടക്കാരും ഇടത്തരക്കാരുമായ ദശലക്ഷക്കണക്കിനു 'സ്വത്തുടമകൾ' - വൻകിടക്കാരുടെ ഒരംശവും അക്കൂട്ടത്തിൽപ്പെടും-നൂറുകളിൽ എണ്ണാവുന്ന കുറെ കോടീശ്വരന്മാരായ ഫിനാൻസ് പ്രഭുക്കന്മാർക്ക് നിശ്ശേഷം കീഴ്പ്പെട്ടിരിക്കയാണ്.

മുന്നിട്ടുനിൽക്കുന്ന മറ്റൊരു ആധുനികമുതലാളിത്തരാജ്യമായ അമേരിക്കൻ ഐക്യനാടുകളിൽ ഉൽപ്പാദനത്തിന്റെ കേന്ദ്രീകരണം ഇതിലും കൂടുതൽ വളർന്നിട്ടുണ്ട്. ഇവിടെ സ്ഥിതിവിവരക്കണക്കുകൾ വ്യവസായത്തെ അതിന്റെ സങ്കുചിതാർഥത്തിൽ എടുത്തുകാട്ടുകയും വ്യാവസായിക സ്ഥാപനങ്ങളെ അവയുടെ വാർഷികോൽപ്പാദനത്തിന്റെ മൂല്യമനുസരിച്ച് തരംതിരിക്കുകയുമാണ് ചെയ്തിട്ടുള്ളത്. 1904 ൽ 10 ലക്ഷം ഡോളറോ അതിലധികമോ വിലയ്ക്കുള്ള ഉൽപ്പാദനം നടത്തിയ വൻകിട വ്യവസായസ്ഥാപനങ്ങളുടെ എണ്ണം 1,900 ആയിരുന്നു (ആകെയുള്ള 2,16,180 ൽ അതായത് 0.9 ശതമാനം). അവയിൽ 14,00,000 തൊഴിലാളികൾ പണിയെടുത്തു. (മൊത്തം സംഖ്യ 55,00,000; അതായത്, 25.6 ശതമാനം). അഞ്ചു വർഷത്തിനുശേഷം 1909 ൽ സംഗതമായ കണക്കുകൾ ഇപ്രകാരമായിരുന്നു: വ്യവസായസ്ഥാപനങ്ങളുടെ എണ്ണം 3,060 (മൊത്തം

* കണക്കുകൾ എടുത്തിട്ടുള്ളത് *Annalen des deutschen Reichs* (1911, Zahn)-ൽ നിന്ന്.

2,68,491; അതായത്, 1.1 ശതമാനം). അവയിൽ പണിയെടുത്ത തൊഴിലാളികളുടെ എണ്ണം 20 ലക്ഷം (മൊത്തം 66 ലക്ഷം. അതായത്, 30.5 ശതമാനം). അവ ഉൽപ്പാദിപ്പിച്ച ചരക്കുകളുടെ വില 900 കോടി ഡോളർ (മൊത്തം വില 2,070 കോടി ഡോളർ; അതായത്, 43.8 ശതമാനം)*

രാജ്യത്തെ എല്ലാ വ്യവസായസ്ഥാപനങ്ങളും കൂടി ഉൽപ്പാദിപ്പിച്ചതിന്റെ പകുതിയോളം ഉൽപ്പാദിപ്പിച്ചത് അവയുടെ നൂറിലൊരംശം വരുന്ന സ്ഥാപനങ്ങളാണ്! ഈ 3,000 പടുകൂറ്റൻ സ്ഥാപനങ്ങൾ 258 വ്യവസായശാഖകളെ ഉൾക്കൊള്ളുന്നു. കേന്ദ്രീകരണം തന്നെ അതിന്റെ വികസനത്തിന്റെ ഒരു നിശ്ചിതഘട്ടത്തിൽ നേരെ കുത്തകയിലേക്കു വഴിതെളിക്കുന്നുവെന്നു പറയാവുന്നതാണെന്ന് ഇതിൽനിന്നു കാണാം. കാരണം പത്തോ ഇരുപതോ കൂറ്റൻ സ്ഥാപനങ്ങൾക്ക് എളുപ്പത്തിൽ യോജിപ്പിലെത്താൻ കഴിയും. മറുവശത്ത്, മത്സരത്തിനുള്ള പ്രതിബന്ധം-കുത്തകയാവാനുള്ള പ്രവണത-ഉളവാകുന്നതുതന്നെ സ്ഥാപനങ്ങളുടെ ബൃഹത്തായ വലിപ്പത്തിൽനിന്നാണ്. മത്സരത്തിൽ നിന്നു കുത്തകയിലേക്കുള്ള ഈ പരിവർത്തനം ആധുനിക മുതലാളിത്ത സമ്പദ്‌വ്യവസ്ഥയുടെ സർവപ്രധാനമായതല്ലെങ്കിൽ അതിപ്രധാനമായ പ്രതിഭാസങ്ങളിലൊന്നെങ്കിലുമാണ്. നമുക്കത് കൂടുതൽ വിശദമായി ചർച്ച ചെയ്യേണ്ടിയിരിക്കുന്നു. എന്നാൽ, വരാനിടയുള്ള ഒരു തെറ്റിദ്ധാരണ ആദ്യമേതന്നെ നീക്കിക്കൊള്ളട്ടെ.

250 വ്യവസായശാഖകളിലുള്ള 3,000 കൂറ്റൻ സ്ഥാപനങ്ങളെക്കുറിച്ചാണ് അമേരിക്കൻ സ്ഥിതിവിവരക്കണക്കുകളിൽ പറയുന്നത്. ഇതു കേട്ടാൽ തോന്നും, ഏറ്റവും വൻതോതിലുള്ള ഒരു ഡസനോളം സ്ഥാപനങ്ങൾ മാത്രം ഓരോ വ്യവസായശാഖയിലും ഉണ്ടായിരുന്നുവെന്ന്.

എന്നാൽ അതു ശരിയല്ല, എല്ലാ വ്യവസായശാഖകളിലും വൻകിട സ്ഥാപനങ്ങളില്ല. മാത്രമല്ല, വികാസത്തിന്റെ പരമോന്നതഘട്ടത്തിൽ മുതലാളിത്തത്തിന്റെ അതിപ്രധാനമായ ഒരു സവിശേഷതയാണ് ഉൽപ്പാദനത്തിന്റെ സംയോജനമെന്നു പറയപ്പെടുന്നത്. അതായത്, വ്യവസായത്തിന്റെ വിവിധശാഖകളെ ഒരൊറ്റ സ്ഥാപനത്തിലായി ഒന്നിച്ചുകൂട്ടുക. ഈ ശാഖകൾ ഒന്നുകിൽ അസംസ്കൃതപദാർഥങ്ങളുടെ സംസ്കരണത്തിന്റെ തുടർച്ചയായ ഘട്ടങ്ങളെ കുറിക്കുന്നവയാകാം (ഉദാഹരണത്തിന്, ഇരുമ്പ് അയിര് ഉരുക്കി കാരിരുമ്പാക്കുക, കാരിരുമ്പ് ഉരുക്കാക്കി മാറ്റുക, അതുകഴിഞ്ഞ്, ഒരുപക്ഷേ ഉരുക്കുസാമഗ്രികൾ നിർമിക്കുക). അല്ലെങ്കിൽ, ഒന്നിനൊന്നു സഹായകമാവാം (ഉദാഹരണത്തിന്, തുണ്ടുകളോ ഉപോൽപ്പന്നങ്ങളോ ഉപയോഗപ്പെടുത്തൽ, പാക്കിങ് സാമഗ്രികൾ നിർമിക്കൽ, തുടങ്ങിയവ).

ഹിൽഫെർഡിങ് എഴുതുന്നു:

---

* *Statistical Abstract of the United States 1912*, p. 202.

> സംയോജനം സാമ്പത്തികസ്ഥിതിയിലുണ്ടാവുന്ന ഏറ്റക്കുറച്ചിലുകളെ തട്ടിനിരപ്പാക്കുകയും അങ്ങനെ സംയോജിതസ്ഥാപനങ്ങൾക്ക് കൂടുതൽ സ്ഥിരതയുള്ള ലാഭനിരക്ക് ലഭിക്കുമെന്ന് ഉറപ്പ് നൽകുകയും ചെയ്യുന്നു. രണ്ടാമതായി, വ്യാപാരം ഇല്ലാതാവുന്നുവെന്ന ഫലം സംയോജനം കൊണ്ടുണ്ടാവുന്നു. മൂന്നാമതായി, അത് സാങ്കേതികപരിഷ്കാരങ്ങൾ വരുത്താനും അതിന്റെ ഫലമായി 'ശുദ്ധമായ' (സംയോജിതമല്ലാത്ത) സ്ഥാപനങ്ങൾക്കു കിട്ടുന്നതുകൂടാതുള്ള ഒരു അധികലാഭം നേടാനുമുള്ള സാധ്യതയുളവാക്കുന്നു. നാലാമതായി, അത് 'ശുദ്ധ' സ്ഥാപനങ്ങളെ അപേക്ഷിച്ച് സംയോജിതസ്ഥാപനങ്ങൾക്കുള്ള സ്ഥാനം കൂടുതൽ സുശക്തമാക്കുന്നു. ഗുരുതരമായ വ്യാവസായികമാന്ദ്യത്തിന്റെ കാലഘട്ടങ്ങളിൽ അസംസ്കൃതപദാർഥങ്ങളുടെ വിലയിടിവ് വ്യാവസായികോൽപ്പന്നങ്ങളുടെ വിലയിടിവിനോട് ഒപ്പമെത്താതെവരുമ്പോഴുള്ള മത്സരത്തിൽ അവയുടെ സ്ഥാനം ശക്തിപ്പെടുത്തുന്നു.*

ജർമൻ ഇരുമ്പുവ്യവസായത്തിലെ 'സമ്മിശ്ര'-അതായത്, സംയോജിത-സ്ഥാപനങ്ങളെപ്പറ്റി പ്രത്യേകമായിട്ടൊരു പുസ്തകം എഴുതിയിട്ടുള്ള ഹെയ്മാൻ** എന്ന ജർമൻ ബൂർഷ്വാധനശാസ്ത്രജ്ഞൻ പറയുന്നു:

"ശുദ്ധസ്ഥാപനങ്ങൾ നാശമടയുന്നു. അസംസ്കൃതപദാർഥങ്ങളുടെ ഉയർന്ന വിലയ്ക്കും നിർമിതസാമഗ്രികളുടെ താണ വിലയ്ക്കും ഇടയിൽക്കിടന്ന് അവ ചതഞ്ഞുപോകുന്നു." അപ്പോൾ നമുക്കു കിട്ടുന്ന ചിത്രം ഇതാണ്: പ്രതിവർഷം ദശലക്ഷക്കണക്കിനു ടൺ കൽക്കരി ഉൽപ്പാദിപ്പിക്കുകയും തങ്ങളുടെ കൽക്കരി സിൻഡിക്കേറ്റിൽ സുശക്തമായി സംഘടിച്ചുനിൽക്കുകയും ചെയ്യുന്ന വൻകിട കൽക്കരിക്കമ്പനികൾ ഒരു വശത്തും, കൽക്കരി ഖനികളുമായി അടുത്ത ബന്ധമുള്ളവയും സ്വന്തമായി ഉരുക്കുസിൻഡിക്കേറ്റുള്ളവയുമായ വൻകിട ഉരുക്കുഫാക്ടറികൾ മറുവശത്തും അവശേഷിക്കുന്നു. പ്രതിവർഷം നാലുലക്ഷം ടൺ ഉരുക്കും വൻതോതിലുള്ള ഇരുമ്പയിരും കൽക്കരിയും ഉൽപ്പാദിപ്പിക്കുകയും ഉരുക്കു സാമഗ്രികൾ നിർമിക്കുകയും കമ്പനിവക കെട്ടിടങ്ങളിൽ താമസിപ്പിച്ച് പതിനായിരം തൊഴിലാളികളെ പണിക്കുവയ്ക്കുകയും ചിലപ്പോൾ റെയിൽവേകളും തുറമുഖങ്ങളും സ്വന്തമായിട്ടുണ്ടായിരിക്കുകയും ചെയ്യുന്ന ഈ പടുകൂറ്റൻ സ്ഥാപനങ്ങളാണ് ജർമൻ ഇരുമ്പ്-ഉരുക്കു വ്യവസായത്തെ ശരിക്കും പ്രതിനിധീകരിക്കുന്നത്. കേന്ദ്രീകരണം കൂടുതൽ കൂടുതൽ മുന്നോട്ടുപൊയ്ക്കൊണ്ടിരിക്കുന്നു. ഒറ്റയ്ക്കെടുത്താൽ വ്യവ

* *ഫിനാൻസ് മൂലധനം*, റഷ്യൻ പതിപ്പ്, പേജ് 286-287.

** ഹാൻസ് ഗിഡിയോൻ ഹെയ്മാൻ : *Die gemischten Werke imdeutschen Grosseisengewerbe* (*ജർമൻ വൻകിട ഇരുമ്പുവ്യവസായത്തിലെ സംയോജിത സ്ഥാപനങ്ങൾ*), ഷുറ്റുറ്റ്ഗർട്ട്, 1904, പേജ് 256, 278-279.

സായസ്ഥാപനങ്ങൾ കൂടുതൽ കൂടുതൽ വലുതായിക്കൊണ്ടിരിക്കുന്നു. ഒരു വ്യവസായത്തിലോ ഏതാനും വ്യത്യസ്തവ്യവസായങ്ങളിലോ ഉള്ള കൂടുതൽ കൂടുതൽ സ്ഥാപനങ്ങൾ, അരഡസൻ വൻകിട ബർലിൻ ബാങ്കുകളുടെ പിൻബലവും നിയന്ത്രണവുമുള്ള പടുകൂറ്റൻ സ്ഥാപനങ്ങളിലായി ഒന്നിച്ചു ചേരുന്നു. കേന്ദ്രീകരണത്തെക്കുറിച്ചുള്ള കാൾ മാർക്സിന്റെ അനുശാസനങ്ങൾ സത്യമാണെന്ന കാര്യം ജർമൻ ഖനനവ്യവസായത്തെ സംബന്ധിച്ചിടത്തോളം അസന്ദിഗ്ധമായി തെളിയിക്കപ്പെട്ടു കഴിഞ്ഞിരിക്കുന്നു. വ്യവസായത്തിന് താരിപ്പുകളുടെയും കേവുകൂലിയുടെയും സംരക്ഷണമുള്ള ഒരു രാജ്യത്തിനാണ് ഇതു ബാധകമായിട്ടുള്ളതെന്നത് ശരി തന്നെ. ജർമൻ ഖനനവ്യവസായം, പിടിച്ചെടുക്കാൻ പാകമായി നിൽക്കുകയാണ്.

പതിവിനു വിരുദ്ധമായി മനസ്സാക്ഷിയുള്ള ഒരു ബൂർഷ്വാ ധനശാസ്ത്രജ്ഞന് എത്തേണ്ടിവന്ന നിഗമനം ഇതാണ്. വ്യവസായങ്ങൾക്ക് ഉയർന്ന താരിപ്പുകളുടെ സംരക്ഷണമുള്ളതുകൊണ്ട് അദ്ദേഹം ജർമനിയെ ഒരു പ്രത്യേകവകുപ്പിൽപ്പെടുത്തിയിരിക്കുന്നതുപോലെ തോന്നുന്നു. എന്നാലിത് കേന്ദ്രീകരണത്തെയും കാർട്ടലുകൾ, സിൻഡിക്കേറ്റുകൾ തുടങ്ങിയ വ്യവസായയുടമകളുടെ കുത്തകക്കൂട്ടുകെട്ടുകളുടെ രൂപീകരണത്തെയും ത്വരിതപ്പെടുത്തുകമാത്രം ചെയ്യുന്ന ഒരു സാഹചര്യമാണ്. വ്യാപാരസ്വാതന്ത്ര്യമുള്ള ബ്രിട്ടനിലും കേന്ദ്രീകരണം കുത്തകയ്ക്കു വഴി തെളിക്കുന്നുവെന്ന് ശ്രദ്ധിക്കേണ്ടത് അങ്ങേയറ്റം പ്രധാനമാണ്. കുറെ വൈകിയും ഒരുപക്ഷേ മറ്റൊരു രൂപത്തിലുമായിരിക്കും അതെന്നുമാത്രം. ബ്രിട്ടീഷ് സാമ്പത്തികവികസനത്തെക്കുറിച്ചുള്ള കണക്കുകളുടെ അടിസ്ഥാനത്തിൽ പ്രത്യേകം തയ്യാറാക്കിയ *കുത്തകകളും കാർട്ടലുകളും ട്രസ്റ്റുകളും* എന്ന ഗവേഷണകൃതിയിൽ പ്രൊഫ. ഹെർമൻ ലെവി ഇപ്രകാരം എഴുതുന്നു:

> ഗ്രേറ്റ് ബ്രിട്ടനിൽ, വ്യവസായസ്ഥാപനത്തിന്റെ വലിപ്പവും അതിന്റെ ഉയർന്ന സാങ്കേതികനിലവാരവുമാണ് കുത്തകയാവാനുള്ള പ്രവണത വളർത്തുന്നത്. ഓരോ സ്ഥാപനത്തിനും വൻതോതിലുള്ള മൂലധനനിക്ഷേപം വേണ്ടിവരുന്നുവെന്നതാണ് ഇതിനുള്ള ഒരു കാരണം. ഇതിന്റെ ഫലമായി പുതിയ സ്ഥാപനങ്ങൾക്ക് പുതുതായി മൂലധനം ഇറക്കേണ്ടതിന്റെ ആവശ്യകത വർധിക്കുകയും അങ്ങനെ അവ തുടങ്ങുകയെന്നത് കൂടുതൽ വിഷമകരമായിത്തീരുകയും ചെയ്യുന്നു. മാത്രമല്ല (ഇതാണ് കൂടുതൽ പ്രധാനപ്പെട്ട കാര്യമെന്ന് ഞങ്ങൾക്കു തോന്നുന്നു), കേന്ദ്രീകരണം വഴി രൂപീകൃതമായ പടുകൂറ്റൻ വ്യവസായസ്ഥാപനങ്ങളോട് ഒപ്പമെത്താൻ ആഗ്രഹിക്കുന്ന ഓരോ സ്ഥാപനവും ഭീമമായ തോതിൽ മിച്ചോൽപ്പന്നങ്ങൾ ഉൽപ്പാദിപ്പിക്കുന്നുണ്ടാവും. ഡിമാന്റിലുണ്ടാവുന്ന വമ്പിച്ച വർധനവിന്റെ ഫലമായി ലാഭത്തിനുവിൽക്കാൻ സാധി

ച്ചാൽ മാത്രമേ അതിന് അവയെ വിറ്റഴിക്കാൻ കഴിയൂ. അല്ലാത്ത പക്ഷം ഈ മിച്ചം, പുതിയ സ്ഥാപനത്തിനെന്നപോലെതന്നെ കുത്തകക്കൂട്ടുകെട്ടുകൾക്കും ലാഭകരമല്ലാത്ത ഒരു നിലവാരത്തിലേക്ക് വിലയിടിക്കുന്നതാണ്.

ബ്രിട്ടനും സംരക്ഷണതാരിപ്പുകൾ കാർട്ടലുകളുടെ രൂപീകരണത്തെ സുഗമമാക്കുന്ന മറ്റു രാജ്യങ്ങളും തമ്മിൽ ഒരു വ്യത്യാസമുണ്ട്. ഭൂരിപക്ഷം സന്ദർഭങ്ങളിലും മത്സരത്തിലേർപ്പെട്ടിട്ടുള്ള മുഖ്യസ്ഥാപനങ്ങളുടെ എണ്ണം 'രണ്ടു ഡസനോ മറ്റോ' ആയി ചുരുങ്ങിയതിനുശേഷം മാത്രമേ വ്യവസായികളുടെ കുത്തകക്കൂട്ടുകെട്ടുകളും കാർട്ടലുകളും ട്രസ്റ്റുകളും ബ്രിട്ടനിൽ ഉയർന്നുവരുന്നുള്ളുവെന്നതാണത്. "വ്യവസായത്തിലെ ഒരു മണ്ഡലത്തിലാകെത്തന്നെ വമ്പിച്ച വ്യവസായക്കുത്തകകൾ രൂപംകൊള്ളുന്ന കാര്യത്തിൽ കേന്ദ്രീകരണം ചെലുത്തുന്ന സ്വാധീനശക്തി ഇവിടെ സ്ഫടികംപോലെ തെളിഞ്ഞുകാണാം."*

അരനൂറ്റാണ്ടിനുമുമ്പ് മാർക്സ് *മൂലധനം* എഴുതുമ്പോൾ സ്വതന്ത്രമത്സരത്തെ ഒരു 'പ്രകൃതിനിയമ'മായിട്ടാണ് ബഹുഭൂരിപക്ഷം ധനശാസ്ത്രജ്ഞരും കണ്ടത്. സ്വതന്ത്രമത്സരം ഉൽപ്പാദനത്തിന്റെ കേന്ദ്രീകരണത്തിന് ഇടയാക്കുമെന്നും ആ കേന്ദ്രീകരണം ഒരു നിശ്ചിതവികാസഘട്ടത്തിൽ കുത്തകയ്ക്കു വഴിതെളിക്കുമെന്നും മുതലാളിത്തത്തെ സൈദ്ധാന്തികമായും ചരിത്രപരമായും അപഗ്രഥിച്ചുകൊണ്ടു തെളിയിച്ച മാർക്സിന്റെ കൃതികളെ മൗനമെന്ന ഗൂഢാലോചനവഴി കുഴിച്ചുമൂടാൻ ഔദ്യോഗികശാസ്ത്രം ശ്രമിച്ചുനോക്കി. ഇന്നു കുത്തക ഒരു യാഥാർഥ്യമായിക്കഴിഞ്ഞിരിക്കുന്നു. കുത്തകയുടെ വിവിധരൂപങ്ങൾ വിവരിച്ചുകൊണ്ടും 'മാർക്സിസം ഖണ്ഡിക്കപ്പെട്ടിരിക്കുന്നു'വെന്ന കൂട്ടത്തോടെയുള്ള മുറവിളി തുടർന്നുകൊണ്ടും ധനശാസ്ത്രജ്ഞന്മാർ കുന്നുകണക്കിന് പുസ്തകങ്ങൾ എഴുതിക്കൂട്ടുന്നുണ്ട്. എന്നാൽ ഇംഗ്ലീഷിലൊരു പഴഞ്ചൊല്ലുള്ളതുപോലെ, വസ്തുതകൾ മയമില്ലാത്തവയാണ്. നമുക്കിഷ്ടപ്പെട്ടാലും ഇല്ലെങ്കിലും അവയെ കണക്കിലെടുത്തേ പറ്റൂ. മുതലാളിത്ത രാജ്യങ്ങൾ തമ്മിൽ, ഉദാഹരണത്തിന്, സ്വരാജ്യവ്യവസായസംരക്ഷണത്തിന്റെയോ സ്വതന്ത്രവ്യാപാരത്തിന്റെയോ കാര്യത്തിലുള്ള വ്യത്യാസങ്ങൾ കുത്തകകളുടെ രൂപത്തിലോ അവ പ്രത്യക്ഷപ്പെടുന്ന സമയത്തിലോ നിസ്സാരമായ ചില വ്യത്യാസങ്ങൾ മാത്രമേ വരുത്തുന്നുള്ളുവെന്നും, ഉൽപ്പാദനകേന്ദ്രീകരണത്തിന്റെ ഫലമായുള്ള കുത്തകകളുടെ ആവിർഭാവം മുതലാളിത്തത്തിന്റെ ഇന്നത്തെ വികാസഘട്ടത്തിന്റെ സാമാന്യവും അടിസ്ഥാനപരവുമായ നിയമമാണെന്നും വസ്തുതകൾ തെളിയിക്കുന്നു.

---

* ഹെർമൻ ലെവി, *Monopole, Kartelle und Trusts* ഖലിമ, 1909 (*കുത്തകകളും കാർട്ടലുകളും ട്രസ്റ്റുകളും*, യെന, 1909), പേജ് 286, 290, 298.

യൂറോപ്പിനെ സംബന്ധിച്ചിടത്തോളം പുതിയ മുതലാളിത്തം പഴയതിന്റെ സ്ഥാനം അസന്ദിഗ്ധമായി കൈവശപ്പെടുത്തിയത് എപ്പോഴാണെന്നു സാമാന്യം കൃത്യമായിത്തന്നെ പറയാൻ കഴിയും: ഇരുപതാം നൂറ്റാണ്ടിന്റെ തുടക്കത്തിൽ. 'കുത്തകകളുടെ രൂപീകരണ'ത്തിന്റെ ചരിത്രത്തെക്കുറിച്ച് ഏറ്റവും പുതുതായി ഇറങ്ങിയ ഒരു പുസ്തകത്തിൽ ഇങ്ങനെ പറഞ്ഞിരിക്കുന്നു:

> മുതലാളിത്തകുത്തകയുടെ ഒറ്റതിരിഞ്ഞ ദൃഷ്ടാന്തങ്ങൾ 1860-നു മുമ്പുള്ള കാലഘട്ടത്തിൽനിന്ന് എടുത്തുകാട്ടാൻ കഴിയും, ഇന്ന് സർവസാധാരണമായിട്ടുള്ള രൂപങ്ങളുടെ ബീജം അവയിൽ കണ്ടെത്താൻ കഴിയും. എന്നാൽ അതെല്ലാം തന്നെ കാർട്ടലുകൾക്കു മുമ്പുള്ള ചരിത്രത്തെയാണ് കുറിക്കുന്നതെന്നതിനു സംശയമില്ല. ആധുനിക കുത്തകവ്യവസ്ഥ യഥാർഥത്തിൽ ആരംഭിക്കുന്നത്-ഏറ്റവും പുറകോട്ടു പോയാൽ-അൻപതുകളിലാണ്. കുത്തകവ്യവസ്ഥയുടെ വികസനത്തിലെ ആദ്യത്തെ സുപ്രധാനഘട്ടം എഴുപതുകളിലുണ്ടായ സാർവദേശീയ വ്യാവസായികമാന്ദ്യത്തോടെ ആരംഭിക്കുകയും തൊണ്ണൂറുകളുടെ ആരംഭംവരെ നിലനിൽക്കുകയും ചെയ്തു. യൂറോപ്യൻ തോതുവച്ച് പ്രശ്നം പരിശോധിക്കുന്നപക്ഷം, സ്വതന്ത്രമത്സരത്തിന്റെ വികാസം ഉച്ചകോടിയിലെത്തിയത് അറുപതുകളിലും എഴുപതുകളിലുമാണെന്നു കാണാൻ കഴിയും. അക്കാലത്താണ് ബ്രിട്ടൻ അതിന്റെ പഴയശൈലിയിലുള്ള മുതലാളിത്തസംവിധാനത്തിന്റെ നിർമാണം പൂർത്തിയാക്കിയത്. ജർമനിയിൽ ആ സംവിധാനം കൈത്തൊഴിലുകളും കുടിൽവ്യവസായങ്ങളുമായി രൂക്ഷമായ സമരത്തിൽ ഏർപ്പെടുകയും സ്വന്തമായ അസ്തിത്വരൂപങ്ങൾ സൃഷ്ടിക്കാൻ തുടങ്ങുകയും ചെയ്തു.

മഹത്തായ വിപ്ലവത്തിന്റെ ആരംഭം 1873 ലെ തകർച്ചയോടുകൂടിയാണ്. അഥവാ, അതിനെത്തുടർന്നള്ള മാന്ദ്യത്തോടുകൂടിയാണ്. എൺപതുകളുടെ തുടക്കത്തിലെ കഷ്ടിച്ചുമാത്രം വ്യക്തമായിരുന്ന ഇടവേളകളും 1889-നോടടുപ്പിച്ച് അസാധാരണമാംവണ്ണം രൂക്ഷമായിട്ടാണെങ്കിലും അൽപ്പകാലത്തേക്കു മാത്രം നിലനിന്ന ഉൽക്കർഷവുമടക്കം ഈ മാന്ദ്യം ഇരുപത്തിരണ്ടു വർഷത്തെ യൂറോപ്യൻ സാമ്പത്തിക ചരിത്രത്തെ കുറിക്കുന്നു.

> 1889-90 ലെ ഹ്രസ്വകാലത്തെ ഉൽക്കർഷത്തിനിടയിൽ അനുകൂലമായ ബിസിനസ് സാഹചര്യങ്ങൾ പ്രയോജനപ്പെടുത്താൻ വേണ്ടി കാർട്ടൽസമ്പ്രദായം വ്യാപകമായി സ്വീകരിക്കപ്പെട്ടു. വിവേകശൂന്യമായ നയത്തിന്റെ ഫലമായി വിലകൾ കാർട്ടലുകളില്ലെങ്കിൽ വർധിക്കുമായിരുന്നതിനെക്കാൾ വേഗത്തിലും ഉയർന്ന തോതിലും വർധിച്ചു. ആ കാർട്ടലുകളിൽ ഏതാണ്ടെല്ലാംതന്നെ 'തകർച്ചയുടെ ശവക്കുഴി'യിൽ വീണ് അപമാനകരമാംവണ്ണം നാശമടഞ്ഞു. അഞ്ചു വർഷത്തേക്കുകൂടി മോശമായ ബിസിനസും വില

യിടിവും തുടർന്നു. എങ്കിലും വ്യവസായത്തിൽ പുതിയൊരു ചൈതന്യം കളിയാടി. വകവച്ചുകൊടുക്കേണ്ട ഒന്നാണ് മാന്ദ്യ മെന്നു കരുതപ്പെടാതായി. പുതിയൊരു ഉൽക്കർഷത്തിനു മുമ്പുള്ള ഒരു താൽക്കാലികവിരാമം മാത്രമാണതെന്ന് കരുതപ്പെട്ടു.

അങ്ങനെ കാർട്ടൽപ്രസ്ഥാനം അതിന്റെ രണ്ടാമത്തെ ദശയിലേക്കു കടന്നു: ഒരു താൽക്കാലികപ്രതിഭാസമെന്ന നിലവിട്ടു കാർട്ടലു കൾ സാമ്പത്തികജീവിതത്തിന്റെ അടിത്തറകളിലൊന്നായി ത്തീർന്നിട്ടുണ്ട്. അവ വ്യവസായത്തിന്റെ മണ്ഡലങ്ങളെ ഒന്നൊ ന്നായി കീഴടക്കിക്കൊണ്ടിരിക്കയാണ്-പ്രധാനമായും അസം സ്കൃതപദാർഥങ്ങളുടെ വ്യവസായത്തെ. 1890-കളുടെ തുടക്ക ത്തിൽ ത്തന്നെ കോക്ക്സിൻഡിക്കേറ്റ് സംഘടിപ്പിക്കുന്ന കാര്യ ത്തിൽ (പിന്നീട് അതേ മാതൃകയിലാണ് കൽക്കരിസിൻഡിക്കേറ്റ് രൂപീകരിച്ചത്) കാർട്ടലുകൾ ഒരു കാർട്ടൽടെക്കിനിക്ക് ആവിഷ്ക രിക്കുകയുണ്ടായി. പിന്നീടതിൽ കാര്യമായ പരിഷ്കാരങ്ങളൊന്നും വരുത്തിയിട്ടില്ല. 19-ാം നൂറ്റാണ്ടിന്റെ ഒടുവിലുണ്ടായ വമ്പിച്ച ഉൽക്കർ ഷവും 1900-03-ലെ പ്രതിസന്ധിയും-ചുരുങ്ങിയത് ഖന നവ്യവസായത്തിലും ഇരുമ്പുവ്യവസായത്തിലുമെങ്കിലും-ആദ്യ മായി തികച്ചും കാർട്ടലുകളുടെ കൊടിക്കീഴിൽ നടന്നു. അന്ന് ഒരു പുതുമയായി തോന്നിയിരുന്നെങ്കിലും, ഇന്ന് സാമ്പത്തികജീവിത ത്തിന്റെ വിപുലമായ തുറകൾ സ്വതന്ത്രമത്സരത്തിന്റെ പരിധി യിൽനിന്നു പൊതുവിൽ നീക്കംചെയ്യപ്പെട്ടിരിക്കുന്നുവെന്ന വസ്തുത പൊതുജനങ്ങൾ അംഗീകരിച്ചുകഴിഞ്ഞിരിക്കുന്നു.*

അങ്ങനെ കുത്തകകളുടെ ചരിത്രത്തിലെ പ്രധാനഘട്ടങ്ങൾ ഇവ യാണ് : (1) 1860-1870 സ്വതന്ത്രമത്സരത്തിന്റെ വളർച്ചയുടെ പരമോന്നത ഘട്ടം, ഉച്ചകോടി, കഷ്ടിച്ചുമാത്രം തിരിച്ചറിയാൻ കഴിയുന്ന ഭ്രൂണദശ യിലാണ് കുത്തക. (2) 1873 ലെ പ്രതിസന്ധിക്കുശേഷം കാർട്ടലുകളുടെ വികാസത്തിന്റെ ഒരു നീണ്ടകാലഘട്ടം. എങ്കിലും അവ ഇപ്പോഴും ഒരു അപവാദമാണ്. അവ ഇനിയും സ്ഥായിയായിട്ടില്ല. അവ ഇപ്പോഴും പരി വർത്തനാത്മകമായ പ്രതിഭാസമാണ്. (3) 19-ാം നൂറ്റാണ്ടിനൊടുവിലെ ഉൽക്കർഷവും 1900-03 ലെ പ്രതിസന്ധിയും. കാർട്ടലുകൾ സാമ്പത്തിക ജീവിതത്തിന്റെയൊട്ടാകെയുള്ള അടിത്തറകളിലൊന്നായിത്തീരുന്നു. മുത ലാളിത്തം സാമ്രാജ്യത്വമായി രൂപാന്തരപ്പെട്ടുകഴിഞ്ഞു.

വിൽപ്പനവ്യവസ്ഥകൾ, പണമടയ്ക്കേണ്ട തീയതികൾ തുടങ്ങിയ കാര്യങ്ങളെക്കുറിച്ച് കാർട്ടലുകൾ തമ്മിൽ ധാരണയിലെത്തുന്നു. അവ കമ്പോളങ്ങൾ പങ്കിട്ടെടുക്കുന്നു. ഉൽപ്പാദിപ്പിക്കേണ്ട ചരക്കുകളെത്രയാ

---

* Th. Vogelstein. *Die finanzielle Organisation der kapitalistischen Industrie und die Monopolbildungen, Grundriss der Sozialokonomik.* VI. Abt., Tubingen, 1914 അതേ ലേഖകന്റെ മറ്റൊരു കൃതികൂടി നോക്കുക: *Organisations formen der Eisenindustrie und Textilindustrie in England und Amerika*, Bd.I, Lpz 1910.

ണെന്നും വില എന്തായിരിക്കണമെന്നും അവ നിശ്ചയിക്കുന്നു. അവ ലാഭത്തെ വിവിധ സ്ഥാപനങ്ങൾക്കായി വീതിക്കുന്നു, മറ്റും മറ്റും.

ജർമനിയിൽ 1896 ൽ ഏകദേശം 250 ഉം 1905 ൽ 385 ഉം കാർട്ടലുകളുണ്ടായിരുന്നുവെന്നും പന്തീരായിരത്തോളം കമ്പനികൾക്ക് അവയിൽ പങ്കാളിത്തമുണ്ടായിരുന്നുവെന്നും കണക്കാക്കിയിട്ടുണ്ട്.* എന്നാൽ ഈ കണക്കുകൾ ഉള്ളതിലും കുറച്ചാണ് കാണിക്കുന്നതെന്ന് പൊതുവിൽ അംഗീകരിച്ചിരിക്കുന്നു. ഈ 12,000 പടുകൂറ്റൻ വ്യവസായസ്ഥാപനങ്ങൾതന്നെ രാജ്യത്തൊട്ടാകെ ഉപയോഗിക്കുന്ന ആവിശക്തിയുടെയും വിദ്യുച്ഛക്തിയുടെയും പകുതിയിലധികം ഒരുപക്ഷേ ഉപഭോഗിക്കുന്നുണ്ടാവുമെന്ന് മുകളിൽ ഉദ്ധരിച്ച, ജർമൻ വ്യവസായത്തെക്കുറിച്ചുള്ള 1907 ലെ സ്ഥിതിവിവരക്കണക്കുകളിൽ നിന്ന് വ്യക്തമാണ്. അമേരിക്കൻ ഐക്യനാടുകളിൽ 1900 ൽ 185 ഉം 1907 ൽ 250 ഉം ട്രസ്റ്റുകളുണ്ടായിരുന്നുവെന്ന് കണക്കാക്കിയിട്ടുണ്ട്. അമേരിക്കൻ സ്ഥിതിവിവരക്കണക്കുകളിൽ എല്ലാ വ്യവസായസ്ഥാപനങ്ങളുടെയും വ്യക്തികളുടെ വക, സ്വകാര്യകമ്പനികളുടെ വക, കോർപ്പറേഷനുകളുടെ വക എന്നിങ്ങനെ തരംതിരിച്ചിട്ടുണ്ട്. അവസാനത്തേത് 1904 ൽ 23.6 ശതമാനവും 1909 ൽ 25.9 ശതമാനവും-അതായത് രാജ്യത്തെ മൊത്തം വ്യവസായസ്ഥാപനങ്ങളുടെ നാലിലൊന്നിൽ കൂടുതലും ഉണ്ടായിരുന്നു. 1904 ൽ ആകെയുള്ള കൂലിവേലക്കാരുടെ 70.6 ശതമാനവും 1909 ൽ 75.6 ശതമാനവും (അതായത് മുക്കാൽ ഭാഗത്തിലധികം) ഇവയിലാണ് പണിയെടുത്തത്. ആ രണ്ടു വർഷങ്ങളിൽ അവ യഥാക്രമം 1,090 കോടി ഡോളറിനും 1,630 കോടി ഡോളറിനും-അതായത്, ആകെയുള്ളതിന്റെ 73.7 ശതമാനവും 79.0 ശതമാനവും-ഉൽപ്പാദനം നടത്തി.

ഒരു വ്യവസായശാഖയുടെ മൊത്തം ഉൽപ്പാദനത്തിന്റെ പത്തിലേഴോ പത്തിലെട്ടോ ഭാഗം ചിലപ്പോൾ കാർട്ടലുകളുടെയും ട്രസ്റ്റുകളുടെയും കൈകളിൽ കേന്ദ്രീകരിച്ചിരിക്കും. റൈൻ-വെസ്റ്റ് ഫാലിയൻ കൽക്കരി സിൻഡിക്കേറ്റ് 1893 ൽ സ്ഥാപിതമായപ്പോൾ ആ പ്രദേശത്തെ ആകെയുള്ള കൽക്കരി ഉൽപ്പാദനത്തിന്റെ 86.7 ശതമാനം അതിന്റെ കൈവശം കേന്ദ്രീകരിച്ചിരിക്കുന്നു. 1910 ൽ അത് 95.4 ശതമാനമായി**. ഇങ്ങനെ സൃഷ്ടിക്കപ്പെടുന്ന കുത്തക ഭീമമായ ലാഭത്തിന് ഉറപ്പുനൽകുകയും അതിബൃഹത്തായ സാങ്കേതിക-ഉൽപ്പാദനയൂണിറ്റുകളുടെ രൂപീകരണത്തിലേക്ക് നയിക്കുകയും ചെയ്യുന്നു. അമേരിക്കയിലെ പേരുകേട്ട സ്റ്റാൻഡേർഡ് ഓയിൽ കമ്പനി സ്ഥാപിച്ചത് 1900 ലാണ്:

---

* ഡോക്ടർ റീസ്സർ, *Die deutshcen Grossbanken und ihre Konzentration im Zusammenhange mit de Entwicklung der Gesamtwirtschaft in Deutschland*, 4. Aufl., 1912, S. 149; റോബോർട്ട് ലീഫ്മൻ, *Kartelle und Trusts und die Weiterbildung der volkswirtschftlichen Organisation*, 2. Aufl., 1910, S.25.

** ഡോക്ടർ ഫ്രിറ്റ്സ് കെസ്റ്റ്നെർ, *Der Organisationszwang. Eine Untersuchung uber die Kampfe zwischen Kartellen und Aussenseitern* ബർലിൻ, 1912, പേജ് 11.

അതിന്റെ അധികൃതമൂലധനം 15 കോടി ഡോളറാണ്. അത് 10കോടി ഡോളറിന്റെ സാധാരണ ഓഹരികളും 10.6 കോടി ഡോളറിന്റെ പ്രിഫറൻസ് ഓഹരികളും ഇറക്കിയിട്ടുണ്ട്. 1900 മുതൽ 1907 വരെയുള്ള വർഷങ്ങളിൽ അവസാനം പറഞ്ഞ ഓഹരികൾക്ക് നൽകപ്പെട്ട ഡിവിഡന്റുകൾ യഥാക്രമം 48, 48, 45, 44, 36, 40, 40, 40 എന്നിത്രയും ശതമാനമായിരുന്നു-അതായത്, മൊത്തത്തിൽ 36,70,00,000 ഡോളർ. 1882 മുതൽ 1907 വരെ അസ്സൽ ലാഭമായി ക്കിട്ടിയ 88,90,00,000 ഡോളറിൽ 60,60,00,000 ഡോളർ ഡിവിഡന്റായി വീതിക്കുകയും ബാക്കി കരുതൽമൂലധനത്തോട് ചേർക്കുകയും ചെയ്തു.*

1907 ൽ യുണൈറ്റഡ് സ്റ്റേറ്റ്സ് സ്റ്റീൽ കോർപ്പറേഷനിൽപ്പെട്ട വിവിധ ഫാക്ടറികളിൽ പണിയെടുത്തിരുന്നവരുടെ എണ്ണം 2,10,180 ൽ കുറയില്ല. ജർമൻ ഖനനവ്യവസായത്തിലെ ഏറ്റവും വലിയ സ്ഥാപനമായ ഗെൽസെൻകിർഹെനെർബെർഗ് വെർക്സ് ഗേസെൽഷാഫ്ട്ടിൽ 1908 ൽ തൊഴിലാളികളും ആഫീസ് ജീവനക്കാരുമായി 46,048 പേരുണ്ടായിരുന്നു.** 1902 ൽത്തന്നെ യുനൈറ്റഡ് സ്റ്റേറ്റ്സ് സ്റ്റീൽ കോർപ്പറേഷൻ 90 ലക്ഷം ടൺ ഉരുക്ക് ഉൽപ്പാദിപ്പിച്ചു***. അതിന്റെ ഉൽപ്പാദനം 1901 ൽ അമേരിക്കയിലെ മൊത്തം ഉരുക്കുൽപ്പാദനത്തിന്റെ 66.3 ശതമാനവും 1908 ൽ 56.1 ശതമാനവുമായിരുന്നു****. ഇരുമ്പയിരിന്റെ ഉൽപ്പാദനം ആ വർഷങ്ങളിൽ യഥാക്രമം 43.9 ശതമാനവും 46.3 ശതമാനവുമായിരുന്നു.

ട്രസ്റ്റുകളെക്കുറിച്ചുള്ള അമേരിക്കൻ ഗവൺമെന്റിന്റെ കമീഷൻ റിപ്പോർട്ടിൽ പറയുന്നു: "തങ്ങളുടെ സ്ഥാപനങ്ങളുടെ വലിപ്പവും അവയുടെ ഒന്നാന്തരം സാങ്കേതികസജ്ജീകരണവും മൂലമാണ് അവ അവയോട് മത്സരിക്കുന്നവരെക്കാൾ മികച്ചുനിൽക്കുന്നത്. പുകയിലട്രസ്റ്റ് കായികാധ്വാനത്തിനുപകരം യന്ത്രോപയോഗം സാർവത്രികമായി നടപ്പിൽ വരുത്താൻ തുടക്കംതൊട്ടേ പരമാവധി ശ്രമിച്ചുവരികയാണ്. അതിനുവേണ്ടി പുകയിലനിർമാണവുമായിട്ട് എന്തെങ്കിലും ബന്ധമുള്ള സർവ പേറ്റന്റുകളും അതു വാങ്ങിക്കഴിഞ്ഞു. അതിലേക്ക് ഭീമമായ ഒരു തുക മുടക്കിക്കഴിഞ്ഞു. ആ പേറ്റന്റുകളിൽ പലതും തുടക്കത്തിൽ നിഷ്പ്രയോജനമാണെന്നു തെളിഞ്ഞു. ട്രസ്റ്റിന്റെ ജോലിക്കാരായ എഞ്ചിനീയർമാർക്ക് അവയിൽ ഭേദഗതികൾ വരുത്തേണ്ടി വന്നു. പേറ്റന്റുകൾ വാങ്ങാൻവേണ്ടി മാത്രം 1906 അവസാനത്തിൽ രണ്ടു സഹായകകമ്പനികൾ രൂപീകരിക്ക

* ആർ ലീഫ്മാൻ, *Beteiligungs-und Finanzierungsgesellschaften, Eine Studie uber den modernen Kapitalismus und das Effektenwesen* 1. Aufl., Jena, 1909 പേജ് 212.

** അതേ പുസ്തകം, പേജ് 218.

*** ഡോക്ടർ എസ്സ് ചിർഷ്ക്കി, *Kartell und Trust* Gottingen, 1903, പേജ് 13.

**** Th. Vogelstein, *Organisationsformen*, പേജ് 275.

പ്പെട്ടു. അതേ കാര്യത്തിന് ട്രസ്റ്റ് സ്വന്ത ഫൗണ്ടറികളും മെഷീൻഷോപ്പുകളും റിപ്പയർഷോപ്പുകളും പണിതിട്ടുണ്ട്. ആ സ്ഥാപനങ്ങളിലൊരെണ്ണം ബ്രൂക്കലിനിലാണ്. അവിടെ ശരാശരി മുന്നൂറു തൊഴിലാളികൾ പണിയെടുക്കുന്നുണ്ട്. സിഗരറ്റുകൾ, ചുരുട്ടുകൾ, മൂക്കുപൊടി, പാക്കിങ്ങിനുള്ള ടിൻതകിട്, പെട്ടികൾ തുടങ്ങിയവയുടെ നിർമാണം സംബന്ധിച്ച കണ്ടുപിടിത്തങ്ങളിന്മേലുള്ള പരീക്ഷണങ്ങൾ അവിടെ നടത്തുന്നു. അവിടെ കണ്ടുപിടിത്തങ്ങളെ കുറ്റമറ്റതാക്കുകയും ചെയ്യുന്നു"*. മറ്റു ട്രസ്റ്റുകളും ഡെവലപ്മെന്റ് എഞ്ചിനീയർമാരെന്നു പറയപ്പെടുന്ന ഒരു കൂട്ടരെ നിയോഗിച്ചിട്ടുണ്ട്. പുതിയ ഉൽപ്പാദനരീതികൾ ആവിഷ്കരിക്കുകയും സാങ്കേതികപരിഷ്കാരങ്ങൾ പരീക്ഷിച്ചുനോക്കുകയുമാണ് അവരുടെ ജോലി. സാങ്കേതികമായ കാര്യക്ഷമത വർധിപ്പിക്കുന്നതോ ഉൽപ്പാദനച്ചെലവു കുറയ്ക്കുന്നതോ ആയ കണ്ടുപിടിത്തങ്ങൾ നടത്തുന്ന തങ്ങളുടെ തൊഴിലാളികൾക്കും എഞ്ചിനീയർമാർക്കും യുനൈറ്റഡ് സ്റ്റേറ്റ്സ് സ്റ്റീൽ കോർപ്പറേഷൻ വലിയ ബോണസുകൾ നൽകുന്നു.**

ജർമനിയിലെ വൻകിടവ്യവസായത്തിൽ-ഉദാഹരണത്തിന് കഴിഞ്ഞ കുറച്ചു ദശാബ്ദങ്ങളായി വൻതോതിൽ വളർന്നിട്ടുള്ള രാസവ്യവസായത്തിൽ-സാങ്കേതികപരിഷ്കരണപ്രവർത്തനം ഇതേ രീതിയിൽത്തന്നെയാണ് സംഘടിപ്പിച്ചിട്ടുള്ളത്. 1908-ഓടുകൂടിത്തന്നെ ഉൽപ്പാദനകേന്ദ്രീകരണമെന്ന പ്രക്രിയ രണ്ടു മുഖ്യ 'ഗ്രൂപ്പുകളെ' സൃഷ്ടിച്ചുകഴിഞ്ഞിരുന്നു. അവയും അവയുടെ വഴിക്ക് കുത്തകസ്വഭാവമുള്ളവയായിരുന്നു. ആദ്യം ഈ ഗ്രൂപ്പുകൾ 20-21 ദശലക്ഷം മാർക്ക് വീതം മൂലധനമുള്ള രണ്ടു ജോടി കൂറ്റൻ ഫാക്ടറികളുടെ ഒരു 'ഇരട്ടക്കൂട്ടുകെട്ട്' ആയിരുന്നു- ഒരു വശത്ത്, ഹോഹ്സ്റ്റിലെ മുമ്പത്തെ മെയസ്റ്റർ ഫാക്ടറിയും ഫ്രാങ്ക്ഫർട്ട് - ആം-മൈനിലെ കസെല്ല ഫാക്ടറിയും; മറുവശത്ത്, ല്യൂഡ്വിഗ്സ്ഹാഫെനിലെ അനിലൈൻ-സോഡാ ഫാക്ടറിയും എൽബർഫെൽഡിലെ മുമ്പത്തെ ബേയർ ഫാക്ടറിയും. പിന്നീട്, ഈ ഗ്രൂപ്പുകളിലൊന്ന് 1905 ലും മറ്റേ ഗ്രൂപ്പ് 1908 ലും വേറൊരു വൻകിട ഫാക്ടറിയുമായി പ്രത്യേകം പ്രത്യേകം കരാറുണ്ടാക്കി. അതിന്റെ ഫലമായി 40-50 ദശലക്ഷം മാർക്ക് വീതം മൂലധനമുള്ള രണ്ടു 'മുക്കൂട്ടുകെട്ടുകൾ' രൂപീകൃതമായി. ഈ 'കൂട്ടുകെട്ടുകൾ' തന്നെ വിലയെ സംബന്ധിച്ചും മറ്റും 'ധാരണ'യിലെത്തുന്നതിനുവേണ്ടി പരസ്പരം 'അടുക്കാൻ' തുടങ്ങിയിരിക്കുന്നു***.

---

* "പുകയിലവ്യവസായകോർപ്പറേഷനുകളുടെ കമീഷണറുടെ റിപ്പോർട്ട്", വാഷിങ്ടൺ, 1909, പേജ് 266. ഡോക്ടർ പാവുൽ ടഫെലിന്റെ താഴെപ്പറയുന്ന കൃതിയിൽ ഉദ്ധരിച്ചത്: *Die nordamerikanischen Trusts und ihre Wirkungen auf den Fortschritt der Technik*, Stuttgart, 1913, പേജ് 48.

** ഡോക്ടർ പി ടഫെൽ, അതേ പുസ്തകം, പേജ് 48-49.

*** റീസ്സർ, മുമ്പുദ്ധരിച്ച കൃതി, മൂന്നാംപതിപ്പ്, പേജ് 547 മുതൽ. ജർമനിയിലെ രാസവ്യവസായത്തെ സംയോജിപ്പിച്ചുകൊണ്ടുള്ള പുതിയൊരു കൂറ്റൻ ട്രസ്റ്റ് രൂപീകരിച്ചതായി പത്രങ്ങൾ റിപ്പോർട്ട് ചെയ്യുന്നു. (1916 ജൂണിൽ)

മത്സരം കുത്തകയായി രൂപാന്തരപ്പെടുന്നു. അതിന്റെ ഫലമായി ഉൽപ്പാദനത്തിന്റെ സമൂഹവൽക്കരണത്തിൽ വമ്പിച്ച പുരോഗതിയുണ്ടാവുന്നു. വിശേഷിച്ച്, സാങ്കേതിക കണ്ടുപിടിത്തങ്ങളുടെയും പരിഷ്കരണങ്ങളുടെയും പ്രക്രിയ സമൂഹവൽക്കരിക്കപ്പെടുന്നു.

പരസ്പരബന്ധമില്ലാതെ ചിന്നിച്ചിതറിക്കിടന്നിരുന്നവരും അജ്ഞാതമായ ഏതോ കമ്പോളത്തിനുവേണ്ടി ഉൽപ്പാദനം നടത്തിയിരുന്നവരുമായ വ്യവസായികൾ തമ്മിലുണ്ടായിരുന്ന പണ്ടത്തെ സ്വതന്ത്രമത്സരത്തിൽനിന്ന് തികച്ചും വിഭിന്നമാണിത്. ഒരു രാജ്യത്തെന്നല്ല നമ്മൾ കാണാൻ പോകുന്നതുപോലെ പല രാജ്യങ്ങളിലും ലോകമൊട്ടുക്കു തന്നെയുമുള്ള അസംസ്കൃതപദാർഥങ്ങളുടെ മുഴുവൻ ഉറവിടങ്ങളെക്കുറിച്ചും (ഉദാ: ഇരുമ്പയിർ നിക്ഷേപങ്ങൾ) ഒരു ഏകദേശമതിപ്പ് തയ്യാറാക്കാൻ സാധ്യമാകത്തക്കനിലയിൽ കേന്ദ്രീകരണം എത്തിക്കഴിഞ്ഞു. അത്തരം മതിപ്പുകൾ തയ്യാറാക്കുന്നുണ്ടെന്നു മാത്രമല്ല, പടുകൂറ്റൻ കുത്തകക്കൂട്ടുകെട്ടുകൾ ആ ഉറവിടങ്ങളെ കയ്യടക്കുന്നുമുണ്ട്. കമ്പോളങ്ങളുടെ ശേഷിയെക്കുറിച്ചും ഒരു ഏകദേശ മതിപ്പ് തയ്യാറാക്കുന്നു. അവയെ ആ കൂട്ടുകെട്ടുകൾ പരസ്പരധാരണയനുസരിച്ച് 'പങ്കിട്ട്' എടുക്കുന്നു. വിദഗ്ധാധ്വാനം കുത്തകയാക്കി മാറ്റുന്നു. ഏറ്റവും നല്ല എഞ്ചിനീയർമാരെ നിയോഗിക്കുന്നു. ഗതാഗതമാർഗങ്ങൾ കയ്യടക്കുന്നു-അമേരിക്കയിൽ റെയിൽവേകൾ, യൂറോപ്പിലും അമേരിക്കയിലും കപ്പലോട്ടക്കമ്പനികൾ. മുതലാളിത്തം അതിന്റെ സാമ്രാജ്യത്വഘട്ടത്തിൽ ഉൽപ്പാദനത്തിന്റെ ഏറ്റവും സമഗ്രമായ സമൂഹവൽക്കരണത്തിലേക്ക് നേരിട്ട് വഴിതെളിക്കുന്നു. മുതലാളിമാരെ അവരുടെ ഹിതത്തിനും ബോധത്തിനും എതിരായി, പരിപൂർണ സ്വതന്ത്രമത്സരത്തിനും പരിപൂർണ സമൂഹവൽക്കരണത്തിനുമിടയ്ക്കുള്ള പരിവർത്തനാത്മകമായ ഒരുതരം പുതിയ സാമൂഹ്യക്രമത്തിലേക്ക് അത് വലിച്ചിഴയ്ക്കുകയാണെന്നു വേണമെങ്കിൽ പറയാം.

ഉൽപ്പാദനം സാമൂഹ്യമായിത്തീരുന്നു. എന്നാൽ കൈവശപ്പെടുത്തൽ സ്വകാര്യാടിസ്ഥാനത്തിൽത്തന്നെ തുടരുന്നു. സാമൂഹ്യമായ ഉൽപ്പാദനോപാധികൾ ചുരുക്കം ചിലരുടെ സ്വകാര്യസ്വത്തായി തുടരുന്നു. ഔപചാരികമായി അംഗീകരിക്കപ്പെട്ട സ്വതന്ത്രമത്സരത്തിന്റെ പൊതുചട്ടക്കൂട് നിലനിൽക്കുന്നു. ചുരുക്കം ചില കുത്തകക്കാർ ശേഷമുള്ള ജനങ്ങളുടെ മുതുകത്ത് വച്ചുകെട്ടുന്ന നുകം ഒരു നൂറുമടങ്ങ് ഭാരവത്തും ക്ലേശകരവും ദുസ്സഹവുമായിത്തീരുന്നു.

'കാർട്ടലുകളും പുറത്തുള്ളവരും' (അതായത് കാർട്ടലുകൾക്കു പുറത്തുള്ള മുതലാളിമാരും) 'തമ്മിലുള്ള സമര'ത്തെക്കുറിച്ച് പ്രത്യേകം പ്രതിപാദിക്കുന്ന ഒരു പുസ്തകം ജർമൻ ധനശാസ്ത്രജ്ഞനായ കെസ്റ്റനെർ എഴുതിയിട്ടുണ്ട്. 'നിർബന്ധിതസംഘടന' എന്ന ശീർഷകമാണ് അദ്ദേഹം തന്റെ കൃതിക്ക് നൽകിയത്. എന്നാൽ, മുതലാളിത്തത്തിന്റെ തനിനിറം കാട്ടാൻ അദ്ദേഹം തീർച്ചയായും കുത്തകക്കൂട്ടുകെട്ടുകളോടുള്ള നിർബന്ധിതവിധേയത്വത്തെക്കുറിച്ചാണ് എഴുതേണ്ടിയിരുന്നത്. 'സംഘടന'യ്ക്കു വേണ്ടിയുള്ള സമകാലികവും ഏറ്റവും പുതുതും പരിഷ്കൃത

വുമായ സമരത്തിൽ കുത്തകക്കൂട്ടുകെട്ടുകൾ ചെയ്യുന്നത് വിജ്ഞാനപ്രദമായിരിക്കും: (1) അസംസ്കൃതപദാർഥങ്ങളുടെ സപ്ലൈ നിർത്തലാക്കുക (...........'കാർട്ടലിൽ ചേരാൻ നിർബന്ധിക്കുന്ന അതിപ്രധാനമായ മാർഗങ്ങളിലൊന്ന്'); (2) 'സഖ്യങ്ങൾ' വഴി തൊഴിലാളികളുടെ സപ്ലൈ നിർത്തലാക്കുക (അതായത്, മുതലാളിമാരും ട്രേഡ് യൂണിയനുകളും തമ്മിലുള്ള കരാറനുസരിച്ച് ട്രേഡ് യൂണിയനുകൾ അവയുടെ അംഗങ്ങളെ കാർട്ടലുകളിൽപ്പെട്ട സ്ഥാപനങ്ങളിൽ മാത്രം പണിയെടുക്കാനേ അനുവദിക്കൂ); (3) സാധനങ്ങൾ എത്തിച്ചുകൊടുക്കാതിരിക്കുക; (4) വ്യാപാരം നടത്താനുള്ള മാർഗങ്ങൾ കൊട്ടിയടക്കുക; (5) കാർട്ടലുകളുമായി മാത്രമേ കച്ചവടം നടത്തൂ എന്ന് ക്രേതാക്കളെക്കൊണ്ട് കരാർ ചെയ്യിക്കുക; (6) ചിട്ടയായി വില കുറയ്ക്കുക ('പുറത്തുള്ള' കമ്പനികളെ-അതായത്, കുത്തകക്കാർക്കു വഴങ്ങാൻ കൂട്ടാക്കാത്തവരെ-തകർക്കാൻ വേണ്ടിയാണിത്. ചരക്കുകൾ കുറെക്കാലത്തേക്ക് അവയുടെ മുടക്കുവിലയിലും കുറച്ച് വിൽക്കാൻവേണ്ടി ലക്ഷക്കണക്കിനു പണം ചെലവിടുന്നു. ഇങ്ങനെ പെട്രോളിന്റെ വില 40 മാർക്കിൽ നിന്ന് 22 മാർക്കായി, അതായത് പകുതിയോളം, വെട്ടിക്കുറച്ച ദൃഷ്ടാന്തങ്ങളുണ്ടായിട്ടുണ്ട്); (7) വായ്പ നിർത്തലാക്കുക (8) ബഹിഷ്കരണം.

ഇവിടെ ചെറുതും വലുതുമായ സ്ഥാപനങ്ങൾ തമ്മിലോ സാങ്കേതികമായി വളർച്ചപ്രാപിച്ചതും പിന്നണിയിൽ കിടക്കുന്നതുമായ സ്ഥാപനങ്ങൾ തമ്മിലോ ഉള്ള മത്സരമല്ല നടക്കുന്നത്. തങ്ങൾക്ക്, തങ്ങളുടെ നുകത്തിന്, തങ്ങളുടെ വരുതിക്ക്, വഴങ്ങാത്തവരെ കുത്തകക്കാർ കഴുത്തുഞെരിക്കുന്നതാണ് നാം ഇവിടെ കാണുന്നത്. ഒരു ബൂർഷ്വാ ധനശാസ്ത്രജ്ഞന്റെ മനസിൽ ഈ പ്രക്രിയ പ്രതിഫലിക്കുന്നത് ഇങ്ങനെയാണ്:

'തനി സാമ്പത്തികമണ്ഡലത്തിൽപ്പോലും', കെസ്റ്റ്നെർ എഴുതുന്നു:

> പഴയ അർഥത്തിലുള്ള വ്യാപാരപ്രവർത്തനങ്ങളിൽ നിന്ന് സംഘടനാപരമായ ഊഹക്കച്ചവടത്തിലേക്കുള്ള ഒരു മാറ്റം സംഭവിച്ചുകൊണ്ടിരിക്കയാണ്. തന്റെ സാങ്കേതികജ്ഞാനവും വ്യാപാരപരിചയവും വച്ചുകൊണ്ട് ക്രേതാവിന്റെ ആവശ്യങ്ങളെ ഏറ്റവും നല്ലവണ്ണം തിട്ടപ്പെടുത്താനും ഒളിഞ്ഞുകിടക്കുന്ന ഡിമാന്റിനെ കണ്ടുപിടിക്കാനും ഒരുതരത്തിൽ പറഞ്ഞാൽ 'തട്ടിയുണർത്താനും' കഴിവുള്ള ഒരു വ്യാപാരിക്ക് ഏറ്റവും കൂടുതൽ വിജയം കൈവരുന്ന കാലം കഴിഞ്ഞു. സംഘടനാപരമായ വളർച്ചയെയും ഒറ്റയ്ക്കൊറ്റയ്ക്കുള്ള സ്ഥാപനങ്ങളും ബാങ്കുകളും തമ്മിലുള്ള ചില ബന്ധങ്ങൾക്കുള്ള സാധ്യതകളെയും മുൻകൂട്ടി തിട്ടപ്പെടുത്താനോ വെറും മണത്തറിയാൻപോലുമോ അറിയാവുന്ന ഊഹക്കച്ചവടപ്രവീണൻ (?!) ആണ് വിജയം നേടുന്നത്....

സാധാരണമനുഷ്യരുടെ ഭാഷയിൽ പറഞ്ഞാൽ, ചരക്കുൽപ്പാദനം മുമ്പത്തെപ്പോലെ 'ആധിപത്യം' പുലർത്തുകയും സാമ്പത്തികജീവിത

ത്തിന്റെ അടിത്തറയായി കരുതപ്പെടുകയും ചെയ്യുന്നുണ്ടെങ്കിൽക്കൂടി അത് യഥാർഥത്തിൽ തുരങ്കം വയ്ക്കപ്പെടുകയും ലാഭത്തിന്റെ സിംഹ ഭാഗവും ധനപരമായ തിരിമറികൾ നടത്തുന്ന 'പ്രവീണന്മാരുടെ' കൈക ളിലേക്ക് പോവുകയും ചെയ്യുന്ന ഒരുഘട്ടത്തിൽ മുതലാളിത്തവികസനം എത്തിയിരിക്കുന്നുവെന്നാണ് ഇതിനർഥം. ഈ തിരിമറികളുടെയും വെട്ടി പ്പുകളുടെയും അടിയിൽ കിടക്കുന്നത് സമൂഹവൽക്കൃതമായ ഉൽപ്പാദ നമാണ്. എന്നാൽ ഈ സമൂഹവൽക്കരണം കൈവരുത്തിയ മനുഷ്യസ മുദായത്തിന്റെ വമ്പിച്ച പുരോഗതി പ്രയോജനപ്പെടുന്നതോ..........ഊഹ ക്കച്ചവടക്കാർക്കാണ്. 'ഇക്കാരണത്താൽ' 'സ്വതന്ത്ര'വും 'സമാധാനപര' വും 'സത്യസന്ധ'വുമായ മത്സരത്തിലേക്ക് തിരിച്ചുപോകുന്നതിനെ പ്പറ്റി മുതലാളിത്തപരമായ സാമ്രാജ്യത്വത്തിന്റെ പിന്തിരിപ്പൻ പെറ്റിബൂർഷ്വാ വിമർശകർ സ്വപ്നം കാണുന്ന കാര്യം നമുക്ക് പിന്നീട് പരിശോധിക്കാം.

കെസ്റ്റ്നെർ പറയുന്നു:

> കാർട്ടലുകളുടെ രൂപീകരണത്തിന്റെ ഫലമായി ദീർഘകാലത്തേ ക്കുണ്ടാകുന്ന വിലക്കയറ്റം ഏറ്റവും പ്രധാനപ്പെട്ട ഉൽപ്പാദനോപാ ധികളുടെ, വിശേഷിച്ച് കൽക്കരി, ഇരുമ്പ്, പൊട്ടാസ്യം എന്നിവ യുടെ, കാര്യത്തിൽ മാത്രമേ ഇതേവരെ കണ്ടിട്ടുള്ളു. നേരെമറിച്ച് നിർമിത ഉൽപ്പന്നങ്ങളുടെ കാര്യത്തിൽ അതുണ്ടായിട്ടേയില്ല. അതു പോലെതന്നെ, ഈ വിലക്കയറ്റത്തിന്റെ ഫലമായി ലാഭത്തിലുണ്ടാ കുന്ന വർധനവ് ഉൽപ്പാദനോപാധികൾ നിർമിക്കുന്ന വ്യവസായ ങ്ങളിൽ മാത്രമായി ഒതുങ്ങിനിൽക്കുകയാണ്. അസംസ്കൃതപ ദാർഥങ്ങൾ (അർധനിർമിത ഉൽപ്പന്നങ്ങളല്ല) സംസ്കരിച്ചെടുക്കുന്ന വ്യവസായങ്ങൾ നിർമിതോൽപ്പന്ന വ്യവസായത്തിന് ദോഷകര മാംവണ്ണം വമ്പിച്ച ലാഭമടിച്ചുകൊണ്ട് കാർട്ടൽരൂപീകരണത്തിൽ നിന്നുള്ള മെച്ചങ്ങൾ അനുഭവിക്കുന്നുണ്ടെന്നു മാത്രമല്ല, സ്വതന്ത്ര മത്സരത്തിൻ കീഴിൽ ഇല്ലാതിരുന്ന ഒരു മേധാവിത്വം നിർമി തോൽപ്പന്ന വ്യവസായത്തിന്റെ മേൽ സ്ഥാപിച്ചിട്ടുണ്ടെന്നു കൂടി പറയേണ്ടിയിരിക്കുന്നു.*

ഞാൻ അടിവരയിട്ട വാക്ക് കാര്യത്തിന്റെ കാതൽ വെളിപ്പെടുത്തു ന്നുണ്ട്. ബൂർഷ്വാ ധനശാസ്ത്രജ്ഞർ എത്രയും വൈമനസ്യത്തോടെയും ദുർലഭമായും സമ്മതിക്കുന്നതും കൗട്സ്കിയുടെ നേതൃത്വത്തിലുള്ള ഇന്നത്തെ അവസരവാദസംരക്ഷകർ ഒഴിച്ചുവിടാനും തള്ളിമാറ്റാനും എത്രയും വീറോടെ ശ്രമിക്കുന്നതും ഇതുതന്നെയാണ്. മേധാവിത്വം, അതോടു ബന്ധപ്പെട്ട ബലാൽക്കാരം-ഇവയാണ് 'മുതലാളിത്തവികസ നത്തിന്റെ ഏറ്റവും പുതിയ ഘട്ട'ത്തിന് സവിശേഷമായിട്ടുള്ള ബന്ധങ്ങൾ. സർവശക്തങ്ങളായ സാമ്പത്തിക കുത്തകകളുടെ രൂപീകരണത്തിന്റെ

---

* കെസ്റ്റനെർ, ഉദ്ധരിച്ച പുസ്തകത്തിലെ 254-ാം പേജ്.

ഫലമായി അനിവാര്യമായി സംഭവിക്കാതെ തരമില്ലാതിരുന്നതും സംഭവിച്ചതും അതാണ്.

കാർട്ടലുകൾ കൈക്കൊള്ളുന്ന മാർഗങ്ങളുടെ ഒരുദാഹരണംകൂടി ഞാൻ പറയാം. അസംസ്കൃതപദാർഥങ്ങളുടെ ഉറവിടങ്ങൾ മുഴുവനുമോ മുഖ്യമായോ കൈവശപ്പെടുത്താൻ കഴിയുന്നിടത്ത് കാർട്ടലുകളുടെ ആവിർഭാവവും കുത്തകകളുടെ രൂപീകരണവും വിശേഷിച്ചും എളുപ്പമാണ്. എന്നുവച്ച്, അസംസ്കൃതപദാർഥങ്ങളുടെ ഉറവിടങ്ങൾ കയ്യടക്കാൻ സാധ്യമാകാത്ത മറ്റു വ്യവസായങ്ങളിൽ കുത്തകകൾ ആവിർഭവിക്കുന്നില്ലെന്നു കരുതുന്നത് തെറ്റായിരിക്കും. ഉദാഹരണത്തിന് സിമന്റുവ്യവസായത്തിന് അതിനാവശ്യമായ അസംസ്കൃത പദാർഥങ്ങൾ എവിടെയും കിട്ടും. എന്നിട്ടും ജർമനിയിൽ ആ വ്യവസായവും വൻതോതിൽ കാർട്ടലീകരിക്കപ്പെട്ടിട്ടുണ്ട്. സിമന്റ് നിർമാതാക്കൾ ദക്ഷിണജർമനെന്നും റൈൻവെസ്റ്റ് ഫാലിയനെന്നും മറ്റുമുള്ള പ്രാദേശികസിൻഡിക്കേറ്റുകൾ രൂപീകരിച്ചിരിക്കുന്നു. നിശ്ചയിച്ചിരിക്കുന്ന വിലകൾ കുത്തകവിലകളാണ്: 180 മാർക്കു മുടക്കുവില വരുന്ന ഒരു വണ്ടിച്ചുമടിന് 230 മുതൽ 280 വരെ മാർക്ക്! സ്ഥാപനങ്ങൾ 12 ശതമാനം തൊട്ട് 16 ശതമാനംവരെ ഡിവിഡന്റ് കൊടുക്കുന്നു. ഡിവിഡന്റായി കിട്ടുന്ന തുകയ്ക്കു പുറമേ വമ്പിച്ച ലാഭം അടിച്ചെടുക്കാൻ ആധുനിക ഊഹക്കച്ചവട 'പ്രവീണന്മാർക്ക്' അറിയാമെന്ന കാര്യം മറക്കരുത്. ഇതുപോലെ ലാഭകരമായ ഒരു വ്യവസായത്തിൽ മത്സരം ഒഴിവാക്കുന്നതിന് കുത്തകക്കാർ പലവിധതന്ത്രങ്ങൾ പ്രയോഗിക്കുകപോലും ചെയ്യുന്നുണ്ട്: തങ്ങളുടെ വ്യവസായത്തിന്റെ സ്ഥിതി മോശമാണെന്ന് അവർ കളവായി പറഞ്ഞു പരത്തുന്നു; 'മുതലാളിമാരേ, സിമന്റുവ്യവസായത്തിൽ മൂലധനം ഇറക്കരുത്' എന്നതുപോലുള്ള മുന്നറിയിപ്പുകൾ പേരുവയ്ക്കാതെ പത്രങ്ങളിൽ പ്രസിദ്ധപ്പെടുത്തുന്നു; അവസാനമായി 'പുറത്തുള്ളവരെ' (സിൻഡിക്കേറ്റുകളിൽ പെടാത്തവരെ) വിലയ്ക്കു വാങ്ങുന്നു. അറുപതിനായിരവും എൺപതിനായിരവും ഒന്നരലക്ഷംപോലും മാർക്ക് അവർക്ക് നഷ്ടപരിഹാരമായി കൊടുക്കുന്നു.* മാർഗങ്ങളെ സംബന്ധിച്ച് യാതൊരു ദാക്ഷിണ്യവും കാട്ടാതെ കുത്തകാധിപത്യം എല്ലായിടത്തും അതിന്റെ വഴിവെട്ടുന്നു. 'മിതമായ' സംഖ്യമുടക്കി മത്സരക്കാരെ വിലയ്ക്കുവാങ്ങുകയെന്നത് തൊട്ട് അവർക്കെതിരെ ഡൈനാമിറ്റു പ്രയോഗിക്കുകയെന്ന അമേരിക്കൻ വിദ്യവരെയുള്ള സർവമാർഗങ്ങളും അവർ കൈക്കൊള്ളുന്നു.

എന്തുവിലകൊടുത്തും മുതലാളിത്തത്തെ മേനിപിടിപ്പിച്ചു കാണിക്കാനാഗ്രഹിക്കുന്ന ബൂർഷ്വാ ധനശാസ്ത്രജ്ഞർ പ്രചരിപ്പിക്കുന്ന ഒരു കെട്ടുകഥയാണത്, കാർട്ടലുകൾക്ക് പ്രതിസന്ധികളെ ഇല്ലാതാക്കാൻ കഴിയുമെന്ന പ്രസ്താവം. മറിച്ച്, ചില വ്യവസായശാഖകളിൽ സൃഷ്ടിക്കപ്പെട്ടിട്ടുള്ള കുത്തക, മുതലാളിത്ത ഉൽപ്പാദനത്തിലൊട്ടാകെ അന്തർലീനമായിട്ടുള്ള അരാജകത്വത്തെ വർധിപ്പിക്കുകയും മൂർച്ഛിപ്പിക്കുകയുമാണ്

---

* എൽ എഷെഗെ, *Zement. Die Bank*, 1909, 1, പേജ് 115 മുതൽ.

ചെയ്യുന്നത്. കൃഷിയുടെ വളർച്ചയും വ്യവസായത്തിന്റെ വളർച്ചയും തമ്മിലുള്ള അന്തരം-ഇത് മുതലാളിത്തത്തിന്റെ ഒരു പൊതുസവിശേഷതയാണ്-വർധിക്കുന്നു. ഏറ്റവുമധികം കാർട്ടലീകരിക്കപ്പെട്ടിട്ടുള്ള, ഘനവ്യവസായമെന്നു പറയപ്പെടുന്ന വ്യവസായം-പ്രത്യേകിച്ച് കൽക്കരി-ഇരുമ്പു വ്യവസായങ്ങൾ-അനുഭവിക്കുന്ന വിശേഷപദവി വ്യവസായത്തിന്റെ മറ്റു ശാഖകളിൽ 'കൂടുതൽ സംയോജനരാഹിത്യം' സൃഷ്ടിക്കുന്നു. 'വൻകിട ജർമൻ ബാങ്കുകളും വ്യവസായവും തമ്മിലുള്ള ബന്ധ'ത്തെക്കുറിച്ചുള്ള ഏറ്റവും നല്ലകൃതികളിലൊന്നിന്റെ രചയിതാവായ യെയ്ഡെൽസ് സമ്മതിച്ചിട്ടുള്ളതാണിത്*.

മുതലാളിത്തത്തിന്റെ ഒരു നാണംകെട്ട വക്കാലത്തുകാരനായ ലീഫ്മൻ** എഴുതുന്നു:

> ഒരു സമ്പദ്‌വ്യവസ്ഥ എത്രകണ്ട് കൂടുതൽ വികസിതമാണോ, അത്രകണ്ട് കൂടുതൽ അത് അപകടകരങ്ങളോ അന്യനാടുകളിലുള്ളതോ ആയ സംരംഭങ്ങളിലേക്ക് തിരിയുന്നു. അപകടസാധ്യതയുടെ വർധനവ് അവസാനവിശകലനത്തിൽ മൂലധനത്തിന്റെ ഭീമമായ വർധനവുമായി ബന്ധപ്പെട്ടാണിരിക്കുന്നത്. മൂലധനം കരകവിഞ്ഞ്, അന്യരാജ്യങ്ങളിലേക്കൊഴുകുന്നുവെന്നു വേണമെങ്കിൽ പറയാം. അതേസമയംതന്നെ, അങ്ങേയറ്റം ശീഘ്രമായ സാങ്കേതിക പുരോഗതി ദേശീയ സമ്പദ്‌വ്യവസ്ഥയുടെ വിവിധമണ്ഡലങ്ങൾ തമ്മിൽ കൂടുതൽ കൂടുതൽ അന്തരവും അരാജകത്വവും പ്രതിസന്ധികളും ഉളവാക്കുന്നു.

ലീഫ്മന് ഇത് സമ്മതിക്കേണ്ടി വരുന്നു:

> സമ്പദ്‌വ്യവസ്ഥയുടെ സംഘടനയെക്കൂടി ബാധിക്കുന്ന സുപ്രധാനസാങ്കേതികവിപ്ലവങ്ങൾ മനുഷ്യരാശി സമീപഭാവിയിൽ ഇനിയും കാണാനുള്ള എല്ലാ സാധ്യതയുമുണ്ട്... വിദ്യുച്ഛക്തിയും വ്യോമയാനവും... സാധാരണഗതിയിൽ ഇത്തരം സമൂലസാമ്പത്തിക പരിവർത്തനഘട്ടങ്ങളിൽ ഊഹക്കച്ചവടം വൻതോതിൽ വളരുന്നു....***

ഏത് തരത്തിലുള്ള പ്രതിസന്ധികളും-ഏറ്റവും സുലഭമായിട്ടുള്ളത് സാമ്പത്തികപ്രതിസന്ധികളാണെങ്കിലും അവ മാത്രമല്ല-കേന്ദ്രീകരണത്തിലേക്കും കുത്തകമേധാവിത്വത്തിലേക്കുമുള്ള പ്രവണതയെ ഗണ്യമായി വർധിപ്പിക്കുന്നു,. ഈയവസരത്തിൽ, നാം കണ്ടുകഴിഞ്ഞതുപോലെ ആധുനികകുത്തകവ്യവസ്ഥയുടെ ചരിത്രത്തിൽ ഒരു വഴിത്തിരിവിനെ

---

* യെയ്ഡെൽസ്, *Das Verhaltnis der deutschen Grossbanken zur Industrie mit besonderer Berucksichtigung der Eisenindustrie* Leipzig, 1905, പേജ് 271.

** ലീഫ്മെൻ, *Beteiligungs etc. Ges*, പേജ് 434.

*** അതേ പുസ്തകം, പേജ് 465-466.

ക്കുറിച്ച് 1900 ലെ പ്രതിസന്ധിയുടെ പ്രാധാന്യത്തെസംബന്ധിച്ച് യെയ്ഡെൽസ് പ്രകടിപ്പിച്ചിട്ടുള്ള അഭിപ്രായങ്ങൾ അങ്ങേയറ്റം വിജ്ഞാനപ്രദമാണ്:

> അടിസ്ഥാന വ്യവസായങ്ങളിലെ പടുകൂറ്റൻ ഫാക്ടറികളോടൊപ്പം, ഇന്നു പഴഞ്ചനായിക്കരുതപ്പെടുന്ന രീതിയിൽ സംഘടിപ്പിച്ചിരുന്നതും വ്യാവസായികോൽക്കർഷത്തിന്റെ പാരമ്യത്തിൽ സൃഷ്ടിക്കപ്പെട്ടതുമായ അനേകം 'ശുദ്ധ' (സംയോജിതമല്ലാത്ത) ഫാക്ടറികളും 1900 ലെ പ്രതിസന്ധിയുടെ സമയത്ത് നിലനിന്നിരുന്നു. വിലയിടിവും ഡിമാന്റിന്റെ കുറവും ഈ 'ശുദ്ധ' സ്ഥാപനങ്ങളുടെ നില വളരെയേറെ പരുങ്ങലിലാക്കി. സംയോജിതങ്ങളായ കൂറ്റൻ സ്ഥാപനങ്ങളെയാകട്ടെ, അവ ബാധിച്ചതേയില്ല; അഥവാ ബാധിച്ചെങ്കിൽത്തന്നെ അത് വളരെച്ചുരുങ്ങിയ ഒരു സമയത്തേക്ക് മാത്രമായിരുന്നു. ഇതിന്റെ ഫലമായി 1900 ലെ പ്രതിസന്ധി 1873 ലെ പ്രതിസന്ധിയെ അപേക്ഷിച്ച് എത്രയോ കൂടുതൽ വ്യവസായകേന്ദ്രീകരണത്തിനിടയാക്കി. 1873 ലെ പ്രതിസന്ധിയും ഏറ്റവും നല്ല സ്ഥാപനങ്ങളെ തെരഞ്ഞെടുത്തെങ്കിലും അക്കാലത്തെ സാങ്കേതികനിലവാരംമൂലം ആ തെരഞ്ഞെടുക്കലിന് പ്രതിസന്ധിയിൽനിന്ന് വിജയപൂർവം പുറത്തുകടന്ന സ്ഥാപനങ്ങളെ കുത്തകയുടെ നിലയിലാക്കാൻ കഴിഞ്ഞില്ല. ഇത്തരത്തിലുള്ള ഈടുറ്റ കുത്തക ഉയർന്നതോതിൽ നിലനിൽക്കുന്നത് ഇന്നത്തെ ഇരുമ്പ് -ഉരുക്ക്, വിദ്യുച്ഛക്തി എന്നീ വ്യവസായങ്ങളിലെ പടുകൂറ്റൻ സ്ഥാപനങ്ങളിലാണ്. അവയുടെ അതിസങ്കീർണങ്ങളായ ടെക്നിക്കും ദൂരവ്യാപകമായ സംഘടനയും മൂലധനത്തിന്റെ വ്യാപ്തിയുമാണ് അതിനുകാരണം. എഞ്ചിനീയറിങ് വ്യവസായം, ലോഹകർമ്മീയ വ്യവസായത്തിന്റെ ചില ശാഖകൾ, ഗതാഗതം തുടങ്ങിയവയിലും ഈ കുത്തക താരതമ്യേന ചെറിയ തോതിൽ നിലനിൽക്കുന്നുണ്ട്*.

കുത്തക! 'മുതലാളിത്തവികസനത്തിന്റെ ഏറ്റവും പുതിയ ഘട്ട'ത്തിലെ അവസാനവാക്ക് അതാണ്. എന്നാൽ, ബാങ്കുകൾ വഹിക്കുന്ന പങ്കു കൂടി കണക്കിലെടുത്തില്ലെങ്കിൽ ആധുനിക കുത്തകകളുടെ യഥാർഥമായശക്തിയെയും പ്രാധാന്യത്തെയും കുറിച്ച് അങ്ങേയറ്റം അപര്യാപ്തവും അപൂർണവും വിലകുറച്ചുകാണുന്നതുമായ ഒരു ധാരണയായിരിക്കും നമുക്കുണ്ടാവുക.

---

* യെയ്ഡെൽസ്, മുമ്പുദ്ധരിച്ച പുസ്തകം, പേജ് 108.

2

ബാങ്കുകളും അവയുടെ പുതിയ പങ്കും

പണം കൊടുക്കുന്ന കാര്യത്തിൽ ഇടനിലക്കാരനാവുകയെന്നതാണ് ബാങ്കുകളുടെ മൗലികവും പ്രാഥമികവുമായ പ്രവർത്തനം. അങ്ങനെ ചെയ്യുന്നതിലൂടെ അവ നിഷ്ക്രിയമായ പണത്തെ കർമനിരതമാക്കി മാറ്റുന്നു, അതായത് ലാഭം കിട്ടുന്ന മൂലധനമാക്കി മാറ്റുന്നു. അവ പണമായിട്ടുള്ള എല്ലാത്തര വരുമാനങ്ങളെയും സംഭരിച്ചുവച്ച് മുതലാളിവർഗത്തിന്റെ വരുതിക്ക് വിട്ടുകൊടുക്കുന്നു.

ബാങ്കിങ് പ്രവർത്തനം വികസിച്ച് ചുരുക്കം ചില സ്ഥാപനങ്ങളിൽ കേന്ദ്രീകരിക്കപ്പെടുന്നതോടെ ബാങ്കുകൾ എളിയ ഇടനിലക്കാരുടെ നില വിട്ട് സുശക്തന്മാരായ കുത്തകക്കാരായി വളരുന്നു. മുതലാളിമാരും ചെറുകിട സ്വത്തുടമകളുമായ സകലയാളുകളുടെയും പണമായുള്ള മൂലധനം ഏതാണ്ട് മുഴുവനും, കൂടാതെ സ്വന്തം രാജ്യത്തും മറ്റു പല രാജ്യങ്ങളിലുമുള്ള ഉൽപ്പാദനോപാധികളുടെയും അസംസ്കൃതപദാർഥങ്ങളുടെയും ഉറവിടങ്ങളുടെയും സിംഹഭാഗവും അവയുടെ നിയന്ത്രണത്തിലായിത്തീരുന്നു. എണ്ണത്തിൽ വളരെപ്പേർ വരുന്ന എളിയ ഇടനിലക്കാർ ഒരുപിടി കുത്തകക്കാരായി ഇങ്ങനെ മാറുന്നത്, മുതലാളിത്തം മുതലാളിത്തസാമ്രാജ്യത്വമായി വളരുന്ന ഗതിക്രമത്തിലെ മൗലികപ്രക്രിയകളിലൊന്നാണ്. അതുകൊണ്ട് ബാങ്കിങ് പ്രവർത്തനത്തിന്റെ കേന്ദ്രീകരണം നമുക്ക് ആദ്യമേതന്നെ പരിശോധിക്കേണ്ടിയിരിക്കുന്നു.

പത്തുലക്ഷത്തിലധികം മാർക്കു വീതം മൂലധനമുള്ള ജർമൻ ജോയിന്റ് സ്റ്റോക്ക് ബാങ്കുകളിൽ ഒട്ടാകെയുള്ള നിക്ഷേപം 1907–08 ൽ 700 കോടി മാർക്കായിരുന്നു. 1912–13 ൽ നിക്ഷേപം 980 കോടി മാർക്കായി. അതായത്, അഞ്ചു വർഷംകൊണ്ട് 40 ശതമാനം വർധിച്ചുവെന്നർഥം. ഈ 280 കോടിയുടെ വർധനവിൽ 275 കോടി ഒരു കോടി മാർക്കില

ധികം വീതം മൂലധനമുള്ള 57 ബാങ്കുകളിലായി വീതിക്കപ്പെട്ടിരിക്കുന്നു. വലുതും ചെറുതുമായ ബാങ്കുകൾ തമ്മിൽ നിക്ഷേപങ്ങൾ വീതിച്ചത് ഇങ്ങനെയാണ്:*

മൊത്തം നിക്ഷേപത്തിന്റെ ശതമാനം

	9 കൂറ്റൻ ബർലിൻ ബാങ്കുകളിൽ	1 കോടിയിൽപ്പരം മാർക്ക് മൂലധനമുള്ള മറ്റു 48 ബാങ്കുകളിൽ	10 ലക്ഷം തൊട്ട് 1 കോടി വരെ മാർക്ക് മൂലധനമുള്ള 115 ബാങ്കുകളിൽ	10 ലക്ഷം മാർക്കിൽ കുറഞ്ഞ മൂലധനമുള്ള ചെറു ബാങ്കുകളിൽ
1907–08	47	32.5	16.5	4
1912–13	49	36	12	3

വലിയ ബാങ്കുകൾ ചെറിയ ബാങ്കുകളെ ഞെക്കിപ്പുറത്താക്കുന്നു. അവയിൽത്തന്നെ വെറും ഒമ്പതെണ്ണം മൊത്തം നിക്ഷേപത്തിന്റെ പകുതിയോളം കയ്യടക്കിവച്ചിരിക്കുന്നു. പ്രധാനപ്പെട്ട പല വിശദാംശങ്ങളും നമ്മൾ വിട്ടുകളഞ്ഞിട്ടുണ്ട്. ഉദാഹരണത്തിന്, നിരവധി ചെറിയ ബാങ്കുകൾ വലിയ ബാങ്കുകളുടെ തനി ശാഖകളായി മാറുന്നതും മറ്റും. അതെപ്പറ്റി ഞാൻ പിന്നീടു പറയാം.

1913 അവസാനത്തിൽ, ആകെയുള്ള 1,000 കോടി മാർക്കിൽ 510 കോടി മാർക്ക് നിക്ഷേപിച്ചിട്ടുള്ളത് ബർലിനിലെ ഒമ്പതു വലിയ ബാങ്കുകളിലാണെന്ന് ഷുൽറ്റ്സെ-ഗെവെർനിറ്റ്സ് കണക്കാക്കി. നിക്ഷേപത്തെ മാത്രമല്ല മൊത്തം ബാങ്ക് മൂലധനത്തെക്കൂടി കണക്കിലെടുത്തുകൊണ്ട് ആ ലേഖകൻ എഴുതി:

> 1909 അവസാനത്തിൽ ഒമ്പതു വലിയ ബാങ്കുകളും അവയോട് അഫിലിയേറ്റു ചെയ്ത ബാങ്കുകളും ചേർന്ന് 1,130 കോടി മാർക്ക് കയ്യടക്കിവെച്ചിരുന്നു-അതായത്, ജർമനിയിൽ ആകെയുള്ള ബാങ്ക്മൂലധനത്തിന്റെ 83 ശതമാനം. അഫിലിയേറ്റു ചെയ്ത ബാങ്കുകളടക്കം 300 കോടിയോളം മാർക്ക് കയ്യടക്കിവച്ചിരിക്കുന്ന ഡോയ്ത്ഷെ ബാങ്ക്, പ്രഷ്യൻ സ്റ്റേറ്റ് റെയിൽവേ വകുപ്പിനോടൊപ്പം പഴയ ലോകത്തിലെ ഏറ്റവും വലുതും ഏറ്റവും വികേന്ദ്രീകൃതവുമായ മൂലധനസഞ്ചയത്തെ കുറിക്കുന്നു.**

---

* ആൽഫ്രഡ് ലാൻസ്ബുർഗ്, *Funf Jahre deutsches Bankwesen, Die Bank*, 1913, ലക്കം 8, പേജ് 728.

** ഷുൽറ്റ്സെ-ഗെവെർനിറ്റ്സ് *Die deutsche Kredit bank, Grundriss der Sozialokonomik, Tubingen,* 1915, പേജ് 12,137.

'അഫിലിയേറ്റു ചെയ്ത' ബാങ്കുകളെപ്പറ്റി ഞാൻ ഊന്നിപ്പറഞ്ഞത്, അത് ആധുനികമുതലാളിത്ത കേന്ദ്രീകരണത്തിന്റെ അതിപ്രധാനമായ സവിശേഷതകളിലൊന്നായതുകൊണ്ടാണ്, വൻകിടസ്ഥാപനങ്ങൾ, വിശേഷിച്ചു ബാങ്കുകൾ, ചെറിയവയെ നേരെ വിഴുങ്ങുകമാത്രമല്ല ചെയ്യുന്നത്. അവയെ തങ്ങളോട് 'സംയോജിപ്പിക്കുകയും' കീഴ്പ്പെടുത്തുകയും അവയുടെ മൂലധനത്തിലെ 'സ്വത്തുകൈവശങ്ങൾ' വഴിയും ഓഹരികൾവാങ്ങുകയോ കൈമാറുകയോ ചെയ്തും വായ്പാസമ്പ്രദായത്തിലൂടെയും മറ്റും അവയെ 'സ്വന്തം' ഗ്രൂപ്പിൽ, അഥവാ സാങ്കേതികഭാഷയിൽ പറഞ്ഞാൽ 'കമ്പനി'യിൽ, ഉൾപ്പെടുത്തുകയും ചെയ്യുന്നു. 'സ്വത്തുകൈവശങ്ങളുള്ളതും പണമിടപാടുകൾ നടത്തുന്നതുമായ' ആധുനികകമ്പനികളെക്കുറിച്ച് അഞ്ഞൂറു പേജോളമുള്ള ഒരു കൂറ്റൻ 'കൃതി' പ്രൊഫ. ലീഫ്മൻ രചിച്ചിട്ടുണ്ട്*. നിർഭാഗ്യവശാൽ അദ്ദേഹം പലപ്പോഴും ദഹിക്കാത്ത അസംസ്കൃതസാമഗ്രികളുടെ കൂടെ വളരെയേറെ സംശയകരമായ 'സൈദ്ധാന്തിക' പരിചിന്തനങ്ങൾ കൂട്ടിച്ചേർത്തിട്ടുണ്ട്. ഈ 'സ്വത്തുകൈവശ'വ്യവസ്ഥ കേന്ദ്രീകരണത്തെ സംബന്ധിച്ചിടത്തോളം എന്തെന്തു ഫലങ്ങളുളവാക്കുന്നുവെന്ന് സ്വയമൊരു ബാങ്കറായ റീസ്സെർ വൻകിട ജർമൻബാങ്കുകളെക്കുറിച്ച് എഴുതിയിട്ടുള്ള ഗ്രന്ഥത്തിൽ ഏറ്റവും ഭംഗിയായി വരച്ചുകാട്ടിയിട്ടുണ്ട്. എന്നാൽ അദ്ദേഹം നൽകുന്ന കണക്കുകൾ പരിശോധിക്കുന്നതിനുമുമ്പ് 'സ്വത്തു കൈവശ' വ്യവസ്ഥയുടെ മൂർത്തമായ ഒരുദാഹരണം പറയാം.

ഏറ്റവും വലുതല്ലെങ്കിൽ ഏറ്റവും വലിയ ബാങ്കിങ് ഗ്രൂപ്പുകളിൽ ഒന്നെങ്കിലുമാണ് ഡൊയ്ത്ഷെ ബാങ്ക് 'ഗ്രൂപ്പ്'. ഈ ഗ്രൂപ്പിൽപ്പെട്ട എല്ലാ ബാങ്കുകളെയും പരസ്പരം ബന്ധിപ്പിക്കുന്ന പ്രധാനതന്തുക്കൾ കണ്ടെത്തണമെങ്കിൽ ഒന്നും രണ്ടും മൂന്നും തരത്തിലുള്ള സ്വത്തുകൈവശങ്ങളെ-അഥവാ, മറ്റൊരു വിധത്തിൽ പറഞ്ഞാൽ, ചെറുകിട ബാങ്കുകൾക്ക് ഡൊയ്ത്ഷെ ബാങ്കിനോടുള്ള ഈ മൂന്നുതരം ആശ്രിതത്വത്തെ-വേർതിരിച്ചറിയണം. അപ്പോൾ കിട്ടുന്നത് ഈ ചിത്രമാണ്.**

ഡൊയ്ത്ഷെ ബാങ്കിന്മേൽ 'ഇടയ്ക്കിടെ' 'ഒന്നാംതരത്തിൽ'പ്പെട്ട ആശ്രിതത്വമുള്ള 8 ബാങ്കുകളുടെ കൂട്ടത്തിൽ മൂന്നു വിദേശബാങ്കുകളും പെടും: ഒരു ആസ്ട്രിയൻ ബാങ്കും (വീനെർ ബാങ്ക് വെറെയ്ൻ) രണ്ട് റഷ്യൻ ബാങ്കുകളും (സൈബീരിയൻ വാണിജ്യബാങ്കും റഷ്യൻ വിദേശവ്യാപാരബാങ്കും). എല്ലാംകൂടി ഡൊയ്ത്ഷെ ബാങ്ക് ഗ്രൂപ്പിൽ നേരിട്ടും അല്ലാതെയും ഭാഗികമായും പൂർണമായും 87 ബാങ്കുകൾ അടങ്ങിയി

---

* ആർ ലീഫ്മൻ, Beteiligungs-und Finanzierungsgesellschaften. Eine Stdie uber den modernen Kapitalismus und das Effektenwesen"1. Aufl., Jena, 1909, പേജ് 212.

** ആൽഫ്രഡ് ലാൻസ്ബുർഗ്, *Das Beteiligungssystem im deutschen Bankwesen*, *Die Bank*, 1910, ക. പേജ് 500.

		ആശ്രിതത്വം ഒന്നാംതരം അഥവാ നേരിട്ടുള്ളത്	ആശ്രിതത്വം രണ്ടാം തരം	ആശ്രിതത്വം മൂന്നാംതരം
ദൊയ്ത് ഷെ ബാങ്കിനുള്ള കൈവശസ്വത്തുക്കൾ	സ്ഥിരമായി	17 ബാങ്കുകളിൽ	അവയിൽ 9 എണ്ണത്തിന് മറ്റു 34 ബാങ്കുകളിൽ	ഈ 9-ൽ 4 എണ്ണത്തിന് മറ്റ് 7 ബാങ്കുകളിൽ
	അനിശ്ചിത കാലത്തേക്ക്	5 ബാങ്കുകളിൽ	-----	------
	ഇടയ്ക്കിടെ	8 ബാങ്കുകളിൽ	അവയിൽ 5 എണ്ണത്തിന് മറ്റു 14 ബാങ്കുകളിൽ	ഈ 5-ൽ 2 എണ്ണത്തിന് മറ്റ് 2 ബാങ്കുകളിൽ
	ആകെ	30 ബാങ്കുകളിൽ	അവയിൽ 14 എണ്ണത്തിന് മറ്റു 48 ബാങ്കുകളിൽ സ്വത്തു കൈവശമുണ്ട്	ഈ 14-ൽ 6 എണ്ണത്തിന് മറ്റ് 2 ബാങ്കു സ്വത്തു കൈവശമുണ്ട്

ട്ടുണ്ട്. അതിന് സ്വന്തമായുള്ളതും അതു നിയന്ത്രിക്കുന്ന മറ്റു ബാങ്കുകൾക്കുള്ളതും കൂട്ടി ആകെയുള്ള മൂലധനം 200 കോടി മാർക്കിനും 300 കോടി മാർക്കിനും ഇടയ്ക്ക് വരുമെന്നാണ് കണക്കാക്കിയിട്ടുള്ളത്.

ഇതുപോലൊരു ഗ്രൂപ്പിന്റെ തലപ്പത്തിരിക്കുകയും സ്റ്റേറ്റു വായ്പകൾ പോലുള്ള അസാമാന്യമാംവണ്ണം വമ്പിച്ചതും ലാഭകരവുമായ പണമിടപാടുകൾ നടത്താൻവേണ്ടി തങ്ങളേക്കാൾ കുറച്ചുമാത്രം ചെറുതായ അരഡസൻ മറ്റു ബാങ്കുകളുമായി കരാറിലേർപ്പെടുകയും ചെയ്യുന്ന ഒരു ബാങ്ക് ഒരു 'ഇടനിലക്കാരന്റെ' പങ്കിൽക്കവിഞ്ഞ് വളർന്നിരിക്കുന്നുവെന്നും ഒരുപിടി കുത്തകക്കാരുടെ കൂട്ടുകെട്ടായിക്കഴിഞ്ഞിരിക്കുന്നുവെന്നും വ്യക്തമാണ്.

പത്തൊമ്പതാം നൂറ്റാണ്ടിനൊടുവിലും ഇരുപതാം നൂറ്റാണ്ടാരംഭത്തിലും ജർമനിയിൽ ബാങ്കിങ്ങിന്റെ കേന്ദ്രീകരണം എത്രമാത്രം വേഗത്തിൽ നടന്നുവെന്ന് താഴെ സംക്ഷിപ്തരൂപത്തിൽ കൊടുക്കുന്ന റീസ്സെറിന്റെ കണക്കുകളിൽ നിന്നു വ്യക്തമാകും:

ആറു വൻകിട ബർലിൻ ബാങ്കുകൾ

വർഷം	ജർമനിയിലെ ശാഖകൾ	നിക്ഷേപ ബാങ്കുകളും വിനിമയ ആഫീസുകളും	ജർമൻ ജോയിന്റ് സ്റ്റോക്ക് ബാങ്കുകളിലുള്ള സ്ഥിരം സ്വത്തു കൈവശങ്ങൾ	ആകെ സ്ഥാപനങ്ങൾ
1895	16	14	1	42
1900	21	40	8	80
1911	104	276	63	450

എല്ലാ മൂലധനത്തെയും വരുമാനങ്ങളെയും കേന്ദ്രീകരിച്ചുകൊണ്ട്, ചിന്നിച്ചിതറിക്കിടക്കുന്ന ആയിരമായിരം സാമ്പത്തിക സ്ഥാപനങ്ങളെ ദേശവ്യാപകവും അതേത്തുടർന്ന് ലോകവ്യാപകവുമായ ഒരൊറ്റ മുതലാളിത്ത സമ്പദ്വ്യവസ്ഥയായി മാറ്റിക്കൊണ്ട്, പലപല ചാലുകളുടെ ഇടതിങ്ങിയ വലക്കെട്ട് ഒരു രാജ്യത്തൊട്ടാകെ എങ്ങനെ അതിവേഗം വികസിച്ചുവരുന്നുവെന്നു നമുക്കു കാണാം. സമകാലീന ബൂർഷ്വാ അർഥശാസ്ത്രത്തിന്റെ വക്താവെന്ന നിലയിൽ ഷുൽറ്റ്സെ-ഗൈവെർനിറ്റ്സ് മുകളിലുദ്ധരിച്ച ഭാഗത്ത് 'വികേന്ദ്രീകരണ'ത്തെപ്പറ്റി പറയുമ്പോൾ അദ്ദേഹം യഥാർഥത്തിൽ അർഥമാക്കുന്നത്, മുമ്പ് താരതമ്യേന 'സ്വതന്ത്ര'മായിരുന്ന, അഥവാ പ്രാദേശികാടിസ്ഥാനത്തിൽ മാത്രം വർത്തിച്ചുപോന്ന, കൂടുതൽ കൂടുതൽ സാമ്പത്തികഘടകങ്ങളെ ഒരൊറ്റ കേന്ദ്രത്തിനു കീഴ്പ്പെടുത്തുകയെന്നാണ്. ഇതു യഥാർഥത്തിൽ കേന്ദ്രീകരണമാണ്. കൂറ്റൻ കുത്തകകളുടെ പങ്കും പ്രാധാന്യവും ശക്തിയും വർധിപ്പിക്കലാണ്.

കൂടുതൽ പഴക്കംചെന്ന മുതലാളിത്ത രാജ്യങ്ങളിൽ ഈ 'ബാങ്കിങ് വലക്കെട്ട്' ഇതിലും ഇടതിങ്ങിയതാണ്. ഗ്രേറ്റ് ബ്രിട്ടനിലും അയർലൻഡിലും 1910 ൽ ബാങ്കുകളുടെ ശാഖകളായി ആകെ 7,151 എണ്ണമുണ്ടായിരുന്നു. നാലു വലിയ ബാങ്കുകൾക്ക് നാനൂറിലധികം (447 മുതൽ 689 വരെ) ശാഖകൾ വീതവും നാലെണ്ണത്തിന് ഇരുനൂറിലധികം ശാഖകൾ വീതവും പതിനൊന്നെണ്ണത്തിന് നൂറിലധികം ശാഖകൾ വീതവുമുണ്ടായിരുന്നു.

ഫ്രാൻസിൽ ഏറ്റവും വലിയ മൂന്നു ബാങ്കുകൾ-ക്രെദിത്ല്യൊന്നായ്, കണ്ത്വാ നാഷ്യൊനാൽ, സൊസ്യേത്തെ ഴെനെറാൽ എന്നിവ-അവയുടെ പ്രവർത്തനങ്ങളെയും ശാഖകളുടെ വലക്കെട്ടിനെയും വ്യാപിപ്പിച്ചത് ഇങ്ങനെയാണ്:*

* *Eugen Kaufmann. Das franzosische Bankwesen,* Tubingen, 1911. പേജ് 356, 362.

	ശാഖകളുടെയും ആപ്പീസുകളുടെയും എണ്ണം			മൂലധനം (ദശലക്ഷം ഫ്രാങ്ക്)	
	പ്രവിശ്യകളിൽ	പാരീസിൽ	മൊത്തം	സ്വന്തം മൂലധനം	നിക്ഷേപങ്ങൾ
1870	47	17	64	200	427
1890	192	66	258	265	1,245
1909	1,033	196	1,229	887	4,363

ഇക്കാലത്തെ ഒരു കൂറ്റൻ ബാങ്കിന്റെ 'ബന്ധങ്ങൾ' കാണിക്കാൻ ഡിസ്കൊൺടൊ-ഗെസെൽഷാഫ്ട് എന്ന ബാങ്ക് അയച്ചതും അതിന് ലഭിച്ചതുമായ കത്തുകളുടെ കണക്ക് റീസ്സെർ നൽകുന്നുണ്ട്. ജർമനിയിലെന്നല്ല ലോകത്തിൽത്തന്നെയുള്ള ഏറ്റവും വലിയ ബാങ്കുകളിലൊന്നാണത് (1914-ൽ അതിന്റെ മൂലധനം 30 കോടി മാർക്കായിരുന്നു):

	കിട്ടിയ കത്തുകൾ	അയച്ച കത്തുകൾ
1852	6,135	6,292
1870	85,800	87,513
1900	5,33,102	6,26,043

ക്രെദിത് ല്യൊന്നായ് എന്ന പാരീസിലെ കൂറ്റൻ ബാങ്കിലെ അക്കൗണ്ടുകളുടെ എണ്ണം 1875-ൽ 28,535 ആയിരുന്നത് 1912-ൽ 6,33,539 ആയി വർധിച്ചു.*

മൂലധനത്തിന്റെ കേന്ദ്രീകരണവും ബാങ്കുകളുടെ ടേണോവറിന്റെ വളർച്ചയും ബാങ്കുകളുടെ പ്രാധാന്യത്തിൽ സമൂലമായ മാറ്റം വരുത്തുന്നതെങ്ങനെയാണെന്ന് ഒരുപക്ഷേ ദീർഘമായ വിശദീകരണങ്ങളെക്കാൾ ഭംഗിയായി ഈ ലളിതമായ കണക്കുകൾ വ്യക്തമാക്കുന്നുണ്ട്. ചിന്നിച്ചിതറിക്കിടക്കുന്ന മുതലാളിമാരിൽനിന്ന് ഒരൊറ്റ കൂട്ടുമുതലാളി രൂപംകൊള്ളുന്നു. കുറച്ചു മുതലാളിമാരുടെ കറന്റ് അക്കൗണ്ട് കൈകാര്യം ചെയ്യുമ്പോൾ ഒരു ബാങ്ക് കേവലം സാങ്കേതികവും തികച്ചും സഹായകവുമായ ഇടപാടു മാത്രമാണ് നടത്തുന്നതെന്ന് പറയാവുന്നതാണ്. എന്നാൽ ഈ ഇടപാട് വൻതോതിൽ വളരുമ്പോൾ മുഴുവൻ മുതലാളിത്തസമുദായത്തിന്റെയും വാണിജ്യപരവും വ്യാവസായികവുമായ എല്ലാ ഇടപാടു

* Jean Lescure, *L'epargne en France*, പാരീസ്, 1914. പേജ് 52.

കളെയും ഒരുപിടി കുത്തകക്കാർ സ്വ ഹിതത്തിന് കീഴ്പ്പെടുത്തിവച്ചിരിക്കുന്നതായി നാം കാണുന്നു. കാരണം, ബാങ്കുകളുമായുള്ള തങ്ങളുടെ ബന്ധങ്ങളും തങ്ങളുടെ കറന്റ് അക്കൗണ്ടുകളും മറ്റു പണമിടപാടുകളും മൂലം അവർക്ക് ആദ്യം വിവിധ മുതലാളിമാരുടെ ധനസ്ഥിതി കൃത്യമായി മനസിലാക്കാനും പിന്നീട് അവരെ നിയന്ത്രിക്കാനും; വായ്പകൾ വെട്ടിക്കുറയ്ക്കുകയോ വർധിപ്പിക്കുകയോ ചെയ്തുകൊണ്ട്, സുഗമമാക്കുകയോ തടസപ്പെടുത്തുകയോ ചെയ്തുകൊണ്ട്, അവരെ സ്വാധീനിക്കുവാനും അവസാനം അവരുടെ വിധി പൂർണമായി നിർണയിക്കാനും കഴിയുന്നു. അവരുടെ വരുമാനം എത്രയായിരിക്കണമെന്ന് നിശ്ചയിക്കാനും അവർക്കു മൂലധനം ഇല്ലാതാക്കാനും അതല്ലെങ്കിൽ തങ്ങളുടെ മൂലധനം അതിവേഗത്തിലും വൻതോതിലും വർധിപ്പിക്കാൻ അവരെ അനുവദിക്കാനും മറ്റും മറ്റും കഴിയുന്നു.

ബർലിനിലെ ഡിസ്കോൺടൊ-ഗെസ്സെൽഷോഫ്ടിന്റെ 30 കോടി മാർക്ക് മൂലധനത്തെപ്പറ്റി മുകളിൽ പറഞ്ഞല്ലോ. ബർലിനിലെ ഏറ്റവും വലിയ ബാങ്കുകളായ ഡോയ്ത്ഷെ ബാങ്കും ഡിസ്കോൺടൊയും തമ്മിൽ മേധാവിത്വത്തിനുവേണ്ടി നടത്തിയ സമരത്തിനിടയിലെ ഒരു സംഭവമാണ് ആ ബാങ്കിന്റെ മൂലധനത്തിലുണ്ടായ ഈ വർധനവ്. 1870 ൽ ആദ്യത്തേത് ഒരു പുത്തൻ സംരംഭമായിരുന്നു. അതിന്റെ മൂലധനം ഒന്നരക്കോടി മാർക്ക് മാത്രമായിരുന്നു. അതേസമയം രണ്ടാമത്തേതിന് 3 കോടി മാർക്കിന്റെ മൂലധനമുണ്ടായിരുന്നു. 1908 ൽ ആദ്യത്തേതിന് 20 കോടി മാർക്കും രണ്ടാമത്തേതിന് 17 കോടി മാർക്കും മൂലധനമുണ്ടായിരുന്നു. 1914 ൽ ആദ്യത്തേത് അതിന്റെ മൂലധനം 25 കോടിയായി വർധിപ്പിച്ചു. രണ്ടാമത്തേത്, മറ്റൊരു ഒന്നാന്തരം വൻകിട ബാങ്കായ ഷാഫ്ഹൗസെൻഷെർ ബാങ്ക് വെറൈനുമായി ലയിച്ചുകൊണ്ട് അതിന്റെ മൂലധനം 30 കോടിയായി വർധിപ്പിച്ചു. മേധാവിത്വത്തിനുവേണ്ടിയുള്ള ഈ സമരം നടക്കുമ്പോൾത്തന്നെ ഇരു ബാങ്കുകളും തമ്മിൽ കൂടുതൽ കൂടുതൽ ഉറപ്പുള്ള 'കരാറുകളിൽ' കൂടുതൽ കൂടുതൽ സുലഭമായി ഏർപ്പെട്ടുകൊണ്ടിരിക്കുന്നു. ഏറ്റവും മിതവും ജാഗരൂകവുമായ ബൂർഷ്വാ പരിഷ്കരണവാദത്തിന്റെ പരിധികൾക്കപ്പുറം തെല്ലും കടക്കാത്ത ഒരു നിലപാടിൽ നിന്നുകൊണ്ട് സാമ്പത്തികപ്രശ്നങ്ങൾ പരിശോധിക്കുന്നത് ബാങ്കിങ് വിദഗ്ധന്മാർക്ക് ഈ സംഭവവികാസത്തിൽനിന്ന് എത്തിച്ചേരേണ്ടിവന്ന നിഗമനങ്ങൾ താഴെപ്പറയുന്നവയാണ്.

ഡിസ്കോൺടൊ-ഗെസ്സെൽഷാഫ്ടിന്റെ മൂലധനം 30 കോടി മാർക്കായി വർധിച്ചതിനെ പരാമർശിച്ചുകൊണ്ട് ബാങ്ക് എന്ന ജർമൻ പത്രിക എഴുതി:

> മറ്റു ബാങ്കുകളും ഇതേ വഴിക്കുതന്നെ പോകും. ജർമനിയെ സാമ്പത്തികമായി ഇന്നു ഭരിക്കുന്ന മുന്നൂറുപേർ കാലക്രമേണ അമ്പതോ ഇരുപത്തഞ്ചോ ഒരുപക്ഷേ അതിലും കുറച്ചോ ആയി

ചുരുങ്ങും. കേന്ദ്രീകരണത്തിലേക്കുള്ള ഈ ഏറ്റവും പുതിയ നീക്കം ബാങ്കിങ്ങിൽമാത്രമായി ഒതുങ്ങിനിൽക്കുമെന്നു പ്രതീക്ഷിക്കവയ്യാ. ബാങ്കുകൾ തമ്മിലുള്ള അടുത്ത ബന്ധങ്ങൾ അവ പിന്താങ്ങുന്ന വ്യാവസായിക സിൻഡിക്കേറ്റുകൾ ഒന്നിച്ചു വരുന്നതിലേക്ക് സ്വാഭാവികമായും വഴിതെളിക്കുന്നതാണ്.... ഒരു സുപ്രഭാതത്തിൽ നാം ഉണർന്നുനോക്കുമ്പോൾ ട്രസ്റ്റുകളൊഴിച്ച് മറ്റൊന്നും കാണാഞ്ഞ് നാം അത്ഭുതപ്പെടും. സ്വകാര്യകുത്തകകളുടെ സ്ഥാനത്ത് സ്റ്റേറ്റ്കുത്തകകൾ സ്ഥാപിക്കേണ്ടതിന്റെ ആവശ്യകത നമ്മെ നേരിടും. ഏതായാലും, കാര്യങ്ങൾ അവയുടെ വഴിക്കു നീങ്ങാൻ അനുവദിച്ചുവെന്നതൊഴിച്ചാൽ, നമുക്ക് സ്വയം കുറ്റപ്പെടുത്താനായിട്ടൊന്നുമില്ല. സ്റ്റോക്കുകളുടെ തിരിമറികൾ ഈ നീക്കത്തിന്റെ വേഗത സ്വൽപ്പം കൂട്ടിയിട്ടുണ്ടെന്നു മാത്രം*

ബൂർഷ്വാ പത്രപ്രവർത്തനത്തിന്റെ ഷണ്ഡതയുടെ ഒരുദാഹരണമാണിത്. ബൂർഷ്വാശാസ്ത്രം ഇത്രത്തോളം ആത്മാർഥമല്ല, കാര്യത്തിന്റെ കാതൽ മൂടിവയ്ക്കാനും മരങ്ങളുടെ പിന്നിലുള്ള കാടിനെ മറച്ചുപിടിക്കാനും ശ്രമിക്കുന്നു, എന്നതാണ് അതും ബൂർഷ്വാപത്രപ്രവർത്തനവും തമ്മിലുള്ള ഒരേയൊരു വ്യത്യാസം. കേന്ദ്രീകരണത്തിന്റെ ഫലങ്ങൾ കണ്ട് 'അത്ഭുതം' പ്രകടിപ്പിക്കുക, മുതലാളിത്തജർമനിയുടെ ഗവൺമെന്റിനെ-അല്ലെങ്കിൽ മുതലാളിത്ത 'സമുദായത്തെ' ('നമ്മെത്തന്നെ')-'കുറ്റപ്പെടുത്തുക', ഒരു ജർമൻ 'കാർട്ടൽ' വിദഗ്ധനായ ചിർഷ്കി അമേരിക്കൻ ട്രസ്റ്റുകളെ ഭയപ്പെടുത്തുകയും ജർമൻ കാർട്ടലുകൾ 'ട്രസ്റ്റുകളെപ്പോലെ സാങ്കേതിക-സാമ്പത്തിക പുരോഗതിയെ അമിതമായി ത്വരിതപ്പെടുത്തുന്നില്ലെ'ന്ന** കാരണത്താൽ ജർമൻ കാർട്ടലുകളെ 'കൂടുതലിഷ്ടപ്പെടുകയും' ചെയ്യുന്നതെങ്ങനെയോ അതേപോലെത്തന്നെ സ്റ്റോക്കുകളുടെയും ഷെയറുകളുടെയും ഏർപ്പെടുത്തൽ കേന്ദ്രീകരണത്തെ 'ത്വരിതപ്പെടുത്തു'മെന്നു ഭയപ്പെടുക-ഇതെല്ലാം ഷണ്ഡതയുടെ ലക്ഷണമല്ലേ?

എന്നാൽ വസ്തുതകൾ വസ്തുതകളായിത്തന്നെ തുടരുന്നു. ജർമനിയിൽ ട്രസ്റ്റുകളില്ല, കാർട്ടലുകൾ 'മാത്രമേ'യുള്ളൂ. പക്ഷേ ജർമനിയെ ഭരിക്കുന്നത് മുന്നൂറിൽ കവിയാത്ത മൂലധനപ്രഭുക്കളാണ്. അവരുടെ എണ്ണംതന്നെ നിരന്തരം കുറഞ്ഞുവരികയാണ്. ഏതായാലും ബാങ്കുകൾ എല്ലാ മുതലാളിത്തരാജ്യങ്ങളിലും-അവയിലെ ബാങ്കിങ് നിയമങ്ങൾ തമ്മിൽ എന്തുതന്നെ വ്യത്യാസങ്ങളുണ്ടായിരുന്നാലും ശരി-മൂലധനകേന്ദ്രീകരണത്തിന്റെയും കുത്തകകളുടെ രൂപീകരണത്തിന്റെയും പ്രക്രിയയെ വളരെയേറെ തീവ്രമാക്കുകയും ത്വരിതപ്പെടുത്തുകയും ചെയ്യുന്നുണ്ട്.

---

* എ ലാൻസ്ബർഗ്, *Die Bank mit den 300 Millionen, Die Bank,* 1914. 1. പേജ് 426.

** എസ്സ് ചിർഷ്കി, ഉദ്ധരിച്ച കൃതി, പേജ് 128.

ബാങ്കിങ് സമ്പ്രദായത്തിന് "സാർവത്രികമായ കണക്കുവയ്ക്കലിന്റെയും സാമൂഹ്യാടിസ്ഥാനത്തിൽ ഉൽപ്പാദനോപാധികൾ വിതരണം ചെയ്യുന്നതിന്റെയും രൂപം തീർച്ചയായും ഉണ്ട്, പക്ഷേ രൂപം മാത്രം", എന്ന് അരനൂറ്റാണ്ടു മുമ്പ് *മൂലധന*ത്തിൽ മാർക്സ് എഴുതുകയുണ്ടായി (റഷ്യൻ പരിഭാഷ, വാള്യം III, ഭാഗംII, പേജ് 144.) ബാങ്ക് മൂലധനത്തിന്റെ വളർച്ചയെയും ഏറ്റവും വലിയ ബാങ്കുകൾക്കുള്ള ശാഖകളുടെയും ആഫീസുകളുടെയും എണ്ണത്തിലും അവയുടെ അക്കൗണ്ടുകളിലുമുണ്ടായ വർധനവിനെയും മറ്റും സംബന്ധിച്ച് മുകളിലുദ്ധരിച്ച കണക്കുകൾ, മുഴുവൻ മുതലാളിവർഗത്തിന്റെയും ഈ 'സാർവത്രികമായ കണക്കുവയ്ക്കലിന്റെ' ഒരു മൂർത്തമായ ചിത്രം നൽകുന്നുണ്ട്. അതും മുതലാളിമാരുടെ മാത്രമല്ല. കാരണം, താൽക്കാലികമായിട്ടാണെങ്കിലും ബാങ്കുകൾ പണമായി പലതരം വരുമാനങ്ങൾ ശേഖരിക്കുന്നുണ്ട്-ചെറുകിട ബിസിനസുകാർ, ആഫീസുഗുമസ്തന്മാർ, തൊഴിലാളിവർഗത്തിന്റെ ഉപരിതലത്തിലുള്ള ഒരു വളരെച്ചെറിയ വിഭാഗം എന്നിവരിൽനിന്നും. 'ഉൽപ്പാദനോപാധികളുടെ സാർവത്രിക വിതരണം' - ഔപചാരികമായി നോക്കുമ്പോൾ ഇതാണ് ആധുനികബാങ്കുകളിൽനിന്ന് വളർന്നുവരുന്നത്. ഫ്രാൻസിൽ മൂന്നു തൊട്ട് ആറുവരെയും ജർമനിയിൽ ആറുതൊട്ട് എട്ടുവരെയും എണ്ണം വരുന്ന ഏറ്റവും വലിയ ബാങ്കുകളാണവ. അവ കോടിക്കണക്കിനു പണം നിയന്ത്രിക്കുന്നു. എന്നാൽ സാരാംശത്തിൽ, ഉൽപ്പാദനോപാധികളുടെ വിതരണം 'സാർവത്രിക'മേയല്ല, സ്വകാര്യാടിസ്ഥാനത്തിലാണ്. അതായത്, വൻകിട മൂലധനത്തിന്റെ, പ്രധാനമായും കൂറ്റൻ കുത്തകമൂലധനത്തിന്റെ, താൽപ്പര്യങ്ങൾക്ക് അനുസൃതമാണത്. ഈ കുത്തകമൂലധനമാകട്ടെ, ബഹുജനങ്ങൾ ദാരിദ്ര്യത്തിൽ ജീവിക്കുകയും കൃഷിയുടെ വികസനമൊട്ടാകെ യാതൊരാശയ്ക്കും വകനൽകാത്തവണ്ണം വ്യാവസായിക വികസനത്തിന്റെ പിന്നിൽ കിടക്കുകയും വ്യവസായത്തിനുള്ളിൽത്തന്നെ 'ഘനവ്യവസായങ്ങൾ' മറ്റെല്ലാ വ്യവസായശാഖകളിൽനിന്നും കപ്പം ഈടാക്കുകയും ചെയ്യുന്ന പരിതഃസ്ഥിതിയിലാണ് പ്രവർത്തിക്കുന്നത്.

മുതലാളിത്തസമ്പദ്വ്യവസ്ഥയെ സമൂഹവൽക്കരിക്കുന്ന കാര്യത്തിൽ സേവിങ്സ് ബാങ്കുകളും പോസ്റ്റാഫീസുകളും ബാങ്കുകളോട് മത്സരിക്കാൻ തുടങ്ങിക്കഴിഞ്ഞു. അവ കുറേക്കൂടി 'വികേന്ദ്രീകൃത'മാണ്. അതായത്, കൂടുതൽ പ്രദേശങ്ങളിലേക്കും കൂടുതൽ വിദൂരസ്ഥലങ്ങളിലേക്കും കൂടുതൽ വിപുലമായ ജനവിഭാഗങ്ങളിലേക്കും അവയുടെ സ്വാധീനം വ്യാപിച്ചുകിടക്കുന്നു. ബാങ്കുകളിലേയും സേവിങ്സ് ബാങ്കുകളിലെയും നിക്ഷേപങ്ങളുടെ താരതമ്യേനയുള്ള വളർച്ചയെ സംബന്ധിച്ച് ഒരു അമേരിക്കൻ കമീഷൻ ശേഖരിച്ച കണക്കുകൾ ചുവടെ കൊടുക്കുന്നു*:

---

* നാഷണൽ മോണിറ്ററി കമ്മീഷന്റെ സ്ഥിതിവിവരണക്കണക്കുകൾ", *Die Bank*, 1910. 1. പേജ്, 1200-ൽ ഉദ്ധരിച്ചത്.

നിക്ഷേപങ്ങൾ
(നൂറുകോടി മാർക്കിന്റെ കണക്കിൽ)

വർഷം	ബ്രിട്ടൻ		ഫ്രാൻസ്		ജർമനി		
	ബാങ്കുകൾ	സേവിങ്സ് ബാങ്കുകൾ	ബാങ്കുകൾ	സേവിങ്സ് ബാങ്കുകൾ	ബാങ്കുകൾ	ക്രെഡിറ്റ് സൊസൈറ്റികൾ	സേവിങ്സ് ബാങ്കുകൾ
1880	8.4	1.6	?	0.9	0.5	0.4	2.6
1888	12.4	2.0	1.5	2.1	1.1	0.4	4.5
1908	23.2	4.2	3.7	4.2	7.1	2.2	13.9

നിക്ഷേപങ്ങളിന്മേൽ നാലും നാലേകാലും ശതമാനം പലിശ കൊടുക്കുന്നതുകൊണ്ട് സേവിങ്സ് ബാങ്കുകൾക്ക് തങ്ങളുടെ മൂലധനം 'ലാഭകരമായി' മുടക്കാനുള്ള മാർഗങ്ങൾ ആരായേണ്ടിവരുന്നു. അവയ്ക്ക് ബില്ലുകളും പണയങ്ങളും മറ്റും കൈകാര്യം ചെയ്യേണ്ടിവരുന്നു. ബാങ്കുകളും സേവിങ്സ് ബാങ്കുകളും തമ്മിലുള്ള അതിർവരമ്പുകൾ 'കൂടുതൽ കൂടുതൽ മാഞ്ഞുപോകുന്നു'. ഉദാഹരണത്തിന് സേവിങ്സ് ബാങ്കുകൾ ബില്ലുമാറി പണം കൊടുക്കുക തുടങ്ങിയ 'തനി' ബാങ്കിങ് നടപടികളിൽ ഏർപ്പെടുന്നതിനെ 'നിരോധിക്കണ'മെന്ന് ബോഹുമിലെയും എർഫുർട്ടിലെയും വാണിജ്യമണ്ഡലങ്ങൾ ആവശ്യപ്പെടുന്നു. തപാലാപ്പീസിന്റെ 'ബാങ്കിങ്' പ്രവർത്തനങ്ങൾ പരിമിതപ്പെടുത്തണമെന്ന് അവ ആവശ്യപ്പെടുന്നു*. സ്റ്റേറ്റ് കുത്തക അപ്രതീക്ഷിതമായ ഒരു ഭാഗത്തുനിന്ന് തങ്ങളെ കയറി ആക്രമിക്കുമെന്ന് ബാങ്കിങ് മേധാവികൾ ഭയപ്പെടുന്നതുപോലെ തോന്നുന്നു. എന്നാൽ ഈ ഭയപ്പാട്, ഒരുതരത്തിൽ പറഞ്ഞാൽ ഒരേ ആഫീസിലെ രണ്ടു വകുപ്പുമേധാവികൾ തമ്മിലുള്ള കിടമത്സരത്തിന്റെ പ്രകടനമെന്നതിൽക്കവിഞ്ഞൊന്നുമല്ലെന്ന് പ്രത്യേകം പറയേണ്ടതില്ലല്ലോ. കാരണം, ഒരുവശത്ത്, സേവിങ്സ് ബാങ്കുകളിൽ ഏൽപ്പിച്ചിട്ടുള്ള കോടിക്കണക്കിനു പണത്തെ യഥാർഥത്തിൽ നിയന്ത്രിക്കുന്നത് അവസാനവിശകലനത്തിൽ ഇതേ ബാങ്ക് മൂലധനപ്രഭുക്കന്മാരാണ്. മറുവശത്ത്, മുതലാളിത്തസമുദായത്തിൽ സ്റ്റേറ്റുകുത്തകയെന്നത് ഏതെങ്കിലുമൊരു വ്യവസായശാഖയിൽ പാപ്പരത്തത്തിന്റെ വക്കത്തു നിൽക്കുന്ന കോടീശ്വരന്മാരുടെ വരുമാനം വർധിപ്പിക്കാനും അതിനുറപ്പു നൽകാനുമുള്ള ഒരു മാർഗം മാത്രമാണ്.

---

* *Die Bank*, 1913,പേജ് 811, 1022; 1914, പേജ് 713.

സ്വതന്ത്രമത്സരം മേധാവിത്വം വഹിച്ചിരുന്ന പഴയതരത്തിലുള്ള മുതലാളിത്തത്തിൽ നിന്ന് കുത്തകവ്യവസ്ഥ വാണരുളുന്ന പുതിയ മുതലാളിത്തത്തിലേക്കുള്ള മാറ്റം പലതിലും പ്രകടമാവുന്നുണ്ട്. അതിലൊന്നാണ് സ്റ്റോക്ക് എക്സ്ചേഞ്ചിന്റെ പ്രാധാന്യത്തിനു വന്നിട്ടുള്ള കുറവ്. ബാങ്ക് എന്ന പത്രിക എഴുതുന്നു: "ബാങ്കുകൾക്ക് പുതിയ സ്റ്റോക്കുകളുടെ ഭൂരിഭാഗവും തങ്ങളുടെ ഇടപാടുകാരിൽനിന്ന് പിരിച്ചെടുക്കാൻ കഴിയാതിരുന്ന മുൻകാലങ്ങളിൽ പരിക്രമണത്തിനുള്ള അനുപേക്ഷണീയമായ ഒരു മാധ്യമമായിരുന്നു സ്റ്റോക്ക് എക്സ്ചേഞ്ച്. എന്നാൽ ഇന്ന് ആ സ്ഥിതി മാറിയിരിക്കുന്നു.*

"ഓരോ ബാങ്കും ഒരു സ്റ്റോക്ക് എക്സ്ചേഞ്ചാണ്. ബാങ്ക് എത്ര കണ്ടു വലുതാണോ, ബാങ്കിങിന്റെ കേന്ദ്രീകരണം എത്ര കണ്ടു വിജയപ്രദമാണോ, അത്രകണ്ട് സത്യമാണ് ഈ ആധുനികസൂക്തം"**.

> മുമ്പ്, എഴുപതുകളിൽ, സ്റ്റോക്ക് എക്സ്ചേഞ്ച് യൗവനത്തിന്റെ ചോരത്തിളപ്പോടെ (1873 ലെ സ്റ്റോക്ക് എക്സ്ചേഞ്ച് തകർച്ച[17], കമ്പനി സ്ഥാപനത്തിലെ കുംഭകോണങ്ങൾ[18] തുടങ്ങിയവയെക്കുറിച്ച് 'വ്യംഗ്യരൂപേണ'യുള്ള ഒരു പരാമർശമാണിത്) ജർമനിയുടെ വ്യവസായവൽക്കരണയുഗം ഉദ്ഘാടനം ചെയ്തുവെങ്കിൽ, ഇന്ന് ബാങ്കുകൾക്കും വ്യവസായത്തിനും 'തനിച്ചു കാര്യം നടത്താൻ' കഴിയുന്നു. നമ്മുടെ വൻകിട ബാങ്കുകൾക്ക് സ്റ്റോക്ക് എക്സ്ചേഞ്ചിന്റെ മേലുള്ള ആധിപത്യം.........ജർമനി തികച്ചും സംഘടിതമായ ഒരു വ്യവസായരാഷ്ട്രമായിത്തീർന്നിരിക്കുന്നുവെന്നതിന്റെ പ്രകടനമല്ലാതെ മറ്റൊന്നുമല്ല. സ്വയമേവ പ്രവർത്തിക്കുന്ന സാമ്പത്തികനിയമങ്ങളുടെ മണ്ഡലത്തെ ഇങ്ങനെ സങ്കുചിതപ്പെടുത്തുകയും ബാങ്കുകളുടെ ബോധപൂർവമായ നിയന്ത്രണമുള്ള മണ്ഡലത്തെ ഗണ്യമായി വികസിപ്പിക്കുകയും ചെയ്യുന്നപക്ഷം തലപ്പത്തിരിക്കുന്ന ചുരുക്കം ചിലർക്ക് ദേശീയസമ്പദ്‌വ്യവസ്ഥയെ സംബന്ധിച്ചിടത്തോളമുള്ള ഉത്തരവാദിത്വം വൻതോതിൽ വർധിക്കുന്നതാണ്.

എന്നിങ്ങനെ ഷുൽറ്റ്സെ-ഗേവെർനിറ്റ്സ്*** എന്ന ജർമൻ പ്രൊഫസർ എഴുതിയിരിക്കുന്നു. ജർമൻ സാമ്രാജ്യത്വത്തിന്റെ ഈ വക്കാലത്തുകാരനെ എല്ലാ രാജ്യങ്ങളിലെയും സാമ്രാജ്യവാദികൾ ഒരു അധികൃതവക്താവായിട്ടാണ് കരുതുന്നത്. 'തികച്ചും സംഘടിതരായ' ഒരുപിടി കുത്തകക്കാർ പൊതുജനത്തെ ഞെക്കിപ്പിഴിയുന്നുവെന്നതിലാണ് സാമ്പത്തി

---

* *Die Bank*, 1914, 1. പേജ് 316

** ഡോക്ടർ ഓസ്കാർഷ്റ്റില്ലിഹ്, *Geld-und Bankwesen*, ബർലിൻ, 1907. പേജ് 169.

*** ഷുൽറ്റ്സെ-ഗെവെർനിറ്റ്സ് *Die deutsche Kredit bank,Grundriss der Sozialokonomik*, Tubingen, 1915, പേജ് 101.

കജീവിതത്തിന്റെ മേൽ ബാങ്കുകൾക്കുള്ള 'ബോധപൂർവമായ നിയന്ത്രണം' അടങ്ങിയിരിക്കുന്നതെന്ന 'നിസ്സാരകാര്യം' അദ്ദേഹം അവഗണിക്കാൻ ശ്രമിക്കുന്നു. ബാങ്കുകുത്തകക്കാരുടെ പ്രവർത്തനരീതി മുഴുവൻ തുറന്നുകാട്ടുകയോ അവരുടെ മുഴുവൻ കുതന്ത്രങ്ങളെയും വെളിച്ചത്തു കൊണ്ടുവരികയോ അല്ല, അവയെ വെള്ളയടിച്ചു കാണിക്കുകയെന്നതാണ് ഒരു ബൂർഷ്വാ പ്രൊഫസറുടെ കടമ.

ഇതേപോലെത്തന്നെ, കുറെക്കൂടി പ്രാമാണികത്വമുള്ള ധനശാസ്ത്രജ്ഞനും സ്വയമൊരു ബാങ്കറുമായ റീസ്സെർ അർഥമില്ലാത്ത വാക്കുകൾകൊണ്ട് കസർത്തു കാട്ടി അനിഷേധ്യമായ വസ്തുതകളിൽ നിന്ന് തടിതപ്പാൻ ശ്രമിക്കുന്നുണ്ട്:

> മൊത്തത്തിൽ ദേശീയ സമ്പദ്വ്യവസ്ഥയ്ക്കും പ്രത്യേകിച്ച് സെക്യൂരിറ്റികളുടെ പരിക്രമണത്തിനും തികച്ചും അത്യന്താപേക്ഷിതമായ ഒരു സവിശേഷത സ്റ്റോക്ക് എക്സ്ചേഞ്ചിന് കൂടുതൽ കൂടുതൽ നഷ്ടപ്പെട്ടുവരികയാണ്. അതിലേക്കൊഴുകുന്ന സാമ്പത്തികസരണികളുടെ അങ്ങേയറ്റം കൃത്യമായ അളവുകോൽ മാത്രമല്ല അവയെ ഏറെക്കുറെ സ്വയമേവ ക്രമീകരിക്കുന്ന ഒരേർപ്പാടു കൂടി ആയിരിക്കുക എന്നതാണത്.*

മറ്റു വാക്കുകളിൽ പറഞ്ഞാൽ, പഴയ മുതലാളിത്തം-സ്വതന്ത്രമത്സരത്തോടും അതിനൊഴിച്ചുകൂടാൻ വയ്യാത്ത ക്രമീകരണ സംവിധാനമായ സ്റ്റോക്ക് എക്സ്ചേഞ്ചോടുംകൂടിയ മുതലാളിത്തം-അപ്രത്യക്ഷമായി വരികയാണ്. അതിന്റെ സ്ഥാനത്ത് പുതിയ മുതലാളിത്തം വന്നിരിക്കുന്നു. പരിവർത്തനാത്മകമായ പ്രത്യക്ഷലക്ഷണങ്ങളോടുകൂടിയ, സ്വതന്ത്രമത്സരത്തിന്റേയും കുത്തകയുടെയും ഒരു സമ്മിശ്രം. ഒരു ചോദ്യം സ്വാഭാവികമായും ഉദിക്കുന്നു: ഈ പുതിയ മുതലാളിത്തം എന്തായിട്ടാണ് 'വളരാൻ' പോകുന്നത്? എന്നാൽ ഈ ചോദ്യം ഉന്നയിക്കാൻ ബൂർഷ്വാ പണ്ഡിതന്മാർക്കു ഭയമാണ്.

> മുപ്പതുവർഷങ്ങൾക്കുമുമ്പ്, സ്വതന്ത്രമായി പരസ്പരം മത്സരിക്കുന്ന ബിസിനസുകാർ തങ്ങളുടെ ബിസിനസിൽ കായികാധ്വാനമൊഴിച്ചുള്ള പ്രവർത്തനത്തിന്റെ പത്തിലൊമ്പതുഭാഗവും സ്വന്തമായിത്തന്നെ നിർവഹിച്ചു പോന്നു. ഇന്ന് ഈ 'മസ്തിഷ്കപ്രവർത്തന'ത്തിന്റെ പത്തിലൊമ്പതു ഭാഗവും നടത്തുന്നത് ജീവനക്കാരാണ്. ഈ പരിണാമത്തിന്റെ മുന്നണിയിൽ നിൽക്കുന്നത് ബാങ്കിങ്ങാണ്**.

---

* റീസ്സെർ, ഉദ്ധരിച്ച കൃതി, നാലാംപതിപ്പ്, പേജ് 629.

** ഷുൽറ്റ്സെ-ഗെവെർനിറ്റ്സ് *Die deutsche Kredit bank, Grundriss der Sozialokonomik,* Tubingen, 1915, പേജ് 151.

ഷുൽറ്റ്സെ-ഗെവെർനിറ്റ്സിന്റെ ഈ സമ്മതപ്രസ്താവം വീണ്ടും ഈയൊരു ചോദ്യം നമ്മുടെ മുന്നിലുയർത്തുന്നു: ഈ പുത്തൻ മുതലാളിത്തം, സാമ്രാജ്യത്വഘട്ടത്തിലെത്തിയ മുതലാളിത്തം, എന്തായിട്ടാണ് വളരാൻ പോകുന്നത്?

കേന്ദ്രീകരണപ്രക്രിയയുടെ ഫലമായി മുഴുവൻ മുതലാളിത്തസമ്പദ്വ്യവസ്ഥയുടെയും തലപ്പത്തിരിക്കുന്ന ചുരുക്കം ബാങ്കുകൾക്കിടയിൽ കുത്തകക്കരാറുകളുണ്ടാക്കാനും ഒരു ബാങ്കുട്രസ്റ്റ് രൂപീകരിക്കാനുമുള്ള ഒരു പ്രവണത സ്വാഭാവികമായും കൂടുതൽ കൂടുതൽ വ്യക്തമായി കണ്ടുവരുന്നുണ്ട്. അമേരിക്കയിൽ ഒമ്പതിനു പകരം കോടീശ്വരന്മാരായ റോക്ഫെല്ലറുടെയും മോർഗന്റെയും വക രണ്ടു പടുകൂറ്റൻ ബാങ്കുകൾ 1,100 കോടി മാർക്കിന്റെ മൂലധനം നിയന്ത്രിക്കുന്നു*. ജർമനിയിൽ, ഞാൻ മുകളിൽ പരാമർശിച്ചതുപോലെ ഡിസ്കോൺടൊ-ഗെസ്സെൽഷാഫ്ട് ഷാഫ്ഹൗസൻഷർ ബാങ്ക് വെറൈനിനെ ഗ്രസിച്ചതിനെക്കുറിച്ച് സ്റ്റോക്ക് എക്സ്ചേഞ്ച് താൽപ്പര്യങ്ങളുടെ ജിഹ്വയായ *ഫ്രാങ്ക്ഫുർട്ടർ സെയ്ത്തുങ്* അഭിപ്രായപ്പെട്ടത് ഇങ്ങനെയാണ്:

> ബാങ്കുകളുടെ കേന്ദ്രീകരണഗതി വായ്പയ്ക്കുവേണ്ടി ആശ്രയിക്കാവുന്ന സ്ഥാപനങ്ങളുടെ പരിധി ചുരുക്കുകയും അതിന്റെ ഫലമായി വൻകിടവ്യവസായത്തിന് ചുരുക്കം ചില ബാങ്കിങ് ഗ്രൂപ്പുകളുടെ മേൽ കൂടുതൽ കൂടുതൽ ആശ്രയിക്കേണ്ടിവരുന്ന സ്ഥിതി ഉളവാക്കുകയും ചെയ്യുന്നു. വ്യവസായവും പണമിടപാടുകാരുടെ ലോകവും തമ്മിൽ അടുത്ത ബന്ധമുള്ളതുകൊണ്ട് ബാങ്കിങ് മൂലധനമാവശ്യമുള്ള വ്യവസായക്കമ്പനികളുടെ ചലനസ്വാതന്ത്ര്യത്തിന് പരിമിതിയുണ്ടാവുന്നു. അതിനാൽ ബാങ്കുകൾ കൂടുതൽ കൂടുതൽ ട്രസ്റ്റുകളായിത്തീരുന്നതിനെ സമ്മിശ്രവികാരങ്ങളോടെയാണ് വൻകിടവ്യവസായം വീക്ഷിക്കുന്നത്. മത്സരം പരിമിതപ്പെടുത്തണമെന്ന ലക്ഷ്യത്തോടെ ഒറ്റയ്ക്കൊറ്റയ്ക്കുള്ള വൻകിടബാങ്കുകൾ ചില കരാറുകളിലേർപ്പെടുന്നതിന്റെ തുടക്കം നാം പലതവണ കണ്ടിട്ടുണ്ട്.**

വീണ്ടും വീണ്ടും ബാങ്കിങ്ങിന്റെ വികസനത്തിൽ അവസാനവാക്കായി വരുന്നത് കുത്തകയാണ്.

ബാങ്കുകളും വ്യവസായവും തമ്മിലുള്ള അടുത്ത ബന്ധത്തെ സംബന്ധിച്ചാണെങ്കിൽ, ബാങ്കുകളുടെ പുതിയ പങ്ക് ഒരുപക്ഷേ ഏറ്റവും പ്രകടമായി അനുഭവപ്പെടുന്നത് ഈ തുറയിൽത്തന്നെയാണ്. ഒരു ബാങ്ക് ഒരു സ്ഥാപനത്തിനുവേണ്ടി ബില്ലുമാറുകയും കറന്റ് അക്കൗണ്ട് തുറക്കുകയും മറ്റും ചെയ്യുന്നുവെന്നിരിക്കട്ടെ, വെവ്വേറെയെടുത്തുനോക്കു

---

* Die Bank, 1912, 1, പേജ് 435.

** ഷുൽറ്റ്സെ-ഗെവെർനിറ്റ്സ് മുൻപറഞ്ഞ കൃതിയിൽ ഉദ്ധരിച്ചിട്ടുള്ളത്. പേജ് 155.

മ്പോൾ ഈ പ്രവർത്തനങ്ങൾ ആ സ്ഥാപനത്തിന്റെ സ്വാതന്ത്ര്യത്തെ തെല്ലും കുറയ്ക്കുന്നില്ല. ഒരു എളിയ ഇടനിലക്കാരൻ എന്നതിൽക്ക വിഞ്ഞ യാതൊരു പങ്കും ബാങ്ക് നിർവഹിക്കുന്നില്ല. എന്നാൽ അത്തരം പ്രവർത്തനങ്ങൾ പെരുകി ഒരു സ്ഥിരം ഏർപ്പാടായിക്കഴിയുമ്പോൾ, ബാങ്ക് സ്വന്തം കൈകളിൽ വമ്പിച്ച മൂലധനത്തുകകൾ 'സംഭരിക്കുമ്പോൾ', ഒരു കമ്പനിക്ക് കറന്റ് അക്കൗണ്ടുണ്ടെന്ന വസ്തുതയിൽനിന്ന് ആ കമ്പനി യുടെ സാമ്പത്തികസ്ഥിതിയുടെ കൂടുതൽ പൂർണവും വിശദവുമായ വിവ രങ്ങൾ ലഭിക്കാൻ ബാങ്കിന് കഴിയുമ്പോൾ-ഇതാണ് സംഭവിക്കുന്നതും -വ്യാവസായിക മുതലാളിക്ക് ബാങ്കിനെ കൂടുതൽ കൂടുതൽ പൂർണ മായി ആശ്രയിക്കേണ്ടിവരുന്നുവെന്നതാണ് ഫലം.

അതേസമയം, വ്യക്തിപരമെന്നു പറയാവുന്ന ഒരുതരം പരസ്പര ബന്ധം ബാങ്കുകളും ഏറ്റവും വലിയ വ്യവസായ-വാണിജ്യസ്ഥാപന ങ്ങളും തമ്മിൽ സ്ഥാപിക്കപ്പെടുന്നു. ഓഹരികൾ വാങ്ങിയും ബാങ്ക് ഡയ റക്ടർമാരെ വ്യവസായ-വാണിജ്യസ്ഥാപനങ്ങളുടെ സൂപ്പർവൈസറി ബോർഡുകളിൽ (അല്ലെങ്കിൽ ഡയറക്ടർബോർഡുകളിൽ) നിയമിച്ചും അതേപോലെ തിരിച്ചുള്ള നിയമനങ്ങൾ നടത്തിയും അവ പരസ്പരം ലയിക്കുന്നു. മൂലധനത്തിന്റെയും സ്ഥാപനങ്ങളുടെയും ഈ രൂപത്തിലുള്ള കേന്ദ്രീകരണത്തെക്കുറിച്ച് ജർമൻ ധനശാസ്ത്രജ്ഞനായ യെയ്ഡെൽസ് ഏറ്റവും വിശദമായ കണക്കുകളെടുത്തിട്ടുണ്ട്. ബർലിനിലെ ഏറ്റവും വലിയ ആറു ബാങ്കുകൾ അവയുടെ ഡയറക്ടർമാരാൽ 344 വ്യവസായ ക്കമ്പനികളിലും ബോർഡംഗങ്ങളാൽ വേറെ 407 കമ്പനികളിലും-അ ങ്ങനെ മൊത്തം 751 കമ്പനികളിൽ-പ്രതിനിധീകരിക്കപ്പെട്ടിരിക്കുന്നു. ഇതിൽ 289 കമ്പനികളിൽ ഈ ബാങ്കുകൾക്ക് ഒന്നുകിൽ സൂപ്പർവൈ സറി ബോർഡുകളിൽ രണ്ടംഗങ്ങൾ വീതമോ അല്ലെങ്കിൽ അധ്യക്ഷസ്ഥാ നമോ ഉണ്ടായിരുന്നു. ഇൻഷുറൻസ്, ഗതാഗതം, റെസ്റ്റോറന്റുകൾ, തിയേ റ്ററുകൾ, കലാവ്യവസായം തുടങ്ങി അങ്ങേയറ്റം വൈവിധ്യമാർന്ന വ്യവ സായശാഖകളിൽ നമുക്ക് ഈ വാണിജ്യ-വ്യവസായസ്ഥാപനങ്ങൾ കണ്ടെത്താൻ കഴിയും. മറുവശത്ത്, ക്രൂപ്പിന്റെ ഡയറക്ടറും പ്രബല മായ 'ഹപ്പാഗി'ന്റെ (ഹാംബർഗ്-അമേരിക്കാ ലൈൻ) ഡയറക്ടറും മറ്റു മടക്കം ഏറ്റവും വലിയ അമ്പത്തൊന്നു വ്യവസായപ്രമുഖന്മാർ (1910 ൽ)ഈ ആറു ബാങ്കുകളുടെ സൂപ്പർവൈസറി ബോർഡുകളിലുണ്ടായി രുന്നു. 1895 നും 1910 നുമിടയ്ക്ക് ഈ ആറു ബാങ്കുകളിലോരോന്നും നൂറുകണക്കിന് (281 തൊട്ട് 419 വരെ എണ്ണം വരുന്ന) വ്യവസായക്കമ്പ നികളുടെ ഷെയറുകളും ബോണ്ടുകളും വിൽക്കുന്നതിൽ പങ്കെടു ത്തിട്ടുണ്ട്.*

ബാങ്കുകളും വ്യവസായവും തമ്മിലുള്ള ഈ 'വ്യക്തിപരമായ ബന്ധ'ത്തിനു പുറമെ അവ രണ്ടും ഗവൺമെന്റും തമ്മിലുള്ള 'വ്യക്തിപ രമായ ബന്ധ'വുമുണ്ട്. യെയ്ഡെൽസ് എഴുതുന്നു:

---

* യെയ്ഡെൽസ്, മുമ്പുദ്ധരിച്ച കൃതി, റീസ്സെർ, മുമ്പുദ്ധരിച്ച കൃതി.

> സ്ഥാനമാനങ്ങളുവള്ളവർക്കും മുമ്പ് സർക്കാരുദ്യോഗസ്ഥന്മാരായിരുന്നവർക്കും സൂപ്പർവൈസറിബോർഡുകളിൽ സൗജന്യമായി സ്ഥാനം നൽകുന്നുണ്ട്. അധികൃതരുമായുള്ള ബന്ധങ്ങൾ സുഗമമാക്കാൻ (!!) അവർക്കു ചെയ്യാൻ കഴിയുന്ന കാര്യങ്ങൾ കുറച്ചൊന്നുമല്ല.......... ഒരു വലിയ ബാങ്കിന്റെ സൂപ്പർവൈസറി ബോർഡിൽ ഒരു പാർലമെന്റംഗമോ ബർലിൻ സിറ്റി കൗൺസിലറോ ഉണ്ടായിരിക്കുക പതിവാണ്.

അതുകൊണ്ട്, വൻകിടമുതലാളികുത്തകകളുടെ ഒരുതരത്തിൽ പറഞ്ഞാൽ, നിർമ്മാണവും വളർച്ചയും 'പ്രകൃതിസഹജവും' 'പ്രകൃത്യാതീതവു'മായ എല്ലാ വഴിക്കും അടിച്ചുകയറുകയാണ്. ആധുനിക മുതലാളിത്തസമുദായത്തെ അടക്കി ഭരിക്കുന്ന നൂറുകണക്കിന് ഫിനാൻസ് രാജാക്കന്മാർക്കിടയിൽ ഒരുതരം തൊഴിൽവിഭജനം ചിട്ടയായി വളർന്നുവരുന്നുണ്ട്.

ചില വൻകിടവ്യവസായപ്രമുഖരുടെ പ്രവർത്തനമണ്ഡലം വികസിക്കുന്നതോടും (ബാങ്കുകളുടെ ബോർഡുകളിൽ ചേരലും മറ്റും) പ്രവിശ്യകളിലെ ബാങ്ക് മാനേജർമാർ നിശ്ചിത വ്യാവസായികമേഖലകളിൽ നിയോഗിക്കപ്പെടുന്നതോടുമൊപ്പം തന്നെ വൻകിടബാങ്കുകളുടെ ഡയറക്ടർമാർക്കിടയിൽ വിശേഷവൈദഗ്ധ്യസമ്പാദനം വളർന്നുവരുന്നുണ്ട്. സാമാന്യമായിപ്പറഞ്ഞാൽ, ബാങ്കിങ് പ്രവർത്തനം വൻതോതിൽ നടത്തുമ്പോൾ മാത്രമേ, പ്രത്യേകിച്ച് അതിന് വ്യവസായവുമായി വിപുലമായ ബന്ധങ്ങളുണ്ടെങ്കിൽ മാത്രമേ, ഈ വിശേഷവൈദഗ്ധ്യ സമ്പാദനത്തെക്കുറിച്ചു ചിന്തിക്കാൻ കഴിയൂ. ഈ തൊഴിൽ വിഭജനം രണ്ടു വഴിക്കാണ് നടക്കുന്നത്: ഒരു വശത്ത്, മുഴുവൻ വ്യവസായവുമായുള്ള ബന്ധങ്ങൾ അയാളുടെ പ്രത്യേകജോലിയെന്ന നിലയ്ക്ക് ഡയറക്ടറന്മാരിലൊരാളുടെ ചുമതലയിൽ ഏൽപ്പിക്കുന്നു. മറുവശത്ത്, ഓരോ ഡയറക്ടറും വെവ്വേറെയുള്ള ഏതാനും സ്ഥാപനങ്ങളുടെയോ അതല്ലെങ്കിൽ ഒരേ വ്യവസായശാഖയിൽപ്പെട്ടതോ ഒരേ താൽപ്പര്യങ്ങളുള്ളതോ ആയ ഒരു സംഘം സ്ഥാപനങ്ങളുടെയോ മേൽനോട്ടം ഏൽക്കുന്നു..........(ഒറ്റയ്ക്കൊറ്റയ്ക്കുള്ള സ്ഥാപനങ്ങളുടെ സംഘടിതമായ മേൽനോട്ടം വഹിക്കുകയെന്ന ഘട്ടത്തിൽ മുതലാളിത്തം എത്തിക്കഴിഞ്ഞിരിക്കുന്നു). ഒരാൾ ജർമൻ വ്യവസായത്തിൽ, അതിൽത്തന്നെ ചിലപ്പോൾ പടിഞ്ഞാറൻ ജർമനിയിലെ വ്യവസായത്തിൽ മാത്രം (ജർമനിയുടെ പടിഞ്ഞാറൻ ഭാഗമാണ് ഏറ്റവും കൂടുതൽ വ്യവസായവൽക്കരിക്കപ്പെട്ടിട്ടുള്ളത്) വിശേഷപരിജ്ഞാനം നേടുമ്പോൾ മറ്റുള്ളവർ വിദേശരാഷ്ട്രങ്ങളും വിദേശവ്യവസായവുമായുള്ള ബന്ധങ്ങൾ, വ്യവസായികളുടെയും മറ്റും സ്വഭാവത്തെക്കുറിച്ചുള്ള വിവരങ്ങൾ, സ്റ്റോക്ക് എക്സ്ചേഞ്ചിന്റെ പ്രവർത്തനങ്ങൾ, തുടങ്ങിയ വിഷയങ്ങളിൽ വിശേഷ വൈദഗ്ധ്യം സമ്പാദിക്കുന്നു. കൂടാതെ, ഓരോ ബാങ്കുഡയറക്ടറുടെയും ചുമതലയിൽ പലപ്പോഴും ഒരു പ്രത്യേകപ്രദേശമോ പ്രത്യേക വ്യവസായശാഖയോ ഉണ്ടായിരിക്കും. ഒരാൾ മുഖ്യമായും

വിദ്യുച്ഛക്തിക്കമ്പനികളുടെ സൂപ്പർവൈസറിബോർഡുകളിലായിരിക്കും പ്രവർത്തിക്കുന്നത്. വേറൊരാൾ രാസവ്യവസായശാലയിലോ ബിയർ ഫാക്ടറിയിലോ പഞ്ചാസരമില്ലിലോ ആയിരിക്കും. മൂന്നാമതൊരാൾ ഒറ്റതിരിഞ്ഞ ഏതാനും വ്യവസായസ്ഥാപനങ്ങളിലും അതേസമയം ഇൻഷുറൻസ് കമ്പനികളുടെ സൂപ്പർവൈസറിബോർഡുകളിലും പ്രവർത്തിക്കുന്നുണ്ടാവും. ചുരുക്കിപ്പറഞ്ഞാൽ, വൻകിടബാങ്കുകളുടെ പ്രവർത്തനങ്ങളുടെ വൈപുല്യവും വൈവിധ്യവും വർധിക്കുന്നതോടൊപ്പം അവയുടെ ഡയറക്ടർമാർക്കിടയിലുള്ള തൊഴിൽവിഭജനവും വർധിക്കുന്നുണ്ടെന്ന കാര്യത്തിൽ സംശയമില്ല. അവരെ ശുദ്ധബാങ്കിങ് പ്രവർത്തനങ്ങളിൽ നിന്നും ഏറെക്കുറെ ഉയർത്തിക്കൊണ്ടുവന്ന് വ്യവസായത്തിന്റെ പൊതുപ്രശ്നങ്ങളുടെയും ഓരോരോ വ്യവസായശാഖയുടെ പ്രത്യേക പ്രശ്നങ്ങളുടെയും കാര്യത്തിൽ കൂടുതൽ നല്ല വിദഗ്ധന്മാരും കൂടുതൽ നന്നായി വിലയിരുത്താൻ കഴിയുന്നവരുമാക്കിത്തീർക്കുക, അങ്ങനെ അതാത്, ബാങ്കിന്റെ സ്വാധീനത്തിലുള്ള വ്യാവസായികമണ്ഡലത്തിൽ പ്രവർത്തിക്കാൻ കൂടുതൽ കഴിവുള്ളവരാക്കിത്തീർക്കുക, എന്നതാണ് ഇതിന്റെ ഉദ്ദേശ്യം (ഫലവും). ഈ ഏർപ്പാടിനു പുറമെ, വ്യവസായികൾ, മുമ്പത്തെ ഉദ്യോഗസ്ഥന്മാർ, വിശേഷിച്ച് റെയിൽവേയിലും ഖനികളിലും മറ്റും പ്രവർത്തിച്ചിരുന്നവർ, തുടങ്ങി വ്യവസായകാര്യങ്ങളിൽ വൈദഗ്ധ്യം നേടിയിട്ടുള്ളവരെ തങ്ങളുടെ സൂപ്പർവൈസറി ബോർഡുകളിലേക്കു തെരഞ്ഞെടുക്കാൻ ബാങ്കുകൾ ശ്രമിക്കുന്നുണ്ട്*

ഇതേ സമ്പ്രദായംതന്നെ അൽപ്പം വ്യത്യസ്തരൂപത്തിൽ ഫ്രഞ്ച് ബാങ്കിങ്ങിലും കാണാം. ഉദാഹരണത്തിന് ഫ്രാൻസിലെ ഏറ്റവും വലിയ മൂന്നു ബാങ്കുകളിലൊന്നായ ക്രേദിത്ല്യൊന്നായ് ഒരു ധനകാര്യ ഗവേഷണസർവീസ് (service des etudes financires) സംഘടിപ്പിച്ചിട്ടുണ്ട്. എഞ്ചിനീയർമാരും സ്ഥിതിവിവരശാസ്ത്രജ്ഞരും ധനശാസ്ത്രജ്ഞരും അഭിഭാഷകരും മറ്റുമായി അമ്പതിലധികംപേർ അതിൽ സ്ഥിരമായി പ്രവർത്തിക്കുന്നു. ഇതിന് വർഷം തോറും ആറേഴു ലക്ഷം ഫ്രാങ്ക് ചെലവുവരും. ഈ സർവീസിനെ എട്ടുവകുപ്പുകളായി തിരിച്ചിരിക്കുന്നു: ഒന്ന് വ്യവസായസ്ഥാപനങ്ങളെക്കുറിച്ചുള്ള വിവരങ്ങൾ ശേഖരിക്കുന്നതിൽ പ്രത്യേകം ശ്രദ്ധിക്കുന്നു; മറ്റൊന്ന് പൊതുസ്ഥിതിവിവരക്കണക്കുകൾ പഠിക്കുന്നു; മൂന്നാമത്തേത് റെയിൽവേ-ആവിക്കപ്പൽ കമ്പനികളെക്കുറിച്ചും നാലാമത്തേത് സെക്യൂരിറ്റികളെ സംബന്ധിച്ചും അഞ്ചാമത്തേത് ധനകാര്യറിപ്പോർട്ടുകളെക്കുറിച്ചും പഠനം നടത്തുന്നു. അതുപോലെ ബാക്കിയുള്ളവയും**.

---

* യെയ്ഡെൽസ്, മുമ്പുദ്ധരിച്ച കൃതി, റീസ്സെർ, മുമ്പുദ്ധരിച്ച കൃതി.

** ഓയ്ഗെൻ കൗഫ്മാൻ ഫ്രഞ്ച് ബാങ്കുകളെക്കുറിച്ച് എഴുതിയ ലേഖനം. (*Die Bank*, 1909, 2 പേജ് 851 തൊട്ട്)

ഇതിന്റെ ഫലമായി, ഒരുവശത്ത്, ബാങ്ക് മൂലധനവും വ്യവസായ മൂലധനവും തമ്മിൽ കൂടുതൽ കൂടുതൽ ലയിച്ചുചേരുന്നു, അഥവാ, എൻ ഐ ബുഹാരിൻ സമുചിതമായി വിശേഷിപ്പിച്ചതുപോലെ അലിഞ്ഞൊന്നാവുന്നു. മറുവശത്ത്; ബാങ്കുകൾ ശരിക്കും 'സാർവത്രികസ്വഭാവ'മുള്ള സ്ഥാപനങ്ങളായി വളരുന്നു. ഈ വിഷയം ഏറ്റവും നന്നായി പഠിച്ചിട്ടുള്ള യെയ്ഡെൽസ് ഉപയോഗിച്ചിരുന്ന കൃത്യമായ പദപ്രയോഗങ്ങൾ ഉദ്ധരിക്കേണ്ടതാവശ്യമാണെന്നു ഞാൻ കരുതുന്നു.

> വ്യാവസായികബന്ധങ്ങളെ ആകെക്കൂടി എടുത്തുനോക്കിയാൽ വ്യവസായത്തിനുവേണ്ടി പ്രവർത്തിക്കുന്ന ധനകാര്യസ്ഥാപനങ്ങളുടെ സാർവത്രികസ്വഭാവം വെളിപ്പെടുന്നതാണ്. മറ്റുതരം ബാങ്കുകളിൽനിന്നു വ്യത്യസ്തമായും ചുവടിളകിപ്പോകാതിരിക്കാൻവേണ്ടി ബാങ്കുകൾ ഏതെങ്കിലുമൊരുതരം ബിസിനസിലോ ഒരു വ്യവസായശാഖയിലോ പ്രത്യേക പരിജ്ഞാനം നേടണമെന്നു സാഹിത്യങ്ങളിൽ ചിലപ്പോൾ പ്രകാശിപ്പിച്ചു കാണാറുള്ള ആവശ്യത്തിനു വിരുദ്ധമായും ഉൽപ്പാദനശാഖയെയോ പ്രദേശത്തെയോ സംബന്ധിച്ചിടത്തോളം വ്യവസായസ്ഥാപനങ്ങളുമായുള്ള തങ്ങളുടെ ബന്ധങ്ങൾ കഴിയുന്നത്ര വൈവിധ്യമാർന്നതാക്കാനാണ് വൻകിട ബാങ്കുകൾ ശ്രമിക്കുന്നത്. ഓരോ സ്ഥാപനത്തിന്റെയും ചരിത്രപരമായ വളർച്ചയുടെ ഫലമായി വ്യവസായപ്രദേശങ്ങൾക്കും ശാഖകൾക്കുമിടയിൽ മൂലധനം വിതരണം ചെയ്യപ്പെടുന്നതിൽ വന്നിട്ടുള്ള ഏറ്റക്കുറച്ചിലുകളെ ഇല്ലാതാക്കാനാണ് അവയുടെ ശ്രമം. വ്യവസായവുമായുള്ള ബന്ധത്തെ സാമാന്യമാക്കുവാനുള്ള പ്രവണതയാണ് ഒന്ന്. അതിനെ സ്ഥായിയും തീവ്രവുമാക്കാനുള്ള പ്രവണതയാണ് മറ്റൊന്ന്. ആറു വൻകിട ബാങ്കുകളിൽ ഈ രണ്ടു പ്രവണതകളും പൂർണമായിട്ടല്ലെങ്കിലും ഗണ്യമായ പരിധിവരെയും ഒരേ തോതിലും സഫലീകൃതമായിട്ടുണ്ട്.

ബാങ്കുകളുടെ 'ഭീകരവാഴ്ച'യെപ്പറ്റി വ്യവസായ-വാണിജ്യവൃത്തങ്ങൾ പലപ്പോഴും പരാതിപ്പെടാറുണ്ട്. ഇത്തരം പരാതികൾ കേൾക്കുന്നതിൽ അത്ഭുതമില്ല. കാരണം, താഴെക്കൊടുക്കുന്ന ദൃഷ്ടാന്തത്തിൽ നിന്നു കാണാവുന്നതുപോലെ വൻകിട ബാങ്കുകൾ 'കൽപ്പനകൾ' നൽകാറുണ്ട്. ബർലിനിലെ 'ഡി' ബാങ്കുകളെന്ന് അറിയപ്പെടുന്നവയിലൊരെണ്ണം (അവിടത്തെ നാലു കൂറ്റൻ ബാങ്കുകളുടെ പേരുകളും 'ഡി' എന്ന അക്ഷരത്തിൽ നിന്നാണ് തുടങ്ങുന്നത്) 1901 നവംബർ 19 നു ഉത്തര-പശ്ചിമ മധ്യ-ജർമൻ സിമന്റ് സിൻഡിക്കേറ്റിന്റെ ഡയറക്ടർ ബോർഡിന് ഇങ്ങനെയൊരു കത്തയയ്ക്കുകയുണ്ടായി. ഈ മാസം 30 ന് കൂടാൻ പോകുന്ന നിങ്ങളുടെ സിൻഡിക്കേറ്റിന്റെ അടുത്ത പൊതുയോഗത്തിൽ വച്ച് നിങ്ങളുടെ സ്ഥാപനത്തിൽ ഞങ്ങൾക്കു സ്വീകാര്യമല്ലാത്ത മാറ്റങ്ങൾക്കിടയാക്കിയേക്കാവുന്ന ചില നടപടികളെടുത്തതിനെക്കുറിച്ച് തീരുമാനിക്കാൻ സാധ്യത

യുണ്ടെന്ന് ഞങ്ങൾ മനസിലാക്കുന്നു. ഞങ്ങൾ ഇതേവരെ നിങ്ങൾക്ക നുവദിച്ചിരുന്ന വായ്പകൾ ഇക്കാരണങ്ങളാൽ പിൻവലിക്കാൻ നിർബ ന്ധിതരായതിൽ ഞങ്ങൾക്ക് അതിയായ ഖേദമുണ്ട്......എന്നാൽ മേൽപ്പ റഞ്ഞ അടുത്ത പൊതുയോഗം ഞങ്ങൾക്കു സ്വീകാര്യമല്ലാത്ത നടപടി കളെടുക്കാൻ തീരുമാനിക്കാതിരിക്കുകയും ഇക്കാര്യത്തിൽ ഭാവിയിലേക്ക് തക്കതായ ഉറപ്പുകൾ ഞങ്ങൾക്കു ലഭിക്കുകയും ചെയ്താൽ പുതിയ വായ്പകൾ അനുവദിക്കുന്നതിനെ സംബന്ധിച്ച് നിങ്ങളുമായി കൂടിയാ ലോചന നടത്താൻ ഞങ്ങൾ തയ്യാറാണ്*

വാസ്തവം പറഞ്ഞാൽ, വൻകിട മൂലധനം മർദിക്കുന്നുവെന്ന ചെറു കിടമൂലധനത്തിന്റെ പഴയ പരാതിതന്നെയാണിത്. എന്നാൽ ഇവിടെ ഒരു സിൻഡിക്കേറ്റ് അപ്പാടെതന്നെ 'ചെറുകിട' മൂലധനമെന്ന വകുപ്പിൽ പെട്ടു പോയെന്നു മാത്രം! ചെറുകിട മൂലധനവും വൻകിട മൂലധനവും തമ്മി ലുള്ള പഴയ സമരം പുതുതും അളക്കാനാവാത്തവണ്ണം ഉയർന്നതുമായ വികാസദശയിൽ പുനരാരംഭിച്ചിരിക്കയാണ്. കോടിക്കണക്കിൽ വിലമതി ക്കാവുന്ന, വൻകിടബാങ്കുകളുടെതായ സ്ഥാപനങ്ങൾക്ക് പഴയ കാലത്തേ തുമായി താരതമ്യപ്പെടുത്താൻ കഴിയാത്ത മാർഗങ്ങളുപയോഗിച്ച് സാങ്കേ തിക പുരോഗതി ത്വരിതപ്പെടുത്താൻ കഴിയുമെന്നത് യുക്തിസഹമാണ്. ഉദാഹരണത്തിന് ബാങ്കുകൾ പ്രത്യേക സാങ്കേതികഗവേഷണ സൊ സൈറ്റികൾ സ്ഥാപിക്കുന്നു. 'സൗഹാർദത്തിൽ കഴിയുന്ന' വ്യവസായ സ്ഥാപനങ്ങൾക്കു മാത്രമേ അവയുടെ പ്രവർത്തനം കൊണ്ടു ഗുണമുള്ളൂ വെന്നതിന് സംശയമില്ല. 'വൈദ്യുതറെയിൽവേ ഗവേഷണ അസോസിയേ ഷൻ', 'കേന്ദ്രശാസ്ത്രീയ സാങ്കേതിക ഗവേഷണബ്യൂറോ' തുടങ്ങിയവ ഈ ഇനത്തിൽപ്പെടും.

ദേശീയ സമ്പദ്‌വ്യവസ്ഥയിൽ എന്തൊക്കെയോ പുതിയ സാഹച ര്യങ്ങൾ സൃഷ്ടിക്കപ്പെട്ടുകൊണ്ടിരിക്കുന്ന കാര്യം വൻകിട ബാങ്കുകളുടെ ഡയറക്ടർമാർതന്നെ കാണാതിരിക്കാൻ തരമില്ല. എന്നാൽ അവയ്ക്കു മുമ്പിൽ അവർ നിസ്സഹായരാണ്.

യെയ്ഡെൽസ് എഴുതുന്നു:

> വ്യവസായത്തിന്റെ പൊതുവികസനത്തിൽ സജീവമായി ഇടപെ ടുകയെന്നത് വൻകിട ബാങ്കുകളുടെ ആവശ്യവും അധികമധികം ജീവൽപ്രധാനവുമായ കടമയാണെന്നു കരുതുന്നവരുടെ കൈക ളിലേക്ക് അധികാരം ക്രമേണ പൊയ്ക്കൊണ്ടിരിക്കുകയാണെന്ന് വൻകിട ബാങ്കുകളുടെ ഡയറക്ടർ സ്ഥാനങ്ങളിലും സൂപ്പർവൈ സറി ബോർഡ് അംഗത്വത്തിലും അടുത്തകാലത്ത് ഉണ്ടായിട്ടുള്ള മാറ്റങ്ങൾ ശ്രദ്ധിച്ചിട്ടുള്ളവർക്ക് കാണാതിരിക്കാൻ സാധ്യമല്ല. ഈ പുതിയ കൂട്ടരും പഴയ ബാങ്ക് ഡയറക്ടന്മാരും തമ്മിൽ ഈ വിഷ യത്തെക്കുറിച്ച് ബിസിനസ്സ് സംബന്ധവും വ്യക്തിപരവുമായ അഭി

* Dr. Oscar Stillich. *Geld-und Bankwesen*, ബർലിൻ, 1907, പേജ് 147.

> പ്രായവ്യത്യാസങ്ങൾ കൂടിവരികയാണ്. വ്യവസായത്തിൽ ഇങ്ങനെ ഇടപെടുന്നത് വായ്പകൾ നൽകാനുള്ള സ്ഥാപനങ്ങളെന്ന നിലയ്ക്ക് ബാങ്കുകൾക്ക് ദോഷകരമായിത്തീരുകയില്ലേ? വായ്പകൾ നൽകുന്നതിൽ ഇടനിലക്കാരെന്ന തങ്ങളുടെ പങ്കുമായി യാതൊരു ബന്ധവുമില്ലാത്തതും വ്യവസായത്തിലുണ്ടാവുന്ന ഏറ്റക്കുറച്ചിലുകളുടെ അന്ധമായ ശക്തികളുടെ മുമ്പിൽ തങ്ങളെ പൂർവാധികം തുറന്നുവിടുന്നതുമായ ഒരു പ്രവർത്തനമണ്ഡലത്തിലേക്ക് ബാങ്കുകൾ പ്രവേശിക്കുന്നത് സുപരീക്ഷിത തത്വങ്ങളെയും ഉറപ്പുള്ള ലാഭത്തെയും ബലികഴിക്കലല്ലേ? ഇതാണ് പ്രശ്നം. പഴയ ബാങ്ക് ഡയറക്ടറന്മാരിൽ പലർക്കുമുള്ള അഭിപ്രായമാണിത്. എന്നാൽ, വൻകിട ആധുനികവ്യവസായത്തോടൊപ്പം വൻകിട ബാങ്കുകളും ആധുനികവ്യാവസായിക ബാങ്കിങ് രംഗത്തുവന്നത് എത്രകണ്ട് ആവശ്യമായിരുന്നുവോ അത്രതന്നെ ആവശ്യമാണ് വ്യവസായത്തിലുള്ള സജീവമായ ഇടപെടൽ എന്നാണ് ചെറുപ്പക്കാരിൽ മിക്കവരുടെയും അഭിപ്രായം. ഒരൊറ്റക്കാര്യത്തിൽ മാത്രമേ രണ്ടുകൂട്ടർക്കും യോജിപ്പുള്ളൂ: വൻകിട ബാങ്കുകളുടെ പുതിയ പ്രവർത്തനങ്ങളിൽ ഉറച്ച തത്വങ്ങളോ മൂർത്തമായൊരു ലക്ഷ്യമോ ഇല്ല*

പഴയ മുതലാളിത്തത്തിന്റെ കാലം കഴിഞ്ഞിരിക്കുന്നു. പുതിയ മുതലാളിത്തം എന്തോ ഒന്നിലേക്കുള്ള പ്രയാണത്തെ കുറിക്കുന്നു. കുത്തകയെ സ്വതന്ത്രമത്സരവുമായി 'രഞ്ജിപ്പിക്കാൻ' വേണ്ടി 'ഉറച്ച തത്വങ്ങളെയും മൂർത്തമായ ലക്ഷ്യത്തെയും' തേടുന്നത് വെറുതെയാണ്. 'സംഘടിത' മുതലാളിത്തത്തിന്റെ ഗുണഗണങ്ങളെപ്പറ്റി അതിന്റെ വക്കാലത്തുകാരായ ഷുൽറ്റ്സെ-ഗെവെർനിറ്റ്സും ലീഫ്മനും അവരെപ്പോലുള്ള 'സൈദ്ധാന്തിക'രും പാടുന്ന ഔദ്യോഗികസ്തുതിഗീതങ്ങളുടേതിൽനിന്നു തികച്ചും വ്യത്യസ്തമായ ഒരു ധ്വനിയാണ് പ്രായോഗികരംഗത്തുള്ളവരുടെ സമ്മതവചനങ്ങൾക്കുള്ളത്.

വൻകിട ബാങ്കുകളുടെ 'പുതിയ പ്രവർത്തനങ്ങൾ' അവസാനരൂപത്തിൽ സ്ഥാപിക്കപ്പെട്ടത് കൃത്യമായി ഏതു കാലഘട്ടത്തിലാണ്? ഈ സുപ്രധാനമായ ചോദ്യത്തിന് വേണ്ടത്ര കണിശമായ ഒരു മറുപടി യെയ്ഡെൽസ് നമുക്കു തരുന്നുണ്ട്:

> വ്യവസായസ്ഥാപനങ്ങൾ തമ്മിൽ പുതിയ ഉള്ളടക്കത്തോടും പുതിയ രൂപങ്ങളോടും പുതിയ സംഘടനകളോടും-അതായത്, കേന്ദ്രീകൃതാടിസ്ഥാനത്തിലെന്നപോലെതന്നെ വികേന്ദ്രീകൃതാടിസ്ഥാനത്തിലും സംഘടിപ്പിക്കപ്പെട്ടിട്ടുള്ള വൻകിടബാങ്കുക

* യെയ്ഡെൽസ്, മുമ്പുദ്ധരിച്ച കൃതി, പേജ് 183-184

ളോടും-കൂടി ബന്ധങ്ങൾ 1890 കൾക്കു മുമ്പ് ഒരു സവിശേഷസാമ്പത്തിക പ്രതിഭാസമായിരുന്നില്ലെന്നുതന്നെ പറയാം. ഒരർഥത്തിൽ ഈ പ്രാരംഭവർഷം 1897 ലേക്കു നീട്ടിവയ്ക്കാവുന്നതാണ്. സുപ്രധാനമായ 'ലയനങ്ങൾ' നടന്നതും ബാങ്കുകളുടെ വ്യവസായികനയത്തിന് അനുയോജ്യമായ വിധത്തിൽ വികേന്ദ്രീകൃതരൂപത്തിലുള്ള സംഘടന ആദ്യമായി ഏർപ്പെടുത്തിയതും ആ വർഷത്തിലാണ്. ഈ പ്രാരംഭബിന്ദു ഒരുപക്ഷേ കുറെക്കൂടി നീട്ടിവയ്ക്കാനും കഴിഞ്ഞേക്കും. കാരണം, 1900-ലെ പ്രതിസന്ധിയാണ് വ്യവസായത്തിന്റെയും ബാങ്കിങ്ങിന്റെയും കേന്ദ്രീകരണപ്രക്രിയയെ വൻതോതിൽ ത്വരിതപ്പെടുത്തുകയും തീവ്രമാക്കുകയും ചെയ്തത്; ആ പ്രക്രിയയെ സുദൃഢമാക്കിയത്; വ്യവസായവുമായുള്ള ബന്ധത്തെ വൻകിടബാങ്കുകളുടെ യഥാർഥകുത്തകയായി ആദ്യമായി മാറ്റിത്തീർത്തത്; ആ ബന്ധത്തെ കൂടുതൽ ഗാഢവും തീവ്രവുമാക്കിയത്*.

അങ്ങനെ, ഇരുപതാംനൂറ്റാണ്ട് പഴയ മുതലാളിത്തത്തിൽനിന്ന് പുതിയ മുതലാളിത്തത്തിലേക്കുള്ള, പൊതുവായി മൂലധനത്തിന്റെ ആധിപത്യത്തിൽ നിന്ന് ഫിനാൻസ് മൂലധനത്തിന്റെ ആധിപത്യത്തിലേക്കുള്ള, വഴിത്തിരിവിനെ കുറിക്കുന്നു.

* യെയ്ഡെൽസ്, അതേ കൃതി; പേജ് 181.

3

ഫിനാൻസ് മൂലധനവും ഫിനാൻസ് പ്രഭുക്കന്മാരുടെ വാഴ്ചയും

ഹിൽഫെർഡിങ് എഴുതുന്നു:

> വ്യാവസായിക മൂലധനത്തിന്റെ കൂടുതൽ കൂടുതൽ അംശം അതു പയോഗിക്കുന്ന വ്യവസായികളുടെ വകയല്ലാതായിത്തീരുന്നു. തങ്ങളെ സംബന്ധിച്ചിടത്തോളം മൂലധന ഉടമകളായ ബാങ്കുകളുടെ മാധ്യമത്തിലൂടെ മാത്രമേ അവർക്ക് അത് ഉപയോഗിക്കാൻ കഴിയുന്നുള്ളു. മറുവശത്ത്, ബാങ്ക്, അതിന്റെ ഫണ്ടുകളുടെ കൂടുതൽ കൂടുതൽ അംശം വ്യവസായത്തിലിറക്കാൻ നിർബന്ധിതമാകുന്നു. അങ്ങനെ ബാങ്കുടമ അധികമധികം ഒരു വ്യവസായമുതലാളിയായി രൂപാന്തരപ്പെട്ടു വരികയാണ്. വ്യാവസായിക മൂലധനമായി ഇങ്ങനെ യഥാർഥത്തിൽ മാറ്റപ്പെടുന്ന ഈ ബാങ്ക് മൂലധനത്തെയാണ്, അതായത് പണരൂപത്തിലുള്ള മൂലധനത്തെയാണ്, ഞാൻ 'ഫിനാൻസ് മൂലധന'മെന്നു വിളിക്കുന്നത്. ബാങ്കുകൾ നിയന്ത്രിക്കുന്നതും വ്യവസായികൾ ഉപയോഗിക്കുന്നതുമായ മൂലധനമാണ് ഫിനാൻസ് മൂലധനം.*

അതിപ്രധാനമായ ഒരു വസ്തുതയെക്കുറിച്ച് മൗനംപാലിക്കുന്നതുകൊണ്ട് അത്രത്തോളം ഈ നിർവചനം അപൂർണമാണ്. ഉൽപ്പാദനത്തിന്റെയും മൂലധനത്തിന്റെയും കേന്ദ്രീകരണം കുത്തകയിലേക്കു നയിച്ചുകൊണ്ടിരിക്കുകയും നയിച്ചുകഴിഞ്ഞിരിക്കുകയും ചെയ്യുമാറ് അത്രയധികം വർധിച്ചിരിക്കുന്നുവെന്നതാണത്. എന്നാൽ തന്റെ കൃതിയിലുടനീളം -വിശേഷിച്ച് ഈ നിർവചനമടങ്ങിയിട്ടുള്ള അധ്യായത്തിനു തൊട്ടുമുമ്പുള്ള

* ആർ ഹിൽഫെർഡിങ്, *ഫിനാൻസ് മൂലധനം*, മോസ്കോ, 1912 (റഷ്യൻ പതിപ്പ്), പേജ് 338-39.

രണ്ടധ്യായങ്ങളിൽ-ഹിൽഫെർഡിങ് മുതലാളിത്തക്കുത്തകകളുടെ പങ്കിനെപ്പറ്റി ഊന്നിപ്പറയുന്നുണ്ട്.

ഉൽപ്പാദനത്തിന്റെ കേന്ദ്രീകരണം; അതിൽനിന്നുയർന്നു വരുന്ന കുത്തകകൾ; ബാങ്കുകൾ വ്യവസായവുമായി ലയിക്കൽ അഥവാ ഒന്നിച്ചു ചേരൽ-ഇതാണ് ഫിനാൻസ് മൂലധനത്തിന്റെ ഉത്ഭവത്തിന്റെ ചരിത്രം. ഇതാണ് ആ സങ്കൽപ്പത്തിന്റെ ഉള്ളടക്കം.

ചരക്കുൽപ്പാദനത്തിന്റെയും സ്വകാര്യസ്വത്തുടമസ്ഥതയുടെയും പൊതുസാഹചര്യങ്ങളിൽ മുതലാളിത്തകുത്തകകളുടെ 'ബിസിനസ് നടപടികൾ' ഫിനാൻസ് പ്രഭുത്വത്തിന്റെ മേധാവിത്വത്തിലേക്ക് അനിവാര്യമായും വഴിതെളിക്കുന്നതെങ്ങനെയാണെന്ന് ഇനി വിവരിക്കേണ്ടിയിരിക്കുന്നു. റീസ്സെർ, ഷുൽറ്റ്സെ-ഗെവെർനിറ്റ്സ്, ലീഫ്മൻ തുടങ്ങിയ ജർമൻ (ജർമൻ മാത്രമല്ല) ബൂർഷ്വാ പണ്ഡിതന്മാരെല്ലാവരുംതന്നെ സാമ്രാജ്യത്വത്തിന്റെയും ഫിനാൻസ് മൂലധനത്തിന്റെയും വക്കാലത്തുകാരാണെന്നു ശ്രദ്ധിക്കേണ്ടതുണ്ട്. ഫിനാൻസ് പ്രഭുത്വം രൂപംകൊണ്ടതിന്റെ 'സംവിധാനം', അതു കൈക്കൊള്ളുന്ന മാർഗങ്ങൾ, 'കളങ്കമില്ലാത്തതും കളങ്കമുള്ളതു'മായ അതിന്റെ വരുമാനങ്ങളുടെ വലിപ്പം, പാർലമെന്റുകളുമായി അതിനുള്ള ബന്ധങ്ങൾ തുടങ്ങിയ കാര്യങ്ങൾ വെളിച്ചത്തുകൊണ്ടുവരുന്നതിനു പകരം അവയെ മൂടിവയ്ക്കുകയോ മോടിപിടിപ്പിച്ചു കാട്ടുകയോ ആണ് അവർ ചെയ്യുന്നത്. ഈ 'കുഴഞ്ഞ പ്രശ്നങ്ങളിൽ' നിന്ന് ഒഴിഞ്ഞു മാറാൻവേണ്ടി അവർ ശബ്ദാഡംബരവും അവ്യക്തവുമായ വാക്കുകൾ മുഴക്കുന്നു; 'ഉത്തരവാദിത്വ ബോധം' കാട്ടണമെന്ന് ബാങ്ക് ഡയറക്ടറന്മാരോട് ആഹ്വാനം ചെയ്യുന്നു; പ്രഷ്യൻ ഉദ്യോഗസ്ഥന്മാരുടെ 'ചുമതലാബോധ'ത്തെ വാഴ്ത്തുന്നു; കുത്തകകളുടെ 'മേൽനോട്ട'ത്തിനും ക്രമീകരണത്തിനുമുള്ള തികച്ചും ഗൗരവതരമല്ലാത്ത പാർലിമെന്ററി ബില്ലുകളുടെ നിസ്സാരമായ വിശദാംശങ്ങളെപ്പറ്റി ഗൗരവപൂർവം പഠിക്കുന്നു; സിദ്ധാന്തങ്ങൾകൊണ്ട് കുട്ടിക്കളി നടത്തുന്നു. പ്രൊഫ. ലീഫ്മൻ അനുമാനിച്ചെടുത്ത, താഴെക്കൊടുക്കുന്ന 'പണ്ഡിതോചിതമായ' നിർവചനം ഇതിനൊരു ഉദാഹരണമാണ്: *ചരക്കുകൾ ശേഖരിക്കുകയും സംഭരിക്കുകയും ഓർഡറനുസരിച്ച് നൽകുകയും ചെയ്യുകയെന്ന ലക്ഷ്യത്തോടെ നടത്തുന്ന പ്രവർത്തനമാണ് വാണിജ്യം** (പ്രൊഫസർ അടിവരയിട്ട ഭാഗം)....... വിനിമയത്തെക്കുറിച്ച് യാതൊന്നുമറിഞ്ഞുകൂടാതിരുന്ന പ്രാകൃതമനുഷ്യന്റെ കാലത്ത് വാണിജ്യമുണ്ടായിരുന്നുവെന്നും സോഷ്യലിസത്തിൻ കീഴിൽ അതുണ്ടായിരിക്കുമെന്നുമാണ് ഇതിൽനിന്നു സിദ്ധിക്കുന്നത്!

എന്നാൽ ഫിനാൻസ് പ്രഭുത്വത്തിന്റെ രാക്ഷസീയവാഴ്ചയെ സംബന്ധിച്ച രാക്ഷസീയവസ്തുതകൾ എത്രയും നഗ്നമായിട്ടുള്ളതിനാൽ എല്ലാ മുതലാളിത്തരാജ്യങ്ങളിലും-അമേരിക്കയിലും ഫ്രാൻസിലും ജർമനിയിലുംമെല്ലാം തന്നെ- അതേപ്പറ്റി പല ഗ്രന്ഥങ്ങളും പുറത്തുവന്നിട്ടുണ്ട്. ബൂർഷ്വാ വീക്ഷണകോണിൽനിന്ന് എഴുതപ്പെട്ടവയാണെങ്കിലും ഈ ഫിനാൻസ് പ്രഭുത്വത്തെക്കുറിച്ച് ഏറെക്കുറെ സത്യസന്ധമായ ഒരു

* ആർ ലീഫ്മൻ, മുമ്പുദ്ധരിച്ച കൃതി, പേജ് 476.

ചിത്രവും വിമർശനവും (സ്വാഭാവികമായും ഫിലിസ്റ്റൈൻ വിമർശനം) അവ നൽകുന്നു.

നാം നേരത്തേ ചുരുക്കത്തിൽ പരാമർശിച്ചിട്ടുള്ള 'സ്വത്തുകൈവശവ്യവസ്ഥ'യ്ക്ക് അതിപ്രധാനമായ ഒരു സ്ഥാനമാണുള്ളത്. ഇക്കാര്യത്തിലേക്ക് ഒരുപക്ഷേ ആദ്യമായി ശ്രദ്ധക്ഷണിച്ച ഹെയ്മാൻ എന്ന ജർമൻ ധനശാസ്ത്രജ്ഞൻ അതിന്റെ സാരാംശം ഇപ്രകാരം വിവരിക്കുന്നു:

> സ്ഥാപനത്തിന്റെ തലവൻ മുഖ്യകമ്പനിയെ (അക്ഷരാർഥത്തിൽ, 'മാതൃകമ്പനി'യെ) നിയന്ത്രിക്കുന്നു. അത് താഴെയുള്ള കമ്പനികളെ ('പുത്രികാകമ്പനികളെ) അടക്കി ഭരിക്കുന്നു. അവയാകട്ടെ, അവയിലും താഴെയുള്ള കമ്പനികളെ ('പ്രപുത്രികാകമ്പനികളെ') നിയന്ത്രിക്കുന്നു. ഇങ്ങനെ താരതമ്യേന ചെറിയൊരു മൂലധനം കൊണ്ട് ഉൽപ്പാദനത്തിന്റെ വിപുലമായ മണ്ഡലങ്ങളെ അധീനതയിൽ കൊണ്ടുവരാൻ കഴിയും. ഒരു കമ്പനിയെ നിയന്ത്രിക്കാൻ എപ്പോഴും മൂലധനത്തിന്റെ 50 ശതമാനം കൈവശമുണ്ടായാൽ മതിയെങ്കിൽ, രണ്ടാംതട്ടിലുള്ള കീഴ്ക്കമ്പനികളിലെ 80 ലക്ഷത്തെ നിയന്ത്രിക്കാൻ സ്ഥാപനത്തിന്റെ തലവന്റെ കൈവശം പത്തു ലക്ഷമുണ്ടായാൽ മതി. ഈ 'കെട്ടുപിണച്ചിൽ' പിന്നെയും നീട്ടിയാൽ, പത്തുലക്ഷം കൊണ്ട് 160 ലക്ഷവും 320 ലക്ഷവും മറ്റും മറ്റും നിയന്ത്രിക്കാൻ കഴിയും*.

വാസ്തവം പറഞ്ഞാൽ, ഒരു കമ്പനിയുടെ കാര്യങ്ങൾ നിയന്ത്രിച്ചുകൊണ്ടുപോകാൻ അതിന്റെ ഓഹരികളുടെ 40 ശതമാനം സ്വന്തമാക്കിയാൽ മതിയാകുമെന്നാണ് അനുഭവം കാണിക്കുന്നത്**. കാരണം, അങ്ങിങ്ങായി ചിതറിക്കിടക്കുന്ന ചെറുകിട ഓഹരിയുടമകളായ കുറെപ്പേർക്ക് കമ്പനിയുടെ പൊതുയോഗങ്ങളിലും മറ്റും സംബന്ധിക്കാൻ വാസ്തവത്തിൽ സാധ്യമാകാറില്ല. ഓഹരിയുടമസ്ഥതയുടെ 'ജനാധിപത്യവൽക്കരണ'ത്തിൽനിന്ന് ബൂർഷ്വാ കുതർക്കക്കാരും 'തങ്ങളും സോഷ്യൽ ഡെമോക്രാറ്റുകാരാണെ'ന്ന് അവകാശപ്പെടുന്ന അവസരവാദികളും പ്രതീക്ഷിക്കുന്നത് (അഥവാ പ്രതീക്ഷിക്കുന്നുവെന്നു പറയുന്നത്) 'മൂലധനത്തിന്റെ ജനാധിപത്യവൽക്കരണ'വും ചെറുകിട ഉൽപ്പാദനത്തിന്റ പങ്കിലും പ്രാധാന്യത്തിലുമുള്ള വർധനവും മറ്റുമാണ്. എന്നാൽ യഥാർഥത്തിൽ അത് ഫിനാൻസ് പ്രഭുക്കന്മാരുടെ കരുത്തുകൂട്ടാനുള്ള വഴികളിലൊന്നാണ്. ഇതുകൊണ്ടാണ് കൂടുതൽ പുരോഗമിച്ച, അഥവാ കൂടുതൽ പഴക്കവും 'പരിചയവു'മുള്ള, മുതലാളിത്തരാജ്യങ്ങളിൽ ചെറിയ തുകകൾക്കുള്ള ഓഹരികളുടെ വിൽപ്പനയെ നിയമം അനുവദിച്ചിട്ടുള്ളത്. ജർമനിയിൽ

---

* ഹാൻസ് ഗിഡിയോൻഹെയ്മാൻ, *Die gemischten Werke imdeutschen Grosseisengewerbe*, Stuttgartm 1904. പേജ് 268-69.

** ലീഫ്മാൻ, *Beteiligungsges etc.* ഒന്നാം പതിപ്പിന്റെ 258-ാം പേജ്.

ആയിരം മാർക്കിൽ കുറഞ്ഞ വിലയ്ക്കുള്ള ഓഹരികൾ വിൽക്കാൻ നിയമം അനുവദിക്കുന്നില്ല. ഒരു പവന്റെ (= 20 മാർക്ക്, അഥവാ ഏകദേശം 10 റൂബിൾ) ഓഹരികൾ വിൽക്കാൻ അനുവാദമുള്ള ബ്രിട്ടനെ ജർമൻ ഫിനാൻസ് പ്രഭുക്കന്മാർ അസൂയയോടെ നോക്കുന്നു. 'ഒരു പവന്റെ ഓഹരികളാണ് ബ്രിട്ടീഷ് സാമ്രാജ്യത്വത്തിന്റെ അടിസ്ഥാനമെന്ന് ജർമനിയിലെ ഏറ്റവും വലിയ വ്യവസായ പ്രമുഖരിലും 'ഫിനാൻസ് രാജാക്കന്മാരിലു'മൊരാളായ സീമൻസ് 1900 ജൂൺ 7-നു റൈഷ്സ്താഗിൽ പറയുകയുണ്ടായി*. റഷ്യൻ മാർക്സിസത്തിന്റെ സ്ഥാപകരിലൊരാളായി കരുതപ്പെടുകയും ജനതകളിലൊന്നിന്റെ ഒരു ദുശ്ശീലമാണ് സാമ്രാജ്യത്വമെന്നു വിശ്വസിക്കുകയും ചെയ്യുന്ന അന്തസില്ലാത്ത എഴുത്തുകാരനെക്കാൾ[19] സാമ്രാജ്യത്വത്തെക്കുറിച്ച് കൂടുതൽ അഗാധവും 'മാർക്സിസ്റ്റു'മായ ധാരണ ഈ കച്ചവടക്കാരനുണ്ട്.........

എന്നാൽ 'സ്വത്തുകൈവശവ്യവസ്ഥ' കുത്തകക്കാരുടെ അധികാരത്തെ ഭീമമായ തോതിൽ വർധിപ്പിക്കാൻ മാത്രമല്ല ഉപകരിക്കുന്നത്. പൊതുജനങ്ങളെ ചതിക്കാൻ കപടവും നീചവുമായ സർവവിധവിദ്യകളും കൂസലില്ലാതെ പ്രയോഗിക്കുന്നതിന് അതുവഴി അവർക്കു കഴിയുന്നു. കാരണം, ഔപചാരികമായി, 'മാതൃകമ്പനി'യുടെ ഡയറക്ടർമാർക്ക് 'പുത്രികാകമ്പനി'യുടെ കാര്യത്തിൽ നിയമപരമായ യാതൊരു ഉത്തരവാദിത്വവുമില്ല. അത് 'സ്വതന്ത്ര'മാണെന്നാണ് വയ്പ്. അതുവഴി അവർക്ക് എന്തും സാധിക്കാം. ജർമൻ പത്രികയായ *ബാങ്കി*ന്റെ 1914 മെയിലെ ലക്കത്തിൽ നിന്നെടുത്ത ഒരുദാഹരണമിതാ:

> കുറച്ചു വർഷങ്ങൾക്കുമുമ്പ് കാസ്സെലിലെ സ്പ്രിങ് സ്റ്റീൽകമ്പനി ജർമനിയിലെ ഏറ്റവും ലാഭകരമായ സ്ഥാപനങ്ങളിലൊന്നായി കരുതപ്പെട്ടിരുന്നു. മോശമായ നടത്തിപ്പുകാരണം അതിന്റെ ഡിവിഡന്റുകൾ 15 ശതമാനമായിരുന്നത് പൂജ്യം ശതമാനമായി കുറഞ്ഞു. ഏതാനും ലക്ഷം മാർക്ക് മാത്രം നോമിനൽ മൂലധനമുള്ള 'ഹസ്സിയാ കമ്പനി' എന്ന ഒരു 'പുത്രികാകമ്പനി'ക്ക് ഓഹരിയുടമകളോട് ആലോചിക്കാതെ സൂപ്പർവൈസറി ബോർഡ് അറുപതുലക്ഷം മാർക്ക് വായ്പ കൊടുത്തതായി വെളിപ്പെട്ടു. 'മാതൃകമ്പനി'യുടെ മൂലധനത്തിന്റെ മൂന്നിരട്ടിയോളം വരുന്ന ഈ ബാധ്യതയെക്കുറിച്ച് അതിന്റെ ബാലൻസ്ഷീറ്റുകളിൽ യാതൊന്നും പറഞ്ഞിരുന്നില്ല. ഇങ്ങനെ വിട്ടുകളഞ്ഞത് തികച്ചും നിയമപരമായിരുന്നു. രണ്ടു വർഷത്തേക്കു മുഴുവനും ഇക്കാര്യം പൂഴത്തിവയ്ക്കാനും കഴിഞ്ഞു. കാരണം, അത് കമ്പനിനിയമത്തിലെ ഒരു വകുപ്പിന്റെയും ലംഘനമായിരുന്നില്ല. ചുമതലപ്പെട്ട തലവനെന്ന നിലയ്ക്ക് വ്യാജബാലൻസ് ഷീറ്റുകളിൽ ഒപ്പിട്ട സൂപ്പർവൈസറിബോർഡ് അധ്യക്ഷൻ കാസ്സെൽ വാണിജ്യമണ്ഡലത്തിന്റെ

---

* ഷുൽറ്റ്സെ-ഗൈവെർനിറ്റ്സ്, *Grundriss der Sozialokonomik*, V,2 പേജ് 110.

പ്രസിഡന്റായിരുന്നു, ഇന്നുമാണ്. വളരെക്കാലം കഴിഞ്ഞ് ഇങ്ങനെ വായ്പ കൊടുത്തത് തെറ്റാണെന്ന് (ലേഖകൻ ഈ പദം ഉദ്ധരണിയിട്ടു ചേർക്കേണ്ടതാണ്) തെളിയുകയും കാര്യമറിയുന്നവർ കയ്യൊഴിച്ചു തുടങ്ങിയതിന്റെ ഫലമായി സ്പ്രിങ്സ്റ്റീൽ കമ്പനിയുടെ ഓഹരിവില 100 ശതമാനത്തോളം ഇടിയുകയും ചെയ്തപ്പോൾ മാത്രമാണ് 'ഹസ്സിയാ' കമ്പനിക്കു കൊടുത്ത വായ്പ്പയെപ്പറ്റി ഓഹരിയുടമകൾ അറിഞ്ഞതുതന്നെ......

ഒറ്റ തിരിഞ്ഞ ബിസിനസുകാരേക്കാൾ എത്രയോ ഹൃദയലാഘവത്തോടെ ജോയിന്റ് സ്റ്റോക്ക് കമ്പനികളുടെ ഡയറക്ടർബോർഡുകൾ അപകടം നിറഞ്ഞ ഇടപാടുകൾ നടത്താൻ തയാറാവാനുള്ള കാരണമെന്താണെന്ന് അത്തരം കമ്പനികളിൽ സർവസാധാരണമായിട്ടുള്ള ഈ ബാലൻസ്ഷീറ്റ് തിരിമറിയുടെ സവിശേഷദൃഷ്ടാന്തം വ്യക്തമാക്കുന്നു.

ബാലൻസ്ഷീറ്റുകൾ തയാറാക്കാനുള്ള ആധുനികരീതികൾ സംശയാസ്പദങ്ങളായ ഇടപാടുകളെ സാധാരണ ഓഹരിയുടമകളിൽനിന്നു മറച്ചുവയ്ക്കാനുള്ള സാധ്യതയുളവാക്കുന്നുവെന്നു മാത്രമല്ല, സ്വന്തം ഓഹരികൾ തക്കസമയത്തു വിറ്റഴിച്ചുകൊണ്ട് തങ്ങളുടെ പരാജയപ്പെട്ട ഊഹക്കച്ചവടത്തിന്റെ ഭവിഷ്യത്തുകളിൽനിന്നു രക്ഷപ്പെടാൻ തൽപ്പരകക്ഷികളെ അനുവദിക്കുകയും ചെയ്യുന്നു. അതേസമയത്ത് ഒറ്റതിരിഞ്ഞ ബിസിനസുകാരനാവട്ടെ, സ്വന്തം തൊലി പണയപ്പെടുത്തിക്കൊണ്ടാണ് ഏതൊരു കാര്യത്തിലും ഏർപ്പെടുന്നത്........

പല ജോയിന്റ് സ്റ്റോക്ക് കമ്പനികളുടെയും ബാലൻസ്ഷീറ്റുകൾ കാണുമ്പോൾ നമ്മൾ മധ്യകാലങ്ങളിലെ 'പാലിംപ്സെസ്റ്റുകളെ' ഓർത്തുപോകും. ദൃശ്യലിഖിതങ്ങൾ മായ്ച്ചുകളഞ്ഞാലേ അവയ്ക്കടിയിലായി രേഖയുടെ യഥാർഥസാരമടങ്ങുന്ന മറ്റു ലിഖിതങ്ങൾ കണ്ടെത്താൻ കഴിയൂ. (മൂലലിഖിതങ്ങൾ മായ്ച്ചുകളഞ്ഞ് അവയുടെ മീതെ വേറെ ലിഖിതങ്ങൾ എഴുതിച്ചേർത്തിട്ടുള്ള ചർമപത്രങ്ങളാണ് പാലിംപ്സെസ്റ്റുകൾ.)

'പുത്രികാകമ്പനികൾ' സ്ഥാപിച്ചുകൊണ്ടോ അതല്ലെങ്കിൽ അവയെ കൂട്ടിച്ചേർത്തുകൊണ്ടോ ഒരൊറ്റ ബിസിനസിനെ പല ഭാഗങ്ങളായി തിരിക്കുകയെന്നതാണ് ബാലൻസ്ഷീറ്റുകളെ ദുർഗ്രഹങ്ങളാക്കാനുള്ള ഏറ്റവും ലളിതവും അതുകൊണ്ടുതന്നെ സർവസാധാരണമായി കൈക്കൊള്ളാറുള്ളതുമായ നടപടി. നിയമപരവും നിയമവിരുദ്ധവുമായ പല പല കാര്യങ്ങൾക്കും ഈ സമ്പ്രദായംകൊണ്ടുള്ള ഗുണങ്ങൾ എത്രയോ വ്യക്തമാണ്. അതുകൊണ്ട് അതു സ്വീകരിക്കാത്ത വൻകിടക്കമ്പനികൾ വളരെ അപൂർവമാണ്.*

* എൽ. എഷ്വെഗെ, *Tochtergesellschaften, Die Bank,* 1914,1 പേജ് 545.

ഈ സമ്പ്രദായം വിപുലമായി ഉപയോഗിക്കുന്ന ഒരു കൂറ്റൻ കുത്തകക്കമ്പനിക്കുള്ള ഉദാഹരണമായി പേരുകേട്ട ജനറൽ ഇലക്ട്രിക് കമ്പനിയെ (എ ഇ ജി) ലേഖകൻ എടുത്തുകാണിക്കുന്നുണ്ട് (ഈ കമ്പനിയെപ്പറ്റി ഞാൻ പിന്നീട് വീണ്ടും പരാമർശിക്കുന്നതാണ്). 1912-ൽ ഈ കമ്പനി മറ്റ് 175-200 കമ്പനികളിൽ ഓഹരിയെടുത്തിരുന്നുവെന്നും സ്വാഭാവികമായും അവയെ അടക്കി ഭരിച്ചിരുന്നുവെന്നും അങ്ങനെ മൊത്തത്തിൽ 150 കോടി മാർക്കോളം വരുന്ന മൂലധനത്തെ നിയന്ത്രിച്ചിരുന്നുവെന്നും കണക്കാക്കപ്പെട്ടിട്ടുണ്ട്.*

നിയന്ത്രണത്തിനുള്ള ചട്ടങ്ങൾ, ബാലൻസ് ഷീറ്റുകൾ പ്രസിദ്ധീകരിക്കൽ, നിശ്ചിത രൂപത്തിൽ ബാലൻസ്ഷീറ്റുകൾ തയ്യാറാക്കൽ, കണക്കുകൾ ആഡിറ്റു ചെയ്യൽ തുടങ്ങി സദുദ്ദേശമതികളായ-അതായത്, മുതലാളിത്തത്തെ സംരക്ഷിക്കുകയും മോടിപിടിപ്പിച്ചുകാട്ടുകയും ചെയ്യുകയെന്ന സദുദ്ദേശ്യം വച്ചുപുലർത്തുന്ന-പ്രൊഫസറന്മാരും ഉദ്യോഗസ്ഥന്മാരും പൊതുജനശ്രദ്ധയിൽ പെടുത്തുന്ന കാര്യങ്ങളെക്കൊണ്ട് യാതൊരു ഫലവുമില്ല. കാരണം, സ്വകാര്യസ്വത്തുടമസ്ഥത പാവനമാണ്. ഓഹരികൾ വാങ്ങുക, വിൽക്കുക, കൈമാറുക, പണയം വയ്ക്കുക തുടങ്ങിയ കാര്യങ്ങൾ ചെയ്യുന്നതിൽനിന്നും ആരെയും വിലക്കാൻ സാധ്യമല്ല.

വൻകിട റഷ്യൻ ബാങ്കുകളിൽ 'സ്വത്തുകൈവശവ്യവസ്ഥ' എത്രത്തോളം വളർന്നിട്ടുണ്ടെന്ന് ഇ അഗാദ് നൽകിയിട്ടുള്ള കണക്കുകളിൽ നിന്നു തീരുമാനിക്കാവുന്നതാണ്. പതിനഞ്ചുവർഷം റൂസൊ-ചൈനീസ് ബാങ്കിലെ ഉദ്യോഗസ്ഥനായിരുന്ന അദ്ദേഹം 1914 മെയിൽ വൻകിടബാങ്കുകളും ലോകകമ്പോളവും എന്നു തികച്ചും ശരിയെന്നു പറഞ്ഞുകൂടാത്ത ശീർഷകത്തിൽ ഒരു പുസ്തകം പ്രസിദ്ധപ്പെടുത്തിയിട്ടുണ്ട്**. ഗ്രന്ഥകാരൻ വൻകിട റഷ്യൻബാങ്കുകളെ രണ്ടു പ്രധാനഗ്രൂപ്പുകളായി തിരിക്കുന്നു: (എ) 'സ്വത്തുകൈവശവ്യവസ്ഥ'യിൻ കീഴിൽ വരുന്ന ബാങ്കുകൾ; (ബി) 'സ്വതന്ത്ര' ബാങ്കുകൾ. ഇവിടെ 'സ്വതന്ത്ര'മെന്നതിന് വിദേശബാങ്കുകളിൽ നിന്നു സ്വതന്ത്രമെന്ന അർഥമേ കൽപ്പിച്ചിട്ടുള്ളൂ. ഇതിൽ ആദ്യത്തെ ഗ്രൂപ്പിനെ ഗ്രന്ഥകാരൻ മൂന്നു ഉപവകുപ്പുകളായി തിരിക്കുന്നു. (1) ജർമൻ കൈവശങ്ങൾ, (2) ബ്രിട്ടീഷ് കൈവശങ്ങൾ, (3) ഫ്രഞ്ച് കൈവശങ്ങൾ. സംഗതരാജ്യത്തെ വൻകിട വിദേശബാങ്കുകൾക്കുള്ള 'കൈവശങ്ങളേ'യും മേധാവിത്വത്തെയുമാണ് ഇവിടെ ഉദ്ദേശിച്ചിട്ടുള്ളത്. ഗ്രന്ഥകാരൻ ബാങ്കുകളുടെ മൂലധനത്തെ 'ഉൽപ്പാദനക്ഷമമായി' (വാണിജ്യത്തിലും വ്യവസായത്തിലും) മുടക്കിയ മൂലധനമെന്നും 'ഊഹക്കച്ചവടത്തിനു വേണ്ടി' (സ്റ്റോക്ക് എക്സ്ചേഞ്ചിലും പണമിടപാടുകളിലും) മുടക്കിയ മൂലധന

---

* കുർട്ട് ഹൈനിഗ്, Der Weg des Elektrotrusts, *Neue Zeit*, 1912, 30.Jahrg., 2, പേജ് 484.

** ഇ അഗാദ്, *Grossbanken und Weltmarkt. Die wirtsch-affliche und politische Bedeutung der Grossbanken im Weltmarkt unter Berucksichtigung ihres Einflusses auf Russlands Volkswirtschaft und die deutsch-russischen Beziehungen* Berlin, 1914.

മെന്നും തിരിച്ചിരിക്കുന്നു. മുതലാളിത്തത്തിൻ കീഴിൽ അദ്യത്തെ രൂപത്തിലുള്ള നിക്ഷേപത്തെ രണ്ടാമത്തേതിൽനിന്നു വേർതിരിക്കാനും രണ്ടാമത്തെരൂപത്തെ ഇല്ലാതാക്കാനും കഴിയുമെന്ന് തന്റെ പെറ്റിബൂർഷ്വാ പരിഷ്കരണവാദപരമായ വീക്ഷണകോണിൽ നിന്ന് ഗ്രന്ഥകാരൻ സങ്കൽപ്പിക്കുന്നുണ്ട്.

അദ്ദേഹം നൽകുന്ന കണക്കുകളിതാ:

ബാങ്കുകളുടെ ആസ്തികൾ

(1913 ഒക്ടോബർ-നവംബറിലേക്കുള്ള റിപ്പോർട്ടുകളനുസരിച്ച് ദശലക്ഷം റൂബിളിന്റെ കണക്കിൽ)

റഷ്യൻ ബാങ്കുകളുടെ ഗ്രൂപ്പുകൾ	ഇറക്കിയ മൂലധനം		
	ഉൽപ്പാദനക്ഷമമായി	ഊഹക്കച്ചവടത്തിനുവേണ്ടി	ആകെ
A. 1) നാലു ബാങ്കുകൾ: സൈബീരിയൻ കമേഴ്സ്യൽ, റഷ്യൻ, ഇന്റർനാഷണൽ, ഡിസ്കൗണ്ട് ബാങ്ക്.....	413.7	859.1	1,272.8
A. 2) രണ്ടു ബാങ്കുകൾ: കമേഴ്സ്യൽ-ഇൻഡസ്ട്രിയൽ, റൂസ്സോ-ബ്രിട്ടീഷ്.	239.3	169.1	408.14
A. 3) അഞ്ചു ബാങ്കുകൾ: റഷ്യൻ-ഏഷ്യാറ്റിക്, സെന്റ് പീറ്റേഴ്സ് ബർഗ് പ്രൈവറ്റ്, അസോവ്ദോൻ, യൂണിയൻ മോസ്കോ, റൂസ്സോ-ഫ്രഞ്ച് കമേഴ്സ്യൽ.	711.8	661.2	1,373.0
(11 ബാങ്കുകൾ) ആകെ A) =	**1,364.8**	**1,689.4**	**3,054.2**
B) എട്ടു ബാങ്കുകൾ: മോസ്കോ മെർച്ചന്റ്സ്, വോൾഗ-കാമ, യുങ്കർ കമ്പനി, സെന്റ് പീറ്റേഴ്സ് ബർഗ് കമേഴ്സ്യൽ (മുമ്പ് വാവെൽബെർഗ്), ബാങ്ക് ഓഫ് മോസ്കോ (മുമ്പ് ര്യബുഷീൻസ്കി), മോസ്കോ ഡിസ്കൗണ്ട്, മോസ്കോ കമേഴ്സ്യൽ, മോസ്കോ പ്രൈവറ്റ്.	504.2	391.1	895.3
(19 ബാങ്കുകൾ) ആകെ	**1,869.0**	**2080.5**	**3949.5**

ഈ കണക്കുകളനുസരിച്ച്, വൻകിടബാങ്കുകളുടെ 'പ്രവർത്തന' മൂലധനമായ ഏകദേശം 400 കോടി റൂബിളിൽ മുക്കാൽ ഭാഗത്തിലധികം-

300 കോടിയിലധികം-യഥാർഥത്തിൽ വിദേശബാങ്കുകളുടെ 'പുത്രികാ കമ്പനികൾ' മാത്രമായിരുന്ന ബാങ്കുകളുടെ വകയായിരുന്നു. ഈ വിദേശബാങ്കുകൾ മുഖ്യമായും പാരീസ് ബാങ്കുകളും (യൂണിയൻ പരീസിയോങ്, പാരീസ് എ പെയ്സ്-ബാസ്, സൊസയേത്തെ ഴെനെറാൽ എന്നീ വിശ്രുതത്രയം) ബർലിൻ ബാങ്കുകളും (വിശേഷിച്ച് ഡൊയ്ത്ഷെ ബാങ്കും ഡിസ്കോൺ ടൊഗെസെൽഷാഫ്ടും) ആയിരുന്നു. രണ്ടു കൂറ്റൻ റഷ്യൻ ബാങ്കുകൾ-'റഷ്യൻ' (റഷ്യൻ വിദേശവ്യാപാര ബാങ്ക്), 'ഇന്റർനാഷണൽ' (സെന്റ് പീറ്റേഴ്സ് ബർഗ് ഇന്റർനാഷണൽ കമേഴ്സ്യൽ ബാങ്ക്) എന്നിവ-1906 നും 1912 നുമിടയ്ക്ക് തങ്ങളുടെ മൂലധനം 440 ലക്ഷത്തിൽനിന്ന് 980 ലക്ഷം റൂബിളായും തങ്ങളുടെ കരുതൽധനം 150 ലക്ഷത്തിൽനിന്ന് 390 ലക്ഷം റൂബിളായും വർധിപ്പിച്ചു. 'ജർമൻ മൂലധനത്തിന്മേലാണ് അവ മുക്കാലും പ്രവർത്തിച്ചത്.' ആദ്യത്തേത് ബർലിൻ ഡൊയ്ത്ഷെ ബാങ്ക് 'സ്ഥാപന'ത്തിന്റെയും രണ്ടാമത്തേത് ബർലിൻ ഡിസ്കോൺടൊ-ഗെസെൻഷാഫ്ടിന്റെയും വകയാണ്. ഭൂരിഭാഗം ഓഹരികളും ബർലിൻ ബാങ്കുകളുടെ കൈവശമായതും തന്മൂലം റഷ്യൻ ഓഹരിയുടമകൾ നിസ്സഹായരായതും നല്ലവനായ അഗാദിനെ കലശലായി രോഷംകൊള്ളിക്കുന്നുണ്ട്. മൂലധനം കയറ്റി അയയ്ക്കുന്ന രാജ്യം സ്വത്ത് ഊറ്റിയെടുക്കുമെന്നത് സ്വാഭാവികമാണ്. ഉദാഹരണത്തിന്, സൈബീരിയൻ കമേഴ്സ്യൽ ബാങ്കിന്റെ ഓഹരികളെ ബർലിൻ വിപണിയിലിറക്കുന്നതിനു മുമ്പ് ബർലിൻ ഡൊയുത്ഷെ ബാങ്ക് അവയെ ഒരു വർഷം മുഴുവനും ഒളിച്ചുവയ്ക്കുകയും പിന്നീട് 100 ന് 193 എന്ന നിരക്കിൽ-അതായത് ഏതാണ്ടിരട്ടി വിലയ്ക്ക്-വിൽക്കുകയും ചെയ്തു. അങ്ങനെ അത് അറുപതുലക്ഷം റൂബിളോളം ലാഭം 'സമ്പാദിച്ചു'. 'നടത്തിപ്പുകാരന്റെ ലാഭം' എന്നാണ് ഹിൽഫെർഡിങ് ഇതിനിട്ടിരിക്കുന്ന പേര്.

പ്രധാനപ്പെട്ട സെൻറ് പീറ്റേഴ്സ്ബർഗ് ബാങ്കുകളുടെ മൊത്തം 'ശേഷി' 8,235 ദശലക്ഷം റൂബിൾ വരുമെന്നാണ് ഗ്രന്ഥകാരൻ കണക്കാക്കിയിട്ടുള്ളത്. എന്നുവച്ചാൽ, 825 കോടിയോളം എന്നർഥം. വിദേശബാങ്കുകളുടെ 'സ്വത്തുകൈവശങ്ങൾ', അഥവാ, കുറെക്കൂടി കൃത്യമായിപ്പറഞ്ഞാൽ മേധാവിത്വം, അദ്ദേഹത്തിന്റെ മതിപ്പനുസരിച്ച് ഇപ്രകാരമാണ്: ഫ്രഞ്ച് ബാങ്കുകൾ- 55 ശതമാനം; ബ്രിട്ടീഷ്-10 ശതമാനം; ജർമൻ 35 ശതമാനം. പ്രവർത്തനമൂലധനമായ ഈ 8,235 ദശലക്ഷം റൂബിളിൽ ഗ്രന്ഥകാരന്റെ കണക്കനുസരിച്ച് 3,687 ദശലക്ഷം റൂബിൾ, അഥവാ 40 ശതമാനത്തിലധികം, പ്രൊദൂഗൊൽ, പ്രൊദാമെത്ത് എന്നീ സിൻഡിക്കേറ്റുകളുടെയും എണ്ണ, ലോഹസംസ്കരണം, സിമന്റ് എന്നീ വ്യവസായങ്ങളിലെ സിൻഡിക്കേറ്റുകളുടെയും വകയാണ്. അങ്ങനെ, മുതലാളിത്തകുത്തകകളുടെ രൂപീകരണത്തോടനുബന്ധിച്ച് ബാങ്കുമൂലധനവും വ്യാവസായികമൂലധനവും തമ്മിലുള്ള ലയനം റഷ്യയിലും വൻതോതിൽ മുന്നേറിയിട്ടുണ്ട്.

ചുരുക്കം പേരുടെ കൈകളിൽ കേന്ദ്രീകരിക്കപ്പെടുകയും ഫലത്തിൽ കുത്തകയായി വർത്തിക്കുകയും ചെയ്യുന്ന ഫിനാൻസ് മൂലധനം കമ്പ

നികളുടെ രൂപീകരണത്തിൽനിന്നും സ്റ്റോക്ക് വിൽപ്പനയിൽ നിന്നും സ്റ്റേറ്റു വായ്പകളിൽ നിന്നും മറ്റുമായി വമ്പിച്ചതും കൂടുതൽ കൂടുതൽ വർധമാനവുമായ ലാഭം നേടുന്നു; ഫിനാൻസ് പ്രഭുക്കളുടെ മേധാവിത്വം ശക്തിപ്പെടുത്തുന്നു; കുത്തകക്കാരുടെ ഗുണത്തിനുവേണ്ടി സമുദായത്തിന്മേലൊട്ടാകെ കപ്പം ചുമത്തുന്നു. അമേരിക്കൻ ട്രസ്റ്റുകളുടെ 'ബിസിനസ്സ്' രീതികളുടെ അസംഖ്യം ഉദാഹരണങ്ങളിലൊരെണ്ണം ഹിൽഫെർഡിങ് ഉദ്ധരിച്ചിട്ടുള്ളത് ഇവിടെ പറയാം. 1887 ൽ ബാവെമേയർ ഒട്ടാകെ 65 ലക്ഷം ഡോളർ മൂലധനമുള്ള പതിനഞ്ചു ചെറിയ കമ്പനികളെ ഒന്നിച്ചുചേർത്ത് ഒരു പഞ്ചസാര ട്രസ്റ്റ് രൂപീകരിച്ചു. അമേരിക്കക്കാരുടെ ഭാഷയിൽ പറഞ്ഞാൽ വേണ്ടത്ര 'വെള്ളം ചേർത്തുകൊണ്ട്' ട്രസ്റ്റിന്റെ മൂലധനം 5 കോടി ഡോളറായി പ്രഖ്യാപിക്കപ്പെട്ടു. ഭാവിയിലെ കുത്തകലാഭം കണക്കിലെടുത്തുകൊണ്ടുള്ളതായിരുന്നു ഈ 'മൂലധനാധികരണം'. കഴിയുന്നത്ര ഇരുമ്പയിർ പ്രദേശങ്ങൾ വാങ്ങിക്കൂട്ടുമ്പോൾ അമേരിക്കയിലെ ഉരുക്കു ട്രസ്റ്റ് ചെയ്യുന്നതും ഇതേപോലെ ഭാവിയിലെ കുത്തകലാഭം കണക്കിലെടുക്കുകയാണ്. യഥാർഥത്തിൽ പഞ്ചസാരട്രസ്റ്റ് കുത്തകവില നിശ്ചയിക്കുകയും, അങ്ങനെ ഏഴിരട്ടി 'വെള്ളം ചേർത്ത്' മൂലധനത്തിന്മേൽ പത്തു ശതമാനം ഡിവിഡന്റ്-അഥവാ ട്രസ്റ്റ് രൂപീകരിക്കുമ്പോൾ യഥാർഥത്തിൽ ഇറക്കിയ മൂലധനത്തിന്മേൽ 70 ശതമാനത്തോളം ഡിവിഡന്റ്-നൽകാൻ കഴിയത്തക്കവണ്ണം ലാഭം സമ്പാദിക്കുകയും ചെയ്തു! 1909 ൽ പഞ്ചസാരട്രസ്റ്റിന്റെ മൂലധനം 9 കോടി ഡോളറായിരുന്നു. ഇരുപത്തിരണ്ടു വർഷത്തിനകം അതിന്റെ മൂലധനം പത്തിരട്ടിയിലധികം വർധിച്ചുവെന്നർഥം.

ഫ്രാൻസിൽ 'ഫിനാൻസ് പ്രഭുത്വ'ത്തിന്റെ മേധാവിത്വം ഇതിൽനിന്ന് അൽപ്പം വ്യത്യസ്തമായ രൂപം കൈക്കൊണ്ടു (*ഫ്രാൻസിലെ ഫിനാൻസ് പ്രഭുത്വത്തിനെതിരെ* എന്നതാണ് ലീസിസിന്റെ സുപ്രസിദ്ധ ഗ്രന്ഥത്തിന്റെ ശീർഷകം. 1908 ൽ അതിന്റെ അഞ്ചാം പതിപ്പ് ഇറങ്ങി). ഏറ്റവും പ്രബലങ്ങളായ നാലു ബാങ്കുകൾക്ക് ബോണ്ടുവിൽപ്പനയുടെ കാര്യത്തിൽ അപേക്ഷികമല്ല 'കേവലമായ കുത്തക'യാണുള്ളത്. യഥാർഥത്തിൽ അത് 'വൻകിടബാങ്കുകളുടെ ട്രസ്റ്റ്'ആണ്. ഈ കുത്തക ബോണ്ടുവിൽപ്പനയിൽ നിന്ന് കുത്തകലാഭം കിട്ടുമെന്നതിന് ഉറപ്പു നൽകുന്നു. കടം വാങ്ങുന്ന രാജ്യത്തിന് സാധാരണഗതിയിൽ കടത്തുകയുടെ 90 ശതമാനത്തിലധികം കയ്യിൽ കിട്ടുകയില്ല. ബാക്കി 10 ശതമാനം ബാങ്കുകൾക്കും മറ്റ് ഇടനിലക്കാർക്കും പോകുന്നു. റഷ്യൻ-ചൈനീസ് വായ്പയായ 40 കോടി ഫ്രാങ്കിൽനിന്ന് ബാങ്കുകൾ 8 ശതമാനം ലാഭം നേടി. 1904 ലെ റഷ്യൻ വായ്പയായ 80 കോടി ഫ്രാങ്കിൽ നിന്നുള്ള ലാഭം 10 ശതമാനവും 1904-ലെ മൊറോക്കൻ വായ്പയായ 625 ലക്ഷം ഫ്രാങ്കിൽ നിന്നുള്ള ലാഭം 18.75 ശതമാനവുമായിരുന്നു. ചെറുകിട ഹുണ്ടികമൂലധനവുമായി വളർച്ചയാരംഭിച്ച മുതലാളിത്തം ഭീമമായ ഹുണ്ടികമൂലധനവുമായിട്ടാണ് അതിന്റെ വളർച്ച അവസാനിപ്പിക്കുന്നത്. 'യൂറോപ്പിലെ ഹുണ്ടികക്കാരാണ്

ഫ്രഞ്ചുകാർ', ലീസിസ് പറയുന്നു. മുതലാളിത്തത്തിന്റെ ഈ രൂപാന്തരണം സാമ്പത്തികജീവിതത്തിന്റെ എല്ലാ സാഹചര്യങ്ങളിലും അഗാധമായ മാറ്റങ്ങളുളവാക്കുന്നു. ജനസംഖ്യയിലും വ്യവസായത്തിലും വാണിജ്യത്തിലും കപ്പൽഗതാഗതത്തിലും വളർച്ചയില്ലാതെതന്നെ ഒരു രാജ്യത്തിന് ഹുണ്ടികവ്യാപാരം വഴി സമ്പന്നമാകാൻ കഴിയും. "എൺപതു ലക്ഷം ഫ്രാങ്ക് മൂലധനത്തെ പ്രതിനിധീകരിക്കുന്ന 50 പേർക്ക് നാലു ബാങ്കുകളിൽ നിക്ഷേപിച്ചിട്ടുള്ള 200 കോടി ഫ്രാങ്കിനെ നിയന്ത്രിക്കാൻ കഴിയും. നാം നേരത്തേ പരിചയപ്പെട്ടുകഴിഞ്ഞ 'സ്വത്തുകൈവശ' വ്യവസ്ഥയും ഇതേ ഫലമാണുളവാക്കുന്നത്. ഉദാഹരണത്തിന്, ഏറ്റവും വലിയ ബാങ്കുകളിലൊന്നായ സൊസയേത്തെ ഴെനെറാൽ അതിന്റെ പുത്രികാകമ്പനി" യായ ഈജിപ്ഷ്യൻ പഞ്ചസാരശുദ്ധീകരണശാലയ്ക്ക് 64,000 ബോണ്ടുകൾ നൽകുന്നു. 150 ശതമാനത്തിന്റെ നിരക്കിലാണ് ബോണ്ടുകൾ നൽകുന്നത്. അതായത് ഒരു ഫ്രാങ്കിന് 50 സെന്റെം വച്ച് ബാങ്കിന് ലാഭം കിട്ടുന്നു. പുതിയ കമ്പനിയുടെ ഡിവിഡന്റുകൾ വ്യാജമാണെന്ന് തെളിഞ്ഞു. 'പൊതുജന'ത്തിന് 9–10 കോടി ഫ്രാങ്കിന്റെ നഷ്ടമുണ്ടായി. 'സൊസയേത്തെ ഴെനെറാലിന്റെ ഡയറക്ടർമാരിലൊരാൾ പഞ്ചസാരശുദ്ധീകരണശാലയുടെ ഡയറക്ടർബോർഡംഗമായിരുന്നു.' താഴെപ്പറയുന്ന നിഗമനത്തിൽ ഗ്രന്ഥകാരൻ എത്തിച്ചേർന്നതിൽ അത്ഭുതപ്പെടാനില്ല: "ഫ്രഞ്ച് റിപ്പബ്ലിക്ക് ഫിനാൻസ് മൂലധനത്തിന്റെ രാജാധിപത്യമാണ്. ഫിനാൻസ് പ്രഭുത്വത്തിന്റെ പരിപൂർണ മേധാവിത്വമാണ്. അത് പത്രങ്ങളെയും ഗവണ്മെന്റിനെയും അടക്കി ഭരിക്കുന്നു."*

ഫിനാൻസ് മൂലധനത്തിന്റെ പ്രധാനപ്രവർത്തനങ്ങളിലൊന്നായ ബോണ്ടുവിൽപ്പനയിൽനിന്നു കിട്ടുന്ന അസാമാന്യമാംവണ്ണം ഉയർന്ന ലാഭനിരക്ക് ഫിനാൻസ് പ്രഭുത്വത്തിന്റെ വളർച്ചയിലും സുദൃഢീകരണത്തിലും അതിപ്രധാനമായ ഒരു പങ്കു വഹിക്കുന്നു. "വിദേശവായ്പകൾ സംഘടിപ്പിക്കുന്നതിൽ നിന്നുള്ളത്ര ഉയർന്ന ലാഭം ഏകദേശമെങ്കിലും കിട്ടുന്ന ഒരൊറ്റ ബിസിനസുപോലും ഈ രാജ്യത്തിനകത്തില്ല", എന്ന് *ദി ബാങ്ക്*** പറയുന്നു.

"സെക്യൂരിറ്റികളുടെ വിൽപ്പനയിൽനിന്നു കിട്ടുന്നതിനോടു താരതമ്യപ്പെടുത്താവുന്ന ലാഭം ഒരു ബാങ്കിടപാടിൽ നിന്നു കിട്ടുന്നതിനോടും ലഭിക്കുകയില്ല!" *ജർമൻ ഇക്കോണമിസ്റ്റി*ന്റെ കണക്കനുസരിച്ച് വ്യവസായസ്റ്റോക്കുകളുടെ വിൽപ്പനയിൽ നിന്നു കിട്ടിയ ശരാശരി വാർഷികലാഭം ഇപ്രകാരമായിരുന്നു:

---

* ലീസിസ്, *Contre l'oligarchie financere en France* 5'ാം പതിപ്പ്, പാരീസ്, 1908. പേജ് 11,12,26,39,40,48.

** *Die Bank*, ലക്കം 7, പേജ് 630.

വർഷം	ശതമാനം
1895	38.6
1896	36.1
1897	66.7
1898	67.7
1899	66.9
1900	55.2

“1891-നും 1900-നുമിടയ്ക്കുള്ള പത്തുവർഷം കൊണ്ട് ജർമൻ വ്യവസായസ്റ്റോക്കുകളുടെ വിൽപ്പനയിൽ നിന്നുമായി നൂറുകോടിയിലധികം മാർക്ക് ‘സമ്പാദിക്കുക’യുണ്ടായി”*.

വ്യാവസായികോൽക്കർഷത്തിന്റെ കാലഘട്ടങ്ങളിൽ ഫിനാൻസ് മൂലധനത്തിന്റെ ലാഭം വമ്പിച്ചതാണ്. എന്നാൽ മാന്ദ്യത്തിന്റെ കാലഘട്ടങ്ങളിൽ ചെറുതും ഉറപ്പില്ലാത്തതുമായ ബിസിനസുകൾ നിലനിൽക്കാതാവുന്നു. വൻകിടബാങ്കുകൾ തുച്ഛവിലയ്ക്ക് അവയെ കൈവശപ്പെടുത്തുന്നു. അല്ലെങ്കിൽ അവയെ ‘പുതുക്കിപ്പണിയുന്നതിനും’ ‘പുനസംഘടിപ്പിക്കുന്നതിനു’മുള്ള ലാഭകരമായ പദ്ധതികളിൽ പങ്കുകൊള്ളുന്നു. നഷ്ടത്തിൽ നടന്നിരുന്ന സ്ഥാപനങ്ങളെ ‘പുതുക്കിപ്പണി’യുമ്പോൾ, “ഓഹരിമൂലധനത്തെ കുറച്ചുകാണിക്കുന്നു. അതായത്, ലാഭം ചുരുങ്ങി മൂലധനത്തിന്മേൽ വിതരണം ചെയ്യപ്പെടുന്നു. തുടർന്നും ആ അടിസ്ഥാനത്തിൽ കണക്കുകൂട്ടപ്പെടുന്നു. അഥവാ വരുമാനം പൂജ്യമായി ചുരുങ്ങിയാൽ പുതിയമൂലധനത്തെ ക്ഷണിക്കുകയായി. പഴയതും കുറഞ്ഞ പ്രതിഫലം ലഭിക്കുന്നതുമായ മൂലധനത്തോട് ഇത് ഒന്നിച്ചുചേരുമ്പോൾ മതിയായ ലാഭം കിട്ടുന്നു.” കൂട്ടത്തിൽ’, ഹിൽഫെർഡിങ് പറയുന്നു: ‘ഈ പുനസംഘടനകൾക്കും പുതുക്കിപ്പണിയലുകൾക്കുമെല്ലാം ബാങ്കുകളെ സംബന്ധിച്ചിടത്തോളം ദ്വിമുഖപ്രാധാന്യമാണുള്ളത്-ഒന്നാമത്, ലാഭകരമായ ഇടപാടുകളെന്ന നിലയ്ക്ക്; രണ്ടാമത്, വിഷമസ്ഥിതിയിലാവുന്ന കമ്പനികളെ നിയന്ത്രണത്തിൽ കൊണ്ടുവരാനുള്ള അവസരങ്ങളെന്ന നിലയ്ക്ക്**.

ഇതാ ഒരുദാഹരണം. ഡോർമുണ്ടിലെ യൂണിയൻ മൈനിങ് കമ്പനി 1872-ൽ സ്ഥാപിതമായി. ഏകദേശം 4 കോടി മാർക്കിന് ഓഹരികൾ വിൽക്കപ്പെട്ടു. ആദ്യവർഷത്തേക്ക് അത് 12 ശതമാനം ഡിവിഡന്റ് നൽകിയതിനെത്തുടർന്ന് ഓഹരികളുടെ കമ്പോളവില 170 ആയി വർധിച്ചു. ഫിനാൻസ് മൂലധനം സത്ത ഊറ്റിയെടുക്കുകയും 280 ലക്ഷം മാർക്കിന

* Stillich, മുമ്പുദ്ധരിച്ച കൃതി, പേജ് 143; കൂടാതെ, W Sombart. *Die deutsche Volkswirtschaft im 19. Jahrhundert*, 2-ാം പതിപ്പ്, 1909. പേജ് 526, അനുബന്ധം 8.

** *ഫിനാൻസ് മൂലധനം*, പേജ് 172.

ടുത്തുവരുന്ന ഒരു നിസ്സാരസംഖ്യ സമ്പാദിക്കുകയും ചെയ്തു. ഈ കമ്പനി തുടങ്ങുന്നതിൽ മുഖ്യപങ്കുവഹിച്ചത് സ്വന്തം മൂലധനം വിജയ കരമാംവണ്ണം 30 കോടിയാക്കിത്തീർത്ത ഡിസ്കോൺടൊ-ഗെസെൽ ഫാഷ്ട് എന്ന കൂറ്റൻ ജർമൻ ബാങ്കാണ്. പിന്നീട് യൂണിയൻ മൈനിങ്ങ് കമ്പനിയുടെ ഡിവിഡന്റ് പൂജ്യമായി ചുരുങ്ങി. മൂലധനം 'കിഴിവുചെയ്യാൻ', അതായത് മുഴുവനും നഷ്ടപ്പെടാതിരിക്കാൻ വേണ്ടി കുറച്ചു നഷ്ടപ്പെ ടാൻ, ഓഹരിയുടമകൾക്കു സമ്മതിക്കേണ്ടി വന്നു. 'പുതുക്കിപ്പണിയ ലുക'ളുടെ ഒരു പരമ്പര വഴി മുപ്പതു വർഷത്തിനകം 73ദശലക്ഷം മാർക്ക് യൂണിയൻ കമ്പനിയുടെ കണക്കുകളിൽ എഴുതിത്തള്ളി. "ഇപ്പോൾ കമ്പ നിയുടെ ആദ്യത്തെ ഓഹരിയുടമകൾക്ക് തങ്ങളുടെ ഓഹരികളുടെ നാമ മാത്രമായ മൂല്യത്തിന്റെ അഞ്ചു ശതമാനമേ സ്വന്തമായിട്ടുള്ളൂ"*. എന്നാൽ ബാങ്കുകൾക്ക് ഓരോ 'പുതുക്കിപ്പണിയലിൽ' നിന്നും 'സമ്പാദ്യ'മുണ്ടായി.

അതിവേഗം വളരുന്ന വലിയ നഗരങ്ങളുടെ പ്രാന്തങ്ങളിലുള്ള ഭൂമി യിന്മേൽ ഊഹക്കച്ചവടം നടത്തുന്നത് ഫിനാൻസ്മൂലധനത്തിന് വി ശേഷിച്ചും ലാഭകരമായ ഒരു ഇടപാടാണ്. ഇവിടെ ബാങ്കുകളുടെ കുത്ത ക തറപ്പാട്ടത്തിന്റെ കുത്തകയുമായും ഗതാഗതസൗകര്യങ്ങളുടെ കുത്ത കയുമായും ലയിച്ചുചേരുന്നു. കാരണം, ഭൂമിയുടെ വിലവർധനവും അവ തുണ്ടുകളായും മറ്റും ലാഭത്തിൽ വിൽക്കാനുള്ള സാധ്യതയും മുഖ്യ മായി ആശ്രയിച്ചിരിക്കുന്നത് നഗരമധ്യവുമായുള്ള നല്ല ഗതാഗതബന്ധ ത്തെയാണ്. ഈ ഗതാഗതമാർഗങ്ങളാകട്ടെ, കൈവശവ്യവസ്ഥവഴിയും ഡയറക്ടർബോർഡുകളിലെ സീറ്റുവിതരണംവഴിയും ഇതേ ബാങ്കുക ളുമായി ബന്ധമുള്ള വലിയ കമ്പനികളുടെ കൈകളിലുമാണ്. ഇതിന്റെ ഫലമായി സംജാതമാകുന്നത് ജർമൻ എഴുത്തുകാരനായ എൽ എഷ്വെ ഗെയുടെ ഭാഷയിൽ പറഞ്ഞാൽ ഒരു 'ചതുപ്പുനില'മാണ് (ഭൂസ്വത്തുവ്യാ പാരത്തെയും പണയങ്ങളെയും മറ്റുംകുറിച്ച് പ്രത്യേകപഠനം നടത്തിയി ട്ടുള്ള ഒരു *ദി ബാങ്ക്* ലേഖകനാണദ്ദേഹം): പട്ടണപ്രാന്തത്തിലുള്ള ഭൂസ്വ ത്തുക്കളിന്മേൽ ഭ്രാന്തുപിടിച്ച ഊഹക്കച്ചവടം; 'ഭദ്രവും ഈടുറ്റതു'മായ ദൊയ്ത്ഷെ ബാങ്കിന്റെ സഹായത്തോടെ പത്തുകോടി മാർക്കു വരെ കൈവശപ്പെടുത്തിയ 'ബൊസ്വൗ-ക്നൗവർ' എന്ന ബർലിൻ സ്ഥാപന ത്തെപ്പോലുള്ള കെട്ടിടനിർമാണക്കമ്പനികളുടെ തകർച്ച (കൈവശവ്യ വസ്ഥയിലൂടെ, അതായത് അണിയറയിൽ നിന്നുകൊണ്ട് രഹസ്യമായി, പ്രവർത്തിച്ച ഡൊയ്ത്ഷെ ബാങ്ക് 12 ദശലക്ഷം മാർക്കിന്റെ 'മാത്രം' നഷ്ട ത്തോടെ രക്ഷപ്പെട്ടു); പിന്നീട് വ്യാജമായ കെട്ടിടനിർമാണക്കമ്പനികളിൽ നിന്നു യാതൊന്നും കിട്ടാത്ത ചെറുകിട സ്വത്തുടമകളുടെയും തൊഴിലാ ളികളുടെയും നാശം; വസ്തുസംബന്ധമായ സർട്ടിഫിക്കറ്റുകളും കെട്ടി ടനിർമാണാനുമതികളും മറ്റും നൽകാനുള്ള അവകാശം കൈവശപ്പെടു

* Stillich, മുമ്പുദ്ധരിച്ച കൃതി, പേജ് 138; Liefmann, പേജ് 51.

ത്താൻവേണ്ടി 'സത്യസന്ധരായ' ബർലിൻ പൊലീസുമായും ഭരണവകുപ്പുമായും നടത്തുന്ന കള്ളക്കരാറുകൾ തുടങ്ങിയവ.*

യൂറോപ്യൻ പ്രൊഫസർമാരും സദുദ്ദേശ്യമതികളായ ബൂർഷ്വാകളും എത്രയും കപടമായി അപലപിക്കുന്ന 'അമേരിക്കൻ സദാചാരസംഹിത' ഫിനാൻസ് മൂലധനത്തിന്റെ യുഗത്തിൽ ഏതൊരു രാജ്യത്തുമുള്ള എല്ലാവൻനഗരങ്ങളുടെയും സദാചാരസംഹിതയായി തീർത്തും പരിണമിച്ചിരിക്കുകയാണ്.

ബർലിനിൽ ഒരു 'ട്രാൻസ്പോർട്ട് ട്രസ്റ്റ്' രൂപീകരിക്കുന്നതിനെപ്പറ്റി അതായത് നഗരത്തിലെ വൈദ്യുതറെയിൽവേ, ട്രാംവേകമ്പനി, ഓംനിബസ്സ് കമ്പനി എന്നിങ്ങനെ ബർലിനിലുള്ള മൂന്ന് ട്രാൻസ്പോർട്ട് സ്ഥാപനങ്ങളുടെ 'താൽപ്പര്യൈക്യം' സ്ഥാപിക്കുന്നതിനെപ്പറ്റി, 1914 തുടക്കത്തിൽ ഒരു സംസാരമുണ്ടായി. *ദി ബാങ്ക്* എഴുതി: "ബസ് കമ്പനിയുടെ ഓഹരികളിൽ ഭൂരിഭാഗവും മറ്റു രണ്ടു ട്രാൻസ്പോർട്ട് കമ്പനികൾ കൈവശപ്പെടുത്തിയ വിവരം പുറത്തുവന്നതോടെ ഈയൊരു പദ്ധതി ആലോചനയിലുണ്ടായിരുന്നുവെന്ന് ഞങ്ങൾക്കറിയാമായിരുന്നു......ട്രാൻസ്പോർട്ട് സർവീസുകൾ സംയോജിപ്പിക്കുന്നതിലൂടെ തങ്ങൾ മിതവ്യയം നേടുമെന്നും അതിലൊരുഭാഗം അന്തിമമായി പൊതുജനങ്ങൾക്കു പ്രയോജനപ്പെടുമെന്നും ഈ ലക്ഷ്യം വച്ച് പ്രവർത്തിക്കുന്നവർ പറയുമ്പോൾ നമുക്കവരെ പൂർണമായും വിശ്വസിക്കാം. എന്നാൽ ഇങ്ങനെ രൂപീകരിക്കുന്ന ട്രാൻസ്പോർട്ട് ട്രസ്റ്റിന്റെ പിന്നിൽ ബാങ്കുകളുണ്ടെന്ന വസ്തുത പ്രശ്നം കുഴയ്ക്കുന്നു. തങ്ങളുടെ കുത്തകയായിത്തീരുന്ന ഗതാഗതമാർഗങ്ങളെ തങ്ങളുടെ ഭൂസ്വത്തുവ്യാപാരതാൽപ്പര്യങ്ങൾക്കു കീഴ്പ്പെടുത്താൻ അവർക്കു വേണമെങ്കിൽ കഴിയും. ഇങ്ങനെയൊരു അഭ്യൂഹത്തിന്റെ ഔചിത്യത്തെക്കുറിച്ച് ബോധ്യംവരാൻ ഒരു കാര്യമോർത്താൽ മതി. വൈദ്യുതറെയിൽവേ കമ്പനിയുടെ രൂപീകരണത്തിന് പ്രോത്സാഹനം നൽകിയ വൻകിടബാങ്കിന്റെ താൽപ്പര്യങ്ങൾ ആ കമ്പനി രൂപീകരിച്ച കാലത്തുതന്നെ അതിൽ നിക്ഷിപ്തമായിരുന്നു. അതായത്, ആ ട്രാൻസ്പോർട്ട് സ്ഥാപനത്തിന്റെ താൽപ്പര്യങ്ങൾ ഭൂസ്വത്തുവ്യാപാരതാൽപ്പര്യങ്ങളുമായി കെട്ടുപിണഞ്ഞുകിടന്നിരുന്നു. ഈ റെയിൽവേയുടെ കിഴക്കൻവഴി പണിയാൻ നിശ്ചയിച്ചിരുന്നത്, ആ വഴി പണിയുമെന്ന് ഉറപ്പായതിൽപ്പിന്നീട് പ്രസ്തുതബാങ്കിനും മറ്റേതാനും പങ്കാളികൾക്കും വമ്പിച്ച ലാഭം കിട്ടത്തക്കവണ്ണം വിൽപ്പന നടത്തിയ ഭൂപ്രദശത്തുകൂടിയായിത്തീരുന്നുവെന്നതാണ് സംഗതി"**

ഭരണരൂപവും മറ്റു 'വിശദാംശങ്ങളും' എന്തുതന്നെയായിക്കൊള്ളട്ടെ, ഒരു കുത്തക ഒരിക്കൽ രൂപംകൊണ്ടുകഴിഞ്ഞാൽ, ശതകോടിക്കണക്കിനു പണം അതിന്റെ നിയന്ത്രണത്തിലായിക്കഴിഞ്ഞാൽ, അത് പൊതുജീവി

---

* *Die Bank*, 1913, പേജ് 952. L. Eschwege, *Der Sumpf*, ടി., 1912, I, പേജ് 223 മുതൽ.

** "Verkehrstrust", *Die Bank*, 1914, 1, പേജ് 89.

ത്തത്തിന്റെ *എല്ലാ* തുറയിലും നുഴഞ്ഞിറങ്ങുമെന്നത് അനിവാര്യമാണ്. പ്രഷ്യൻ ഉദ്യോഗസ്ഥമേധാവിത്വത്തിന്റെ സ്വഭാവശുദ്ധിയെക്കുറിച്ചുള്ള ഏറ്റവും നിർലജ്ജമായ അപദാനങ്ങളും ഫ്രഞ്ച് പനാമാകാര്യത്തെയും[20] അമേരിക്കയിലെ രാഷ്ട്രീയ അഴിമതികളെയും കുറിച്ചുള്ള പരാമർശങ്ങളും ജർമൻ ധനശാസ്ത്ര പ്രസിദ്ധീകരണങ്ങളിൽ സാധാരണ കണ്ടെത്താവുന്നതാണ്. എന്നാൽ ജർമനിയിലെ ബാങ്കിങ് പ്രവർത്തനത്തെക്കുറിച്ചുള്ള ബൂർഷ്വാ പ്രസിദ്ധീകരണങ്ങൾപോലും തനി ബാങ്കിങ് ഇടപാടുകളുടേതായ രംഗത്തുനിന്നു നിരന്തരമായി ബഹുദൂരം പോകേണ്ടിവരുന്നുവെന്നുതാണ് വാസ്തവം. ഉദാഹരണത്തിന്, സർക്കാർ ജോലിക്കാർ കൂടുതൽ കൂടുതലായി ബാങ്കുകളിലെ ജോലിയിൽ ചേരുന്നതിനെ പരാമർശിച്ചുകൊണ്ട് അവ 'ബാങ്കുകളുടെ ആകർഷണീയത'യെക്കുറിച്ച് പറയുന്നത് ഇങ്ങനെയാണ്: "തന്റെ ഉള്ളിന്റെ ഉള്ളിൽ ബെറെൻഷ്ട്രാസ്സെയിൽ സുഖകരമായൊരു ജോലിക്കുവേണ്ടി ആശിച്ചുകൊണ്ടിരിക്കുന്ന ഒരു സർക്കാരുദ്യോഗസ്ഥന്റെ സ്വഭാവശുദ്ധിയെപ്പറ്റി എന്തു പറയുന്നു?"* (ദൊയ്ത്ഷെ ബാങ്കിന്റെ ഹെഡ്ഡാഫീസിരിക്കുന്ന ബർലിൻതെരുവാണ് ബെറെൻ ഷ്ട്രാസ്സെ). *ദി ബാങ്കി*ന്റെ പ്രസാധകനായ ആൽഫ്രഡ് ലാൻസ്ബുർഗ് 1909 ൽ 'ബിസന്തീനിസത്തിന്റെ സാമ്പത്തികപ്രാധാന്യം' എന്ന ശീർഷകത്തിൽ ഒരു ലേഖനമെഴുതുകയുണ്ടായി. അതിൽ അദ്ദേഹം വിൽഹെലം രണ്ടാമന്റെ പലസ്തീൻ പര്യടനത്തെക്കുറിച്ച് കൂടുതൽ പരാമർശിക്കുന്നുണ്ട്. "ആ യാത്രയുടെ ഉടനടിയുള്ള ഫലം ബാഗ്ദാദ് റെയിൽവേയുടെ നിർമാണമായിരുന്നു. നമ്മുടെ എല്ലാ രാഷ്ട്രീയവങ്കത്തങ്ങളും ഒന്നിച്ചെടുത്താലും, അതേക്കാളെല്ലാം 'വലയ'ത്തിനുള്ള കുറ്റം കൂടുതൽ വഹിക്കേണ്ടത് 'ജർമൻ പരിശ്രമശീലത്തിന്റെ' ആ വിനാശകരമായ 'മഹാനേട്ട'മാണ്"**. ജർമനിയെ ഒറ്റപ്പെടുത്തുകയും ജർമൻ വിരുദ്ധ സാമ്രാജ്യത്വസഖ്യം കൊണ്ട് അതിനെ 'വലയം' ചെയ്യുകയുമെന്ന എഡ്വേർഡ് ഏഴാമന്റെ നയത്തെയാണ് വലയം എന്നതുകൊണ്ട് ഉദ്ദേശിച്ചിരിക്കുന്നത്). ഇതേ മാസികയുടെ ലേഖകനും ഞാൻ നേരത്തേ പരാമർശിച്ചിട്ടുള്ളയാളുമായ എഷ്വെഗെ 1911 ൽ 'ധനികാധിപത്യവും ഉദ്യോഗസ്ഥമേധാവിത്വവും' എന്ന ശീർഷകത്തിൽ ഒരു ലേഖനമെഴുതുകയുണ്ടായി. അതിൽ അദ്ദേഹം, ഉദാഹരണത്തിന്, ഫൊൽക്കർ എന്ന ഒരു ജർമൻ ഉദ്യോഗസ്ഥന്റെ കാര്യം തുറന്നുകാട്ടിയിട്ടുണ്ട്. കാർട്ടലുകളെക്കുറിച്ചുള്ള കമീഷനിലെ ഒരു സജീവാംഗമായിരുന്ന അയാൾ ഏറ്റവും വലിയ കാർട്ടലായ ഉരുക്കുസിൻഡിക്കേറ്റിൽ ആകർഷകമായൊരു ജോലി സമ്പാദിച്ചതായി പിന്നീട് വെളിപ്പെട്ടു. "ജർമൻ ഭരണഘടന ഉറപ്പു നൽകുന്ന സാമ്പത്തികസ്വാതന്ത്ര്യം സാമ്പത്തികജീവിതത്തിന്റെ പല തുറകളിലും

* 'Der Zug zur Bank', *Die Bank*, 1909, 1, പേജ് 79.

** 'Der Zug zur Bank', *Die Bank*, 1909, 1, പേജ് 301.

നിരർഥകമായൊരു വാക്കായിത്തീർന്നിട്ടുണ്ടെ"ന്നും നിലവിലുള്ള ധനികാധിപത്യഭരണത്തിൻകീഴിൽ "അസ്വതന്ത്രജനതയുടേതായ ഒരു രാഷ്ട്രമായി മാറുന്നതിൽനിന്നു നമ്മെ രക്ഷിക്കാൻ ഏറ്റവും വിപുലമായ രാഷ്ട്രീയസ്വാതന്ത്ര്യത്തിനുപോലും സാധ്യമല്ലെ"*ന്നും ഒരിക്കലും യാദൃച്ഛികമല്ലാത്ത ഇത്തരം സംഭവങ്ങൾമൂലം ഈ ബൂർഷ്വാ ലേഖകനു സമ്മതിക്കേണ്ടിവന്നു.

റഷ്യയെ സംബന്ധിച്ചാണെങ്കിൽ, ഞാൻ ഒരൊറ്റ ഉദാഹരണത്തിൽ ഒതുങ്ങിനിന്നോളാം. കുറച്ചു വർഷങ്ങൾക്കുമുമ്പ് ക്രെഡിറ്റ് വകുപ്പുഡയറക്ടറായ ദവീദോവ് തന്റെ സ്ഥാനം രാജിവച്ച് വലിയൊരു ബാങ്കിൽ ജോലിക്കു ചേർന്ന വാർത്ത എല്ലാ പത്രങ്ങളിലും വരികയുണ്ടായി. ഏതാനും വർഷങ്ങൾകൊണ്ട് പത്തുലക്ഷം റൂബിൾ ശമ്പളം കിട്ടുമെന്നതായിരുന്നു കരാറ്. 'രാജ്യത്തെ എല്ലാ ക്രെഡിററ് സ്ഥാപനങ്ങളുടെയും പ്രവർത്തനങ്ങളെ കൂട്ടിയിണക്കുക'യെന്ന ജോലി നിർവഹിക്കുകയും സെന്റ് പീറ്റേഴ്സ് ബർഗിലെയും മോസ്കോയിലേയും ബാങ്കുകൾക്ക് 80 മുതൽ 100 കോടി റൂബിൾ വരെ സഹായധനം നൽകുകയും ചെയ്യുന്ന ഒരു സ്ഥാപനമാണ് ക്രെഡിറ്റ് വകുപ്പ്**.

മൂലധനത്തിന്റെ ഉടമസ്ഥത ഉൽപ്പാദനത്തിനുവേണ്ടിയുള്ള മൂലധനവിനിയോഗത്തിൽനിന്നു വേർതിരിഞ്ഞിരിക്കുക, പണമായുള്ള മൂലധനം വ്യാവസായികമായ അല്ലെങ്കിൽ ഉൽപ്പാദനപരമായ മൂലധനത്തിൽനിന്നു വേർതിരിഞ്ഞിരിക്കുക, പണമായുള്ള മൂലധനത്തിൽനിന്നുള്ള വരുമാനം കൊണ്ടു മാത്രം ജീവിക്കുന്ന പലിശോപജീവി വ്യവസായഉടമയിൽ നിന്നും മൂലധനം കൈകാര്യം ചെയ്യുന്നതുമായി നേരിട്ടു ബന്ധമുള്ള സകലരിൽ നിന്നും വേർതിരിഞ്ഞിരിക്കുക-ഇത് പൊതുവിൽ മുതലാളിത്തത്തിന്റെ സവിശേഷതയാണ്. ഈ വേർതിരിയൽ ഭീമമായ തോതിലെത്തിയിട്ടുള്ള മുതലാളിത്തത്തിന്റെ പരമോന്നതഘട്ടമാണ് സാമ്രാജ്യത്വം അഥവാ ഫിനാൻസ് മൂലധനമേധാവിത്വം. ഫിനാൻസ് മൂലധനം മറ്റെല്ലാ രൂപത്തിലുമുള്ള മൂലധനത്തിന്മേൽ മേധാവിത്വം വഹിക്കുന്നുവെന്നുവച്ചാൽ അതിനർഥം പലിശോപജീവിയും ഫിനാൻസ് പ്രഭുക്കളും മേധാവിത്വം വഹിക്കുന്നുവെന്നാണ്; ധനപരമായി 'പ്രബലങ്ങളായ' കുറച്ചു സ്റ്റേറ്റുകൾ മറ്റെല്ലാ രാഷ്ട്രങ്ങളെക്കാളും മുന്തിനിൽക്കുന്നുവെന്നാണ്. ഈ പ്രക്രിയ എത്രത്തോളം നടക്കുന്നുണ്ടെന്നത് നിർഗമനത്തിന്റെ, അതായത് നാനാതരം സെക്യൂരിറ്റികളുടെ പ്രചാരത്തിന്റെ, കണക്കുകളിൽ നിന്നു തീരുമാനിക്കാവുന്നതാണ്.

---

* ടി. 1911, 2, പേജ് 825; 1913, 2 പേജ് 962.

** E. Agahd, മുമ്പുദ്ധരിച്ച കൃതി, പേജ് 202.

'സാർവദേശീയ സ്ഥിതിവിവരക്കണക്ക് ഇൻസ്റ്റിറ്റ്യൂട്ടിന്റെ ബുള്ള റ്റിനി'ൽ എ നെയ്മാർക്ക്* ലോകമാസകലം പ്രചരിപ്പിച്ചിട്ടുള്ള സെക്യൂ രിറ്റികളെ സംബന്ധിച്ച് വളരെയേറെ സമഗ്രവും സമ്പൂർണവും താരത മ്യപരവുമായ കണക്കുകൾ പ്രസിദ്ധപ്പെടുത്തിയിട്ടുണ്ട്. ധനശാസ്ത്രപ്ര സിദ്ധീകരണങ്ങളിൽ അവ ഭാഗികമായി പലതവണ ഉദ്ധരിച്ചിട്ടുള്ളതാണ്. നാലു ദശാബ്ദങ്ങളിലേക്കുള്ള ആകെത്തുകകൾ അദ്ദേഹം കൊടുത്തി ട്ടുള്ളത് ചുവടെ ചേർക്കുന്നു:

ഒരോ ദശകത്തിലെയും സെക്യൂരിറ്റികളുടെ മൊത്തം പ്രചാരം (നൂറുകോടി ഫ്രാങ്കിന്റെ കണക്കിൽ)

1871–1880	76.1
1881–1890	64.5
1891–1900	100.4
1901–1910	197.8

വിശേഷിച്ചും ഫ്രാങ്കോ-പ്രഷ്യൻ യുദ്ധത്തോടനുബന്ധിച്ച കടമെ ടുപ്പും യുദ്ധത്തിനുശേഷം ജർമനിയിലുണ്ടായ കമ്പനിരൂപീകരണത്ത ഴപ്പുംമൂലം 1870 കളിൽ ലോകമാസകലം ഇറക്കിയ സെക്യൂരിറ്റികളുടെ ആകെത്തുക വലുതായിരുന്നു. പത്തൊമ്പതാം നൂറ്റാണ്ടിന്റെ അവസാ നത്തെ മൂന്നു ദശകങ്ങളിൽ വർധനവ് മൊത്തത്തിൽ താരതമ്യേന വള രെയൊന്നും വേഗത്തിലായിരുന്നില്ല. ഇരുപതാം നൂറ്റാണ്ടിന്റെ ആദ്യത്തെ പത്തുവർഷത്തിൽ മാത്രമാണ് നൂറുശതമാനത്തോളം വരുന്ന വമ്പിച്ചൊരു വർധനവ് കാണാവുന്നത്. അങ്ങനെ നാം മുമ്പു പ്രസ്താവിച്ചതുപോലെ കുത്തകകളുടെ (കാർട്ടലുകളുടെയും സിന്റിക്കേറ്റുകളുടെയും ട്രസ്റ്റു കളുടെയും) വളർച്ചയെ സംബന്ധിച്ചുമാത്രമല്ല, ഫിനാൻസ് മൂലധനത്തിന്റെ വളർച്ചയെ സംബന്ധിച്ചും ഇരുപതാംനൂറ്റാണ്ടിന്റെ തുടക്കം ഒരു വഴിത്തി രിവിനെ കുറിക്കുന്നു.

നെയ്മാർക്കിന്റെ മതിപ്പനുസരിച്ച് 1910 ൽ ലോകത്തൊട്ടാകെ പ്രച രിപ്പിച്ച സെക്യൂരിറ്റികളുടെ മൊത്തം തുക 81,500 കോടി ഫ്രാങ്കായിരുന്നു. ഒന്നിലധികം തവണ ആവർത്തിക്കപ്പെട്ടിരിക്കാനിടയുള്ള തുകകളെ ഇ തിൽനിന്നു കിഴിച്ചുകൊണ്ട് ബാക്കി 57,500-60,000 കോടിയായിരിക്കും ആകെത്തുകയെന്ന് അദ്ദേഹം കണക്കാക്കുന്നു. ഈ തുക വിവിധ രാജ്യ ങ്ങളിലായി വീതിക്കപ്പെട്ടിട്ടുള്ളത് ഇങ്ങനെയാണ് (60,000 കോടി എന്ന തുകയാണ് ഞാനെടുത്തിട്ടുള്ളത്):

* *Bulletin de l'institut international de statistique*, t. XIX livr. II. La Haye, 1912. ചെറിയ സ്റ്റേറ്റുകളെ സംബന്ധിച്ച് രണ്ടാം കോളത്തിൽ നൽകിയിട്ടുള്ള കണക്കുകൾ 1902-ലെ സംഖ്യകളോട് 20 ശതമാനം കൂട്ടിയിട്ട് തിട്ടപ്പെടുത്തിയിരിക്കുകയാണ്.

1910-ലുണ്ടായിരുന്ന സെക്യൂരിറ്റികൾ
(നൂറുകോടി ഫ്രാങ്കിന്റെ കണക്കിൽ)

ഗ്രേറ്റ് ബ്രിട്ടൻ	142	479
യുനൈറ്റഡ് സ്റ്റേറ്റ്സ്	132	
ഫ്രാൻസ്	110	
ജർമനി	95	
റഷ്യ	31	
ആസ്ത്രിയാ-ഹങ്കറി	24	
ഇറ്റലി	14	
ജപ്പാൻ	12	
ഹോളണ്ട്	12.5	
ബെൽജിയം	7.5	
സ്പെയിൻ	7.5	
സ്വിറ്റ്സർലാൻഡ്	6.25	
ഡെന്മാർക്ക്	3.75	
സ്വീഡൻ, നോർവെ, റുമേനിയ തുടങ്ങിയവ	2.5	
ആകെ	600	

ഏറ്റവും സമ്പന്നമായ നാലു മുതലാളിത്ത രാജ്യങ്ങൾ വ്യക്തമായി മുന്തിനിൽക്കുന്നത് ഈ കണക്കുകളിൽ നിന്ന് ഒറ്റനോട്ടത്തിൽത്തന്നെ കാണാൻ കഴിയും. അവയിലോരോന്നിന്റെയും കൈവശം ഏകദേശം 10,000 തൊട്ട് 15,000 വരെ കോടി ഫ്രാങ്കിന്റെ സെക്യൂരിറ്റികളുണ്ട്. ഈ നാലു രാജ്യങ്ങളിൽ രണ്ടെണ്ണം -ബ്രിട്ടനും ഫ്രാൻസും- ഏറ്റവും പഴക്കംചെന്ന മുതലാളിത്തരാജ്യങ്ങളാണ്. നാം വഴിയെ കാണാൻ പോകുന്നതുപോലെ ഏറ്റവുമധികം കോളനികളുള്ളതും അവയ്ക്കാണ്. മറ്റു രണ്ടു രാജ്യങ്ങൾ-യുണൈറ്റഡ് സ്റ്റേറ്റ്സും ജർമനിയും-വികാസത്തിന്റെ വേഗതയിലും വ്യവസായത്തിന്റെ മുതലാളിത്തകുത്തകകൾ വ്യാപിച്ചിട്ടുള്ളതിന്റെ തോതിലും മുൻപന്തിയിൽ നിൽക്കുന്ന മുതലാളിത്തരാജ്യങ്ങളാണ്. ഈ നാലു രാജ്യങ്ങൾക്കുംകൂടി 47,900 കോടി ഫ്രാങ്കുണ്ട്-അതായത്, ലോകത്തിലെ ഫിനാൻസ് മൂലധനത്തിന്റെ 80 ശതമാനത്തോളം. ലോകത്തിലെ ശേഷം ഭാഗം ഏതാണ്ട് മുഴുവനും തന്നെ ഒരു തരത്തില

ല്ലെങ്കിൽ മറ്റൊരു തരത്തിൽ ഈ സാർവദേശീയ ബാങ്കർരാഷ്ട്രങ്ങൾക്ക്, ലോക ഫിനാൻസ് മൂലധനത്തിന്റെ ഈ നാലു 'നെടുംതൂണുകൾ'ക്ക്, കടപ്പെട്ടവയും കപ്പം നൽകുന്നവയുമാണ്.

ഫിനാൻസ് മൂലധനത്തിന്മേലുള്ള ആശ്രിതത്വത്തിന്റെയും അതിനുള്ള ബന്ധനങ്ങളുടെയും സാർവദേശീയ വലക്കെട്ടുണ്ടാക്കുന്നതിൽ മൂലധനത്തിന്റെ കയറ്റുമതി വഹിക്കുന്ന പങ്ക് പരിശോധിക്കേണ്ടത് വിശേഷിച്ചും പ്രധാനമാണ്.

4

മൂലധനത്തിന്റെ കയറ്റുമതി

സ്വതന്ത്രമത്സരത്തിന്റെ സമ്പൂർണമേധാവിത്വത്തോടുകൂടിയ പഴയ മുതലാളിത്തത്തിന്റെ ഒരു സവിശേഷതയായിരുന്നു ചരക്കുകളുടെ കയറ്റുമതി. കുത്തകകളുടെ മേധാവിത്വത്തോടുകൂടിയ ഏറ്റവും പുതിയ മുതലാളിത്തത്തിന്റെ സവിശേഷതയാകട്ടെ, മൂലധനത്തിന്റെ കയറ്റുമതിയാണ്.

ഏറ്റവും ഉയർന്ന വികാസഘട്ടത്തിലെത്തിയ ചരക്കുൽപ്പാദനമാണ് മുതലാളിത്തം. ആ ഘട്ടത്തിൽ അധ്വാനശക്തിതന്നെ ചരക്കായിത്തീരുന്നു. ആഭ്യന്തരവിനിമയവും വിശേഷിച്ച് സാർവദേശീയവിനിമയവും മുതലാളിത്തത്തിന്റെ സവിശേഷ ലക്ഷണമാണ്. ഒറ്റയ്ക്കൊറ്റയ്ക്കുള്ള സ്ഥാപനങ്ങളും വ്യവസായശാഖകളും രാജ്യങ്ങളും അസമമായും ചിട്ടയില്ലാതെയും വളരുന്നുവെന്നത് മുതലാളിത്തവ്യവസ്ഥയിൽ അനിവാര്യമാണ്. മറ്റേതൊരു രാജ്യത്തെക്കാളും മുമ്പ് മുതലാളിത്ത രാജ്യമായിത്തീർന്ന ഇംഗ്ലണ്ട് പത്തൊമ്പതാം നൂറ്റാണ്ടിന്റെ മധ്യത്തോടുകൂടി 'ലോകത്തിന്റെ വർക്കഷോപ്പെ'ന്നും എല്ലാ രാജ്യങ്ങൾക്കും വ്യാവസായികോൽപ്പന്നങ്ങൾ എത്തിച്ചുകൊടുക്കുന്ന രാജ്യമെന്നും സ്വയമവകാശപ്പെടുകയും അതിനു പകരമായി അസംസ്കൃതപദാർഥങ്ങൾ നൽകാൻ ബാധ്യസ്ഥമാണവയെന്നു പ്രഖ്യാപിക്കുകയും ചെയ്തിരുന്നു. എന്നാൽ പത്തൊമ്പതാം നൂറ്റാണ്ടിന്റെ അവസാനത്തെ കാൽഭാഗത്തിൽത്തന്നെ ഈ കുത്തക തകർന്നു കഴിഞ്ഞിരിക്കുന്നു. കാരണം, 'സംരക്ഷണ'ച്ചുങ്കങ്ങളുടെ തണലിൽ മറ്റു രാജ്യങ്ങൾ സ്വതന്ത്ര മുതലാളിത്തരാഷ്ട്രങ്ങളായി വളർന്നു. ഇരുപതാം നൂറ്റാണ്ടിന്റെ പടിവാതിൽക്കൽ നിൽക്കുന്ന നമ്മൾ പുതിയൊരുതരം കുത്തക രൂപംകൊള്ളുന്നതു കാണുന്നു: ഒന്നാമത്, മുതലാളിത്തപരമായി

വികസിച്ചിട്ടുള്ള എല്ലാ രാജ്യങ്ങളിലും മുതലാളിമാരുടെ കുത്തകക്കൂട്ടുകെട്ടുകൾ; രണ്ടാമത് മൂലധനസഞ്ചയം ഭീമമായ തോതിൽ എത്തിക്കഴിഞ്ഞ അതിസമ്പന്നങ്ങളായ ചുരുക്കം ചില രാജ്യങ്ങളുടെ കുത്തകപദവി. പുരോഗമിച്ച രാജ്യങ്ങളിൽ ബൃഹത്തായൊരു 'മൂലധനമിച്ചം' ഉളവായിരിക്കുന്നു.

ഇന്ന് എല്ലായിടത്തും ഭയങ്കരമാംവണ്ണം വ്യവസായത്തിന്റെ പിന്നിൽ കിടക്കുന്ന കൃഷിയെ വികസിപ്പിക്കാൻ മുതലാളിത്തത്തിനു കഴിഞ്ഞിരുന്നെങ്കിൽ, അത്ഭുതാവഹമായ സാങ്കേതികപുരോഗതിയുണ്ടായിട്ടും ഇന്നും സകലയിടത്തും അർധപട്ടിണിയിലും ദാരിദ്ര്യത്തിലും കഴിയുന്ന ബഹുജനങ്ങളുടെ ജീവിതനിലവാരം ഉയർത്താൻ അതിനു കഴിഞ്ഞിരുന്നെങ്കിൽ, മൂലധനം മിച്ചംവരുന്ന പ്രശ്നമേയുണ്ടാകുമായിരുന്നില്ലെന്നു പറയേണ്ടതില്ലല്ലോ. ഇങ്ങനെയൊരു 'വാദം' മുതലാളിത്തത്തിന്റെ പെറ്റിബൂർഷ്വാ വിമർശകർ പലപ്പോഴും ഉന്നയിക്കാറുണ്ട്. എന്നാൽ ഇതൊക്കെ ചെയ്താൽ മുതലാളിത്തം മുതലാളിത്തമായിരിക്കില്ല. കാരണം, അസമമായ വികസനവും ബഹുജനങ്ങളുടെ അർധപട്ടിണിയായ ജീവിതനിലവാരവും രണ്ടും ഈ ഉൽപ്പാദനരീതിക്കുള്ള മൗലികവും അനിവാര്യവുമായ ഉപാധികളാണ്, നിദാനമാണ്. മുതലാളിത്തം മുതലാളിത്തമായി തുടരുന്ന കാലത്തോളം മിച്ചമായ മൂലധനത്തെ ഉപയോഗപ്പെടുത്തുന്നത് ഏതെങ്കിലും രാജ്യത്തെ ബഹുജനങ്ങളുടെ ജീവിതനിലവാരം ഉയർത്താനായിരിക്കുകയില്ല; കാരണം, അത് മുതലാളിമാരുടെ ലാഭം കുറയ്ക്കും; പിന്നെയോ, വെളിയിലുള്ള പിന്നണി രാജ്യങ്ങളിലേക്കു മൂലധനം കയറ്റി യയച്ചുകൊണ്ട് ലാഭം വർധിപ്പിക്കാനായിരിക്കും. ഈ പിന്നണിരാജ്യങ്ങളിൽ സാധാരണഗതിയിൽ ഉയർന്നലാഭം കിട്ടും. കാരണം, മൂലധനം ദുർലഭമാണ്. ഭൂമിയുടെ വില താരതമ്യേന കുറവാണ്. കൂലി കുറവാണ്. അസംസ്കൃതപദാർഥങ്ങൾക്കു വിലക്കുറവാണ്.

പല പിന്നണിരാജ്യങ്ങളെയും ഇതിനകം തന്നെ ലോകമുതലാളിത്ത സമ്പർക്കവലയത്തിൽ പെടുത്തിക്കഴിഞ്ഞതുകൊണ്ടാണ് മൂലധനം കയറ്റി അയയ്ക്കാൻ കഴിയുന്നത്. ഈ രാജ്യങ്ങളിൽ പ്രധാന റെയിൽപ്പാതകൾ ഒന്നുകിൽ പണിതുകഴിഞ്ഞു, അല്ലെങ്കിൽ പണിതുകൊണ്ടിരിക്കുകയാണ്; വ്യാവസായികവികസനത്തിനുള്ള പ്രാഥമികോപാധികൾ സൃഷ്ടിക്കപ്പെട്ടുകഴിഞ്ഞു, മറ്റും മറ്റും. ചുരുക്കം ചില രാജ്യങ്ങളിൽ മുതലാളിത്തം 'ക്രമാധികം പരിപക്വമായി'ത്തീർന്നിരിക്കുന്നുവെന്നും, (കൃഷിയുടെ പിന്നാക്കസ്ഥിതിയും ബഹുജനങ്ങളുടെ ദാരിദ്ര്യവും മൂലം) 'ലാഭകരമായി' ഇറക്കാനുള്ള രംഗം കണ്ടെത്താൻ മൂലധനത്തിനു കഴിയുന്നില്ലെന്നുമുള്ള വസ്തുതയിൽനിന്നാണ് മൂലധനം കയറ്റി അയയ്ക്കേണ്ടതിന്റെ ആവശ്യകത ഉത്ഭവിക്കുന്നത്.

മൂന്നു പ്രധാനരാജ്യങ്ങൾ വിദേശത്ത് ഇറക്കിയ മൂലധനത്തിന്റെ ഏകദേശകണക്കുകൾ ഇതാ*:

വിദേശത്ത് ഇറക്കിയ മൂലധനം
(നൂറുകോടി ഫ്രാങ്കിന്റെ കണക്കിൽ)

വർഷം	ഗ്രേറ്റ് ബ്രിട്ടൻ	ഫ്രാൻസ്	ജർമനി
1862	3.6	---	--
1872	15.0	10(1869)	---
1882	22.0	15(1880)	---
1893	42.0	20 (1890)	---
1902	62.0	27-37	12.5
1914	75-100.0	60	44.0

മൂലധനത്തിന്റെ കയറ്റുമതി ഭീമമായ തോതിൽ വളർന്നത് ഇരുപതാം നൂറ്റാണ്ടിന്റെ തുടക്കത്തിൽ മാത്രമാണെന്ന് നാം ഇതിൽനിന്നു കാണുന്നു. യുദ്ധത്തിനുമുമ്പ് മൂന്നു പ്രധാനരാജ്യങ്ങൾ വിദേശത്ത് ഇറക്കിയ മൂലധനം 17,500 കോടി ഫ്രാങ്കിനും 20,000 കോടി ഫ്രാങ്കിനും ഇടയ്ക്കായിരുന്നു. 5 ശതമാനമെന്ന മിതമായ നിരക്കിൽ ഈ തുകയിൽനിന്ന് ഒരു വർഷം 800 കോടി ഫ്രാങ്കിനും 1,000 കോടി ഫ്രാങ്കിനും ഇടയ്ക്ക് വരുമാനം കിട്ടണം. ലോകത്തിലെ മിക്ക രാജ്യങ്ങളുടെയും ജനതകളുടെയും നേർക്കുള്ള സാമ്രാജ്യത്വമർദനത്തിനും ചൂഷണത്തിനും ഒരുപിടി

* ഹോബ്സൺ, *സാമ്രാജ്യത്വം*, ലണ്ടൻ, 1902, പേജ് 58; റീസ്സെർ, മുമ്പുദ്ധരിച്ച കൃതി, പേജ് 395, 404; പി ആർൺട്, *Weltwirtschaftliches Archiv*, വാല്യം 7, 1916, പേജ് 35; നെയ്മാർക്ക്, 'ബുള്ളറ്റിൻ'; ഹിൽഫെർഡിംഗ്, *ഫിനാൻസ് മൂലധനം*, പേജ് 492, ലോയ്ഡ് ജോർജ്, 1915 മേയ് 4-ാംനു കോമൺസ് സഭയിൽ ചെയ്ത പ്രസംഗം, 1915 മേയ് 5ലെ *ഡെയിലി ടെലഗ്രാഫ്* റിപ്പോർട്ട്; ബി ഹാർമ്സ്, *Probleme der Weltwirtschaft*, Jena, 1912, പേജ് 235 മുതൽ; ഡോക്ടർ സിഗ്മുണ്ട് ഷിൽഡർ, *Entwicklugstendenzen der Weltwirtschaft,* ബർലിൻ, 1912, വാല്യം 1, പേജ് 150; ജോർജ് പെയ്ഷ്, 'ഗ്രേറ്റ് ബ്രിട്ടന്റെ മൂലധനനിക്ഷേപങ്ങൾ തുടങ്ങിയവ', 'റോയൽ സ്റ്റാറ്റിസ്റ്റിക്കൽ സൊസൈറ്റിയുടെ ജർണൽ', വാല്യം 'LXXIV, 1910-11, പേജ് 167 മുതൽ; ജോർജ്ജ് ഡിയുറിച്ച്, *L'expansion des banques allemandes al'entranger, ses rapports avec le development economique de l'Allemagne* പാരീസ്, 1909, പേജ് 84.

സമ്പന്നരാഷ്ട്രങ്ങളുടെ മുതലാളിത്തപരമായ ഇത്തിക്കണ്ണിസ്വഭാവത്തിനുമുള്ള ഒരു ഉറച്ച അടിത്തറയാണിത്!

വിദേശത്തിറക്കിയ ഈ മൂലധനം വിവിധരാജ്യങ്ങൾക്കിടയിൽ വീതിച്ചിട്ടുള്ളതെങ്ങനെയാണ്? എവിടെയാണ് ഇത് ഇറക്കിയത്? ഈ ചോദ്യങ്ങൾക്ക് ഏകദേശമായി മറുപടി പറയാനേ കഴിയൂ. എങ്കിലും ആധുനിക സാമ്രാജ്യത്വത്തിന്റെ പൊതുബന്ധങ്ങളുടെയും കെട്ടുപാടുകളുടെയും മേൽ വെളിച്ചംവീശാൻ മതിയായ ഒന്നാണത്.

ലോകത്തിന്റെ വിവിധ ഭാഗങ്ങളിൽ ഏകദേശമായി വിതരണം ചെയ്തിട്ടുള്ള വിദേശമൂലധനം (1910-നോടടുപ്പിച്ച്) (നൂറുകോടി മാർക്കിന്റെ കണക്കിൽ)

	ഗ്രേറ്റ് ബ്രിട്ടൻ	ഫ്രാൻസ്	ജർമനി	ആകെ
യൂറോപ്പ്	4	23	18	45
അമേരിക്ക	37	4	10	51
ഏഷ്യ, ആഫ്രിക്ക, ഓസ്ട്രേലിയ	29	8	7	44
ആകെ	70	35	35	140

ബ്രിട്ടീഷ് മൂലധനം ഇറക്കിയിട്ടുള്ള പ്രധാനയിടങ്ങൾ ബ്രിട്ടന്റെ കോളനികളാണ്. അമേരിക്കയിൽ (ഉദാഹരണത്തിന് കാനഡ) അവ വളരെ വലുതാണ്. ഏഷ്യയുടെയും മറ്റും കാര്യം പറയാനില്ല. ഇവിടെ മൂലധനത്തിന്റെ വൻതോതിലുള്ള കയറ്റുമതി വമ്പിച്ച കോളനികളുമായി ഗാഢമായി ബന്ധപ്പെട്ടാണിരിക്കുന്നത്. ഈ കോളനികൾ സാമ്രാജ്യത്വത്തിന് എത്രമാത്രം പ്രധാനമാണെന്ന കാര്യം ഞാൻ പിന്നീടു പറയാം. ഫ്രാൻസിന്റെ കാര്യത്തിൽ സ്ഥിതി വ്യത്യസ്തമാണ്. ഫ്രാൻസിൽ നിന്നും കയറ്റി അയയ്ക്കുന്ന മൂലധനം പ്രധാനമായും ഇറക്കുന്നത് യൂറോപ്പിലാണ്, സർവോപരി റഷ്യയിൽ (ചുരുങ്ങിത് ആയിരം കോടി ഫ്രാങ്കെങ്കിലും). അതുതന്നെ മുഖ്യമായും വായ്പയായി കൊടുക്കുന്ന മൂലധനമാണ്, ഗവൺമെന്റ് വായ്പകളാണ്. വ്യവസായ സംരംഭങ്ങളിലിറക്കിയ മൂലധനമല്ല. ബ്രിട്ടീഷ് കൊളോണിയൽ സാമ്രാജ്യത്വത്തിൽനിന്നു വ്യത്യസ്തമായി ഫ്രഞ്ച് സാമ്രാജ്യത്വത്തെ ഹുണ്ടികസാമ്രാജ്യത്വമെന്നു വിളിക്കാവുന്നതാണ്. ജർമനിയെ സംബന്ധിച്ചിടത്തോളം മൂന്നാമതൊരു തരമാണ് നാം കാണുന്നത്. കോളനികൾ വലുതല്ല. വിദേശത്തിറക്കിയിട്ടുള്ള ജർമൻമൂലധനം യൂറോപ്പിലും അമേരിക്കയിലുമായി അങ്ങേയറ്റം സമമായി വീതിച്ചിരിക്കുന്നു.

മൂലധനത്തിന്റെ കയറ്റുമതി അതെങ്ങോട്ടാണോ കയറ്റി അയയ്ക്കുന്നത് ആ രാജ്യങ്ങളിലെ മുതലാളിത്തത്തിന്റെ വളർച്ചയെ സ്വാധീനിക്കുകയും വളരെയേറെ ത്വരിതപ്പെടുത്തുകയും ചെയ്യുന്നു. അതുകൊണ്ട് മൂലധനത്തിന്റെ കയറ്റുമതി അത് കയറ്റുമതി ചെയ്യുന്ന രാജ്യങ്ങളിലെ വികസനത്തെ ഒരുപരിധിവരെ തടഞ്ഞുനിർത്തിയേക്കാമെങ്കിലും ലോകമൊട്ടുക്ക് മുതലാളിത്തത്തിന്റെ തുടർന്നുള്ള വികസനത്തെ വിപുലപ്പെടുത്തുകയും ആഴം വയ്പ്പിക്കുകയും ചെയ്തുകൊണ്ടുമാത്രമേ അതിനങ്ങനെ ചെയ്യാൻ കഴിയൂ.

മൂലധനം കയറ്റുമതിചെയ്യുന്ന രാജ്യങ്ങൾക്ക് ഏതാണ്ടെല്ലായ്പ്പോഴും തന്നെ ചില 'മെച്ചങ്ങൾ' നേടാൻ കഴിയുന്നുണ്ട്. ആ മെച്ചങ്ങളുടെ സ്വഭാവം ഫിനാൻസ് മൂലധനത്തിന്റെയും കുത്തകയുടെയും യുഗത്തിന്റെ പ്രത്യേകതയെ വെളിച്ചത്തുകൊണ്ടു വരുന്നു. ഉദാഹരണത്തിന്, ബർലിൻ പത്രികയായ *ദി ബാങ്കി*ന്റെ 1913 ഒക്ടോബർ ലക്കത്തിൽ താഴെക്കൊടുക്കുന്ന ഖണ്ഡിക പ്രസിദ്ധപ്പെടുത്തുകയുണ്ടായി.

> അരിസ്റ്റോഫനിസിന്റെ തൂലികയ്ക്കു ചേർന്ന ഒരു ഹാസ്യനാടകം അടുത്ത കാലത്തായി സാർവദേശീയ മൂലധനവിപണിയിൽ കളിച്ചുകൊണ്ടിരിക്കയാണ്. സ്പെയിൻ തൊട്ടു ബാൾക്കൻ സ്റ്റേറ്റുകൾ വരെയുള്ള, റഷ്യ തൊട്ട് അർജന്റീനയും ബ്രസീലും ചൈനയും വരെയുള്ള, നിരവധി വിദേശരാജ്യങ്ങൾ വായ്പകൾക്കുവേണ്ടിയുള്ള-ചിലപ്പോൾ വളരെ നിർബന്ധപൂർവമായ-ആവശ്യങ്ങളുമായി വൻകിടപണത്തിന്റെ വിപണിയിൽ പരസ്യമായോ രഹസ്യമായോ വന്നുകൊണ്ടിരിക്കുന്നു. പണവിപണികളിൽ വളരെയൊന്നും ശോഭനമായ സ്ഥിതിയല്ല ഇന്നുള്ളത്. രാഷ്ട്രീയമായി മുന്നിലുള്ള കാഴ്ചപ്പാട് ആശാവഹവുമല്ല. എങ്കിലും ഒരൊറ്റ പണവിപണിക്കുപോലും വായ്പാപേക്ഷ നിരസിക്കാനുള്ള ധൈര്യമില്ല. അയൽക്കാരൻ മുമ്പേ കയറി വായ്പ നൽകാൻ സമ്മതിക്കുകയും അങ്ങനെ ആ ഉപകാരത്തിന് വല്ല പ്രത്യുപകാരവും തട്ടിയെടുക്കുകയും ചെയ്യുമോ എന്നാണ് ഭയം. ഈ സാർവദേശീയ പണമിടപാടുകളിൽ വായ്പനൽകുന്ന കക്ഷി ഏതാണ്ടെല്ലായ്പ്പോഴുംതന്നെ കൂടുതലായിട്ടെന്തെങ്കിലും മെച്ചം നേടാതിരിക്കില്ല-വാണിജ്യ ഉടമ്പടിയിൽ ഒരു അനുകൂലവകുപ്പോ, കൽക്കരിയെടുക്കാനുള്ള നിലയമോ, തുറമുഖം പണിയാനുള്ള കോൺട്രാക്റ്റോ, കൊഴുത്ത ദാനാനുകൂല്യമോ, തോക്കുകൾക്കുള്ള ഓർഡറോ എന്തുമാവാം അത്*.

ഫിനാൻസ് മൂലധനം കുത്തകകളുടെ യുഗത്തെ സൃഷ്ടിച്ചിരിക്കുന്നു. കുത്തകകളാകട്ടെ, എല്ലായിടത്തും കുത്തകതത്വങ്ങൾ ഏർപ്പെടുത്തുകയും ചെയ്യുന്നു: ലാഭകരമായ ഇടപാടുകൾക്കുവേണ്ടി 'ബന്ധ

---

* *ദി ബാങ്ക്*, 1913, 2, പേജ് 1024

ങ്ങളെ' ഉപയോഗപ്പെടുത്തുകയെന്നത് തുറന്ന കമ്പോളത്തിലുള്ള മത്സരത്തിന്റെ സ്ഥാനമെടുക്കുന്നു. വായ്പയുടെ ഒരുഭാഗം, വായ്പ നൽകുന്ന രാജ്യത്തുനിന്നു സാധനങ്ങൾ വാങ്ങാൻ-വിശേഷിച്ച് യുദ്ധസാമഗ്രികൾക്കുള്ള ഓർഡറുകൾക്കോ കപ്പലുകളും മറ്റും വാങ്ങാനോ-ചെലവഴിക്കണമെന്നു വ്യവസ്ഥ ചെയ്യുകയെന്നതാണ് ഏറ്റവും സാധാരണയായി കണ്ടുവരാറുള്ളത്. കഴിഞ്ഞ രണ്ടു ദശാബ്ദങ്ങൾക്കുള്ളിൽ (1890-1910) ഫ്രാൻസ് പലപ്പോഴും സ്വീകരിച്ചിട്ടുള്ളതാണ് ഈ മാർഗം. അങ്ങനെ മൂലധനത്തിന്റെ കയറ്റുമതി ചരക്കുകളുടെ കയറ്റുമതിയെ പ്രോത്സാഹിപ്പിക്കാനുള്ള ഒരു മാർഗമായിത്തീരുന്നു. ഇക്കാര്യത്തിൽ, വിശേഷിച്ചും വലിയ കമ്പനികൾ തമ്മിലുള്ള ഇടപാടുകൾ, ഷിൽഡർ* 'മയപ്പെടുത്തി' പറഞ്ഞിട്ടുള്ളതുപോലെ, 'അഴിമതിയുടെ വക്കത്തെത്തുന്നു'. സുശക്തങ്ങളായ ബാങ്കുകളും ഗവണ്മെന്റുകളുമായി അടുത്ത ബന്ധമുള്ളവയും വായ്പയ്ക്ക് ഏർപ്പാടുചെയ്യുമ്പോൾ എളുപ്പത്തിൽ 'അവഗണിക്കാൻ' വയ്യാത്തവയുമായ കമ്പനികൾക്കുള്ള ഉദാഹരണങ്ങളാണ് ജർമനിയിൽ ക്രൂപ്പും ഫ്രാൻസിൽ ഷ്നൈദറും ബ്രിട്ടനിൽ ആംസ്ട്രോങ്ങും.

റഷ്യക്കു വായ്പനൽകുമ്പോൾ 1905 സെപ്തംബർ 16 ലെ വാണിജ്യക്കരാറിൽ ഫ്രാൻസ് അതിനെ 'ഞെക്കിപ്പിഴിഞ്ഞു'. അതുപ്രകാരം 1917 വരെ നീണ്ടു നിൽക്കുന്ന ചില വിട്ടുവീഴ്ചകൾ ഫ്രാൻസിന് അനുവദിച്ചിരുന്നു. 1911 ആഗസ്ത് 19 നു ജപ്പാനുമായി ഏർപ്പെട്ട വാണിജ്യക്കരാറിലും ഇതുതന്നെയാണ് ചെയ്തത്. ഏഴു മാസത്തെ ഇടവേളയൊഴിച്ചാൽ 1906 തൊട്ട് 1911 വരെ ആസ്ട്രിയയും സെർബിയയും തമ്മിൽ നടന്ന താരിപ്പുയുദ്ധത്തിനുള്ള ഒരു കാരണം സെർബിയയ്ക്കു യുദ്ധസാമഗ്രികൾ നൽകുന്നതിൽ ആസ്ട്രിയയും ഫ്രാൻസും തമ്മിലുള്ള മത്സരമായിരുന്നു. 1908 നും 1911 നുമിടയ്ക്ക് ഫ്രഞ്ചു കമ്പനികൾ നാലരക്കോടി ഫ്രാങ്കിന്റെ യുദ്ധസാമഗ്രികൾ സെർബിയയ്ക്കു നൽകുകയുണ്ടായെന്ന് 1912 ജനുവരിയിൽ പോൾ ദെഷാനെൽ പാർലമെന്റിൽ പ്രസ്താവിച്ചു.

സാവോ-പൗലോയിലെ (ബ്രസീൽ) ആസ്ട്രോ-ഹങ്കേറിയൻ കോൺസലിന്റെ ഒരു റിപ്പോർട്ടിൽ പറയുന്നു: "ബ്രിസീലിലെ റെയിൽവേ മുഖ്യമായും പണിയുന്നത് ഫ്രഞ്ചും ബൽജിയനും ബ്രിട്ടീഷും ജർമനും മൂലധനംകൊണ്ടാണ്. റെയിൽവേ നിർമാണത്തോടനുബന്ധിച്ച പണമിടപാടുകളിൽ റെയിൽവേ നിർമാണസാമഗ്രികൾ തങ്ങളിൽനിന്ന് ഓർഡർചെയ്യണമെന്ന് ഈ രാജ്യങ്ങൾ വ്യവസ്ഥ ചെയ്തിട്ടുണ്ട്."

അങ്ങനെ ഫിനാൻസ് മൂലധനം ലോകത്തുള്ള സർവരാജ്യങ്ങളിലും വലവീശുന്നുണ്ടെന്ന് അക്ഷരാർഥത്തിൽത്തന്നെ പറയാവുന്നതാണ്. കോളനികൾ സ്ഥാപിച്ചിട്ടുള്ള ബാങ്കുകളും അവയുടെ ശാഖകളും ഇതിൽ ഒരു പ്രധാനപങ്കു വഹിക്കുന്നു. ഇതിനെ സംബന്ധിച്ചിടത്തോളം സ്വന്തം കാര്യം കാണുന്നതിൽ വിശേഷിച്ചും 'വിജയിച്ചിട്ടുള്ള' 'പഴയ' കൊളോ

* ഷിൽഡർ, മുമ്പുദ്ധരിച്ച കൃതി, പേജ് 346, 350, 371

ണിയൽ രാജ്യങ്ങളെ അസൂയയോടെയാണ് ജർമൻ സാമ്രാജ്യമേധാവികൾ വീക്ഷിക്കുന്നത്. 1904-ൽ ഗ്രേറ്റ് ബ്രിട്ടന് 2,279 ശാഖകളോടുകൂടിയ 50 കൊളോണിയൽ ബാങ്കുകളുണ്ടായിരുന്നു 1910 ൽ 5,449 ശാഖകളോടു കൂടിയ 72 ബാങ്കുകളുണ്ടായിരുന്നു); ഫ്രാൻസിന് 136 ശാഖകളോടു കൂടിയ 20 ബാങ്കുകളും, ഹോളണ്ടിന് 68 ശാഖകളോടുകൂടിയ 16 ബാങ്കുകളുമുണ്ടായിരുന്നു. ജർമനിക്ക് 70 ശാഖകളോടുകൂടിയ 13 ബാങ്കുകൾ "മാത്രമേ" ഉണ്ടായിരുന്നുള്ളു*. അമേരിക്കൻ മുതലാളിമാരാകട്ടെ, ഇംഗ്ലണ്ടിലെയും ജർമനിയിലെയും മുതലാളിമാരെപ്പറ്റി അസൂയയുള്ളവരാണ്. 1915 ൽ അവർ ഇങ്ങനെ പരാതിപ്പെട്ടു: "തെക്കേ അമേരിക്കയിൽ അഞ്ചു ജർമൻ ബാങ്കുകൾക്ക് 40 ശാഖകളും അഞ്ചു ബ്രിട്ടീഷ് ബാങ്കുകൾക്ക് എഴുപതുശാഖകളുമുണ്ട്....... ബ്രിട്ടനും ജർമനിയും കഴിഞ്ഞ ഇരുപത്തഞ്ചു വർഷത്തിനുള്ളിൽ അർജന്റീന, ബ്രസീൽ, ഉറുഗ്വേ എന്നീ രാജ്യങ്ങളിൽ 400 കോടി ഡോളറോളം ഇറക്കിയിട്ടുണ്ട്. അതിന്റെ ഫലമായി ഈ മൂന്നു രാജ്യങ്ങളുടെയും മൊത്തം വ്യാപാരത്തിന്റെ 46 ശതമാനം അവ രണ്ടും കൂടി അനുഭവിക്കുന്നുണ്ട്"**

മൂലധനം കയറ്റുമതി ചെയ്യുന്ന രാജ്യങ്ങൾ ലോകത്തെ പങ്കിട്ടെടുത്തിരിക്കുകയാണെന്ന് ആലങ്കാരികമായി പറയാവുന്നതാണ്. എന്നാൽ ഫിനാൻസ് മൂലധനം ലോകത്തിന്റെ നേരിട്ടുള്ള പങ്കിടലിനുതന്നെ വഴി തെളിച്ചിരിക്കുകയാണ്.

---

* റീസ്സെർ, മുമ്പുദ്ധരിച്ച കൃതി, 4-ാം പതിപ്പ്, പേജ് 375, Diouritch, പേജ് 283.

** *The Ananls of the American Academy of Political and Social Science*, വാള്യം LIX, മേയ് 1915, പേജ് 301. ബ്രിട്ടൻ, ജർമനി, ഫ്രാൻസ്, ബൽജിയം, ഹോളണ്ട് എന്നീ രാജ്യങ്ങൾ കയറ്റുമതി ചെയ്യുന്ന മൂലധനം 4,000 കോടി ഡോളർ അഥവാ 20,000 കോടി ഫ്രാങ്ക് ആണെന്ന് *The Statist* എന്ന ധനകാര്യമാസികയുടെ കഴിഞ്ഞ ലക്കത്തിൽ സുപ്രസിദ്ധസ്ഥിതവിവരക്കണക്കു ശാസ്ത്രജ്ഞനായ പെയ്ഷ് കണക്കാക്കിയിട്ടുള്ളതായി നാം അതേ വാള്യത്തിൽത്തന്നെ 331-ാം പേജിൽ വായിക്കുന്നു.

5

മുതലാളിത്ത കൂട്ടുകെട്ടുകൾ ലോകം പങ്കിട്ടെടുക്കുന്നു

മുതലാളിമാരുടെ കുത്തകക്കൂട്ടുകെട്ടുകൾ-കാർട്ടലുകളും സിൻഡിക്കേറ്റുകളും ട്രസ്റ്റുകളും-ആദ്യം ആഭ്യന്തരകമ്പോളം പങ്കിട്ടെടുക്കുകയും സ്വന്തം രാജ്യത്തിലെ വ്യവസായത്തെ ഏറെക്കുറെ പൂർണമായി കൈവശപ്പെടുത്തുകയും ചെയ്തു. എന്നാൽ മുതലാളിത്തത്തിൻ കീഴിൽ ആഭ്യന്തരകമ്പോളം അനിവാര്യമായും വിദേശകമ്പോളവുമായി ബന്ധപ്പെട്ടാണ് കിടക്കുന്നത്. മുതലാളിത്തം പണ്ടുതന്നെ ഒരു ലോകകമ്പോളം സൃഷ്ടിച്ചിട്ടുണ്ട്. മൂലധനത്തിന്റെ കയറ്റുമതി വർധിക്കുകയും വലിയ കുത്തകക്കൂട്ടുകെട്ടുകളുടെ വിദേശബന്ധങ്ങളും കോളനിബന്ധങ്ങളും 'സ്വാധീന മണ്ഡലങ്ങളും' എല്ലാ വഴിക്കും വികസിക്കുകയും ചെയ്തതോടെ ഈ കൂട്ടുകെട്ടുകൾ തമ്മിലുള്ള ലോകവ്യാപകമായ കരാറിലേക്കും സാർവദേശീയ കാർട്ടലുകളുടെ രൂപീകരണത്തിലേക്കും കാര്യങ്ങൾ 'സ്വാഭാവികമായും' നീങ്ങി.

ഇത് മൂലധനത്തിന്റെയും ഉൽപ്പാദനത്തിന്റെയും ലോകവ്യാപകമായ കേന്ദ്രീകരണത്തിലെ പുതിയൊരു ഘട്ടമാണ്-മുൻഘട്ടങ്ങളെക്കാൾ നിരുപമമാംവണ്ണം ഉയർന്ന ഘട്ടം. ഈ അതികുത്തക എങ്ങനെ വളർന്നുവരുന്നുവെന്നു നോക്കാം.

ഏറ്റവും പുതിയ സാങ്കേതികനേട്ടങ്ങളുടെയും 19-ാം നൂറ്റാണ്ടവസാനത്തിലും 20-ാം നൂറ്റാണ്ടാരംഭത്തിലുമുള്ള മുതലാളിത്തത്തിന്റെയും ഏറ്റവും സവിശേഷമായ മാതൃകയാണ് വിദ്യുച്ഛക്തി വ്യവസായം. പുതിയ മുതലാളിത്തരാജ്യങ്ങളുടെ കൂട്ടത്തിൽ മുൻപന്തിയിൽ നിൽക്കുന്ന യുണൈറ്റഡ് സ്റ്റേറ്റ്സിലും ജർമനിയിലുമാണ് ഈ വ്യവസായം ഏറ്റവും കൂടു

തൽ വളർന്നിട്ടുള്ളത്. ജർമനിയിൽ 1900-ലെ പ്രതിസന്ധി അതിന്റെ കേന്ദ്രീകരണത്തിന് വിശേഷിച്ചും ഊറ്റമായ ഒരു ഉത്തേജനം നൽകി. അതിനകംതന്നെ വ്യവസായവുമായി വേണ്ടത്ര ലയിച്ചുകഴിഞ്ഞിരുന്ന ബാങ്കുകൾ ആ പ്രതിസന്ധിയുടെ സമയത്ത് താരതമ്യേന ചെറിയ സ്ഥാപനങ്ങൾ നാശമടയുന്നതിന്റെയും വലിയവ അവയെ വിഴുങ്ങുന്നതിന്റെയും വേഗതയും തീവ്രതയും വൻതോതിൽ വർധിപ്പിച്ചു. യെയ്ഡെൽസ് എഴുതുന്നു: "ബാങ്കുകൾ മൂലധനത്തിന്റെ ആവശ്യം ഏറ്റവും കൂടുതലുള്ള സ്ഥാപനങ്ങൾക്ക് സഹായഹസ്തം നിഷേധിച്ചു. ആദ്യം അവയുടെ ഭ്രാന്തുപിടിച്ച ഉൽക്കർഷത്തിനും പിന്നീട് തങ്ങളുമായി വേണ്ടത്ര അടുത്ത ബന്ധമില്ലാത്ത കമ്പനികളുടെ നിശ്ശേഷമായ തകർച്ചയ്ക്കും ഇടവരുത്തി"*

ഇതിന്റെ ഫലമായി 1900നു ശേഷം ജർമനിയിൽ കേന്ദ്രീകരണം ഭീമമായ തോതിൽ മുന്നേറി. 1900 - വരെ വിദ്യുച്ഛക്തിവ്യവസായത്തിൽ ഏഴോ എട്ടോ 'ഗ്രൂപ്പുകൾ' ഉണ്ടായിരുന്നു. ഓരോന്നിലും ഏതാനും കമ്പനികൾ അടങ്ങിയിരുന്നു (ആകെ 28). രണ്ടു തൊട്ടു 11 വരെ ബാങ്കുകളുടെ പിൻബലം ഓരോന്നിനും ഉണ്ടായിരുന്നു. 1908നും 1912നുമിടയ്ക്ക് ഈ ഗ്രൂപ്പുകളെല്ലാം രണ്ടെണ്ണത്തിൽ അഥവാ ഒരെണ്ണത്തിൽ ലയിച്ചു. പട്ടിക 1ൽ കൊടുത്തവിധമാണ് ആ പ്രക്രിയ നടന്നത്.

ഈ രീതിയിൽ വളർന്നുവന്ന സുപ്രസിദ്ധമായ എ ഇ ജി (ജനറൽ ഇലക്ട്രിക് കമ്പനി) ('സ്വത്തുകൈവശ' വ്യവസ്ഥ വഴി) 175-200 കമ്പനികളെയും 150 കോടി മാർക്കോളം വരുന്ന മൊത്തം മൂലധനത്തെയും നിയന്ത്രിക്കുന്നു. അതിന് വിദേശങ്ങളിലെ നേരിട്ടുള്ള ഏജൻസികൾതന്നെ പത്തിലധികം രാജ്യങ്ങളിലായി 34 എണ്ണമുണ്ട്. അവയിൽ പന്ത്രണ്ടെണ്ണം ജോയിന്റ് സ്റ്റോക്ക് കമ്പനികളാണ്. 1904 ൽത്തന്നെ ജർമൻ വിദ്യുച്ഛക്തി വ്യവസായം വിദേശത്തിറക്കിയിട്ടുള്ള മൂലധനം 233 ദശലക്ഷം മാർക്കാണെന്ന് കണക്കാക്കിയിരുന്നു. ഇതിൽ 62 ദശലക്ഷം റഷ്യയിലാണ് ഇറക്കിയിരുന്നത്. ബൃഹത്തായ ഒരു 'കൂട്ടുസ്ഥാപന' മാണ് എ ഇ ജി എന്നു പറയേണ്ടതില്ലല്ലോ. നിർമാണം നടത്തുന്ന കമ്പനികൾതന്നെ പതിനാറെണ്ണമുണ്ട്. കേബിളുകളും ഇൻസുലേറ്ററുകളും തൊട്ട് മോട്ടോർ കാറുകളും വ്യോമയന്ത്രങ്ങളും വരെയുള്ള നാനാവിധ സാധനങ്ങൾ അത് ഉൽപ്പാദിപ്പിക്കുന്നു.

എന്നാൽ യൂറോപ്പിലെ കേന്ദ്രീകരണം അമേരിക്കയിലെ കേന്ദ്രീകരണപ്രക്രിയയുടെ ഒരു ഭാഗം കൂടിയായിരുന്നു. പട്ടിക2-ൽ കൊടുത്ത പ്രകാരമാണ് ഈ പ്രക്രിയ നടന്നത്:

---

* യെയ്ഡെൽസ്, മുമ്പുദ്ധരിച്ച കൃതി, പേജ് 232.

പട്ടിക – 1

വിദ്യുച്ഛക്തി വ്യവസായത്തിലെ ഗ്രൂപ്പുകൾ

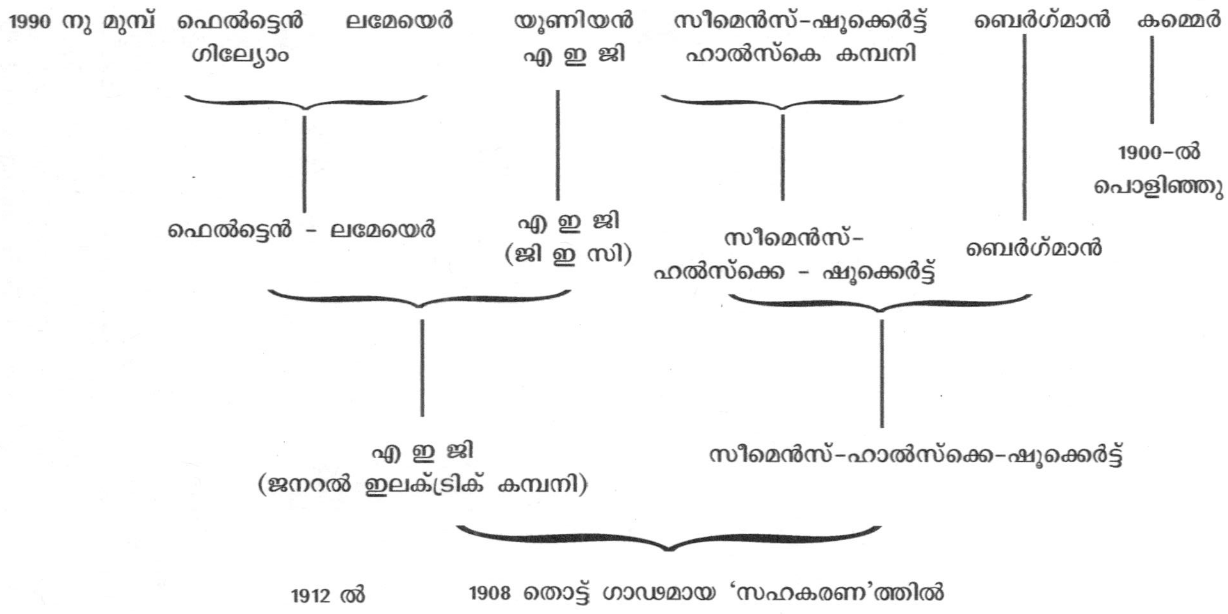

പട്ടിക-2

ജനറൽ ഇലക്ട്രിക് കമ്പനി

യുനൈറ്റഡ് സ്റ്റേറ്റ്സ്	തോംസൺ-ഹൗസ്റ്റൺ കമ്പനി യൂറോപ്പിൽ ഒരു കമ്പനി സ്ഥാപിക്കുന്നു.	എഡിസൺ കമ്പനി യൂറോപ്പിൽ ഫ്രഞ്ച് എഡിസൺ കമ്പനി സ്ഥാപിക്കുകയും അത് അതിന്റെ പേറ്റന്റുകൾ ജർമൻ കമ്പനിക്ക് കൈമാറുകയും ചെയ്യുന്നു.
ജർമനി: കമ്പനി	യൂണിയൻ ഇലക്ട്രിക് കമ്പനി	ജനറൽ ഇലക്ട്രിക് (എ ഇ ജി)

അങ്ങനെ രണ്ട് വൈദ്യുത 'വൻശക്തികൾ' രൂപീകരിക്കപ്പെട്ടു. 'അവയിൽ നിന്നു നിശ്ശേഷം സ്വതന്ത്രമായ വേറെ വിദ്യുച്ഛക്തിക്കമ്പനികൾ ലോകത്തില്ല', 'വിദ്യുച്ഛക്തിട്രസ്റ്റിന്റെ പാത' എന്ന ലേഖനത്തിൽ ഹെയ്നിഗ് എഴുതി. ഈ രണ്ടു 'ട്രസ്റ്റുകളുടെയും' സ്ഥാപനങ്ങളുടെ ടേണോവറിനെയും വലിപ്പത്തെയും സംബന്ധിച്ച് ഒരു തരത്തിലും പൂർണമല്ലാത്ത ഒരു ധാരണ താഴെക്കൊടുക്കുന്ന കണക്കുകളിൽ നിന്നും ലഭിക്കുന്നതാണ്.

		ടേണോവർ (ദശലക്ഷം മാർക്ക്)	ജോലിക്കാരുടെ എണ്ണം	അറ്റാദായം ദശലക്ഷം മാർക്ക്
അമേരിക്ക: ജനറൽ ഇലക്ട്രിക് കമ്പനി	1907	252	28,000	35.4
(ജി ഇ സി)	1910	298	32,000	45.6
ജർമനി ജനറൽ ഇലക്ട്രിക് കമ്പനി	1907	216	30,700	14.5
(എ ഇ സി)	1911	362	60,800	21.7

1907ൽ ജർമൻ ട്രസ്റ്റുകളും അമേരിക്കൻ ട്രസ്റ്റുകളും ലോകം പങ്കിട്ടെടുത്തുകൊണ്ടുള്ള ഒരു കരാറുണ്ടാക്കി. അവ തമ്മിലുള്ള മത്സരം നിലച്ചു. അമേരിക്കൻ ജനറൽ ഇലക്ട്രിക് കമ്പനിക്ക് (ജി ഇ സി) യുനൈറ്റഡ് സ്റ്റേറ്റ്സും കാനഡയും 'കിട്ടി'. ജർമൻ ജനറൽ ഇലക്ട്രിക് കമ്പ

നിക്ക് (എ ഇ ജി) ജർമനി, ആസ്ട്രിയ, റഷ്യ, ഹോളണ്ട്, ഡെന്മാർക്ക്, സ്വിറ്റ്സർലാൻഡ്, ടർക്കി, ബാൾക്കൻരാജ്യങ്ങൾ എന്നിത്രയും 'കിട്ടി'. പുതിയ വ്യവസായശാലകളിലേക്കും ഔപചാരികമായി ഇനിയും പങ്കു വച്ചിട്ടില്ലാത്ത 'പുതിയ' രാജ്യങ്ങളിലേക്കും 'പുത്രികാകമ്പനികൾ' നുഴഞ്ഞു കയറുന്നതിനെക്കുറിച്ച് പ്രത്യേക കരാറുകൾ സ്വാഭാവികമായും രഹസ്യ മായി ഉണ്ടാക്കി. കണ്ടുപിടിത്തങ്ങളും പരീക്ഷണങ്ങളും പരസ്പരം കൈമാറണമെന്നും വ്യവസ്ഥ ചെയ്തു.*

ശതകോടിക്കണക്കിനു മൂലധനത്തെ നിയന്ത്രിക്കുന്നതും ലോക ത്തിന്റെ എല്ലാ കോണുകളിലും 'ശാഖകളും' ഏജൻസികളും പ്രതിനി ധികളും ബന്ധങ്ങളുള്ളതുമായ യഥാർഥത്തിൽ ഒരൊറ്റ ലോകവ്യാപക ട്രസ്റ്റായ ഈ സ്ഥാപനത്തിനെതിരെ മത്സരിക്കാനുള്ള വൈഷമ്യം സ്വയം വ്യക്തമാണ്. എന്നാൽ പ്രബലങ്ങളായ രണ്ടു ട്രസ്റ്റുകൾ ലോകം പങ്കിട്ടെ ടുത്തുവെന്നതുകൊണ്ട്, അസമമായ വികസനത്തിന്റെയും യുദ്ധത്തിന്റെയും പാപ്പരത്തത്തിന്റെയും മറ്റും ഫലമായി ബലാബലത്തിൽ മാറ്റമുണ്ടായാൽ ഒരു പുനർവിഭജനം നടന്നുകൂടെന്നില്ല.

ഇത്തരം പുനർവിഭജനത്തിനുവേണ്ടിയുള്ള ശ്രമത്തിന്റെ, സമരത്തിന്റെ, വിജ്ഞേയമായ ഒരു ഉദാഹരണമാണ് എണ്ണവ്യവസായം നൽകുന്നത്.

1905-ൽ യെയ്ഡെൽസ് എഴുതി: 'എണ്ണയുടെ ലോകകമ്പോളം ഇന്നും രണ്ടു വലിയ ഫിനാൻസ് ഗ്രൂപ്പുകൾ പങ്കിട്ടെടുത്തിരിക്കുകയാണ്. റോക്ക്ഫെല്ലറുടെ അമേരിക്കൻ സ്റ്റാൻഡേർഡ് ഓയിൽ കമ്പനി, ബക്കു വിലെ റഷ്യൻ എണ്ണപ്പാടങ്ങളുടെ ഉടമകളായ റൊത്ഷീൽഡ്-നോബെൽ, എന്നിവയാണ് അവ. ഈ രണ്ടു ഗ്രൂപ്പുകളും തമ്മിൽ അടുത്ത ബന്ധങ്ങ ളുണ്ട്. എന്നാൽ കുറെ വർഷങ്ങളായി അവയുടെ കുത്തകയെ അഞ്ചു ശത്രുക്കൾ ഭീഷണിപ്പെടുത്തിവരികയാണ്'**: (1) അമേരിക്കൻ എണ്ണപ്പാ ടങ്ങളുടെ ശോഷണം; (2) ബക്കുവിലെ മന്തഷെവ് എന്ന കമ്പനിയുടെ മത്സരം; (3) ആസ്ട്രിയയിലെ എണ്ണപ്പാടങ്ങൾ; (4) റുമേനിയയിലെ എണ്ണ പ്പാടങ്ങൾ; (5) സമുദ്രത്തിനപ്പുറത്തുള്ള എണ്ണപ്പാടങ്ങൾ, വിശേഷിച്ചും ഡച്ച് കോളനികളിലേത് (ബ്രിട്ടീഷ് മൂലധനവുമായും ബന്ധമുള്ള സാമു വേൽ, ഷെൽ എന്നീ അതിസമ്പന്നങ്ങളായ കമ്പനികൾ). അവസാനത്തെ മൂന്നു ഗ്രൂപ്പുകൾക്ക് കൂറ്റൻ ദൊയ്ത്ഷെ ബാങ്കിന്റെ നേതൃത്വത്തിലുള്ള വലിയ ജർമൻ ബാങ്കുകളുമായി ബന്ധമുണ്ട്. 'സ്വന്തമായി'ട്ടൊരു നില നേടിയെടുക്കാൻ വേണ്ടി ഈ ബാങ്കുകൾ, ഉദാഹരണത്തിന്, റുമേനിയയിലെ എണ്ണവ്യവസായത്തെ സ്വതന്ത്രമായും ചിട്ടയായും വികസിപ്പിച്ചു. റുമേ നിയയിലെ എണ്ണവ്യവസായത്തിൽ ഇറക്കിയിട്ടുള്ള വിദേശമൂലധനം

---

* Riesser, മുമ്പുദ്ധരിച്ച കൃതി; Diouritch, മുമ്പുദ്ധരിച്ച കൃതി, പേജ് 239, Kurt Heining, മുമ്പുദ്ധരിച്ച ലേഖനം.

** യെയ്ഡെൽസ്, മുമ്പുദ്ധരിച്ച കൃതി, പേജ് 192-193

1907-ൽ 185 ദശലക്ഷം ഫ്രാങ്കുണ്ടെന്നാണ് കണക്കാക്കിയിരിക്കുന്നത്. അതിൽ 74 ദശലക്ഷം ജർമൻ മൂലധനമായിരുന്നു.*

സാമ്പത്തികപ്രസിദ്ധീകരണങ്ങളിൽ യഥാർഥത്തിൽ വിളിക്കപ്പെടുന്നതുപോലെ 'ലോകം പങ്കിടാനുള്ള' ഒരു സമരം ആരംഭിച്ചു. ഒരു വശത്ത്, റോക്ഫെല്ലറുടെ 'എണ്ണട്രസ്റ്റ്' സർവതിലും കൈവയ്ക്കാൻ ആഗ്രഹിച്ചു. മുഖ്യശത്രുവായ ആംഗ്ലോ-ഡച്ച് ഷെൽ ട്രസ്റ്റിന്റെ നേരെ ആഞ്ഞടിക്കാൻവേണ്ടി അത് ഹോളണ്ടിൽത്തന്നെ ഒരു 'പുത്രികാകമ്പനി' രൂപീകരിക്കുകയും ഡച്ച് ഇൻഡീസിൽ എണ്ണപ്പാടങ്ങൾ വിലയ്ക്കുവാങ്ങുകയും ചെയ്തു. മറുവശത്ത്, ഡൊയ്ത്ഷെ ബാങ്കും മറ്റു ജർമൻ ബാങ്കുകളും റുമേനിയയെ, 'തങ്ങളുടേതായി'ത്തന്നെ 'വച്ചുകൊണ്ടിരി ക്കാനും'റോക്ഫെല്ലർക്കെതിരെ അതിനെ റഷ്യയോടു യോജിപ്പിക്കാനും ശ്രമിച്ചു. റോക്ക്ഫെല്ലർക്ക് താരതമ്യേന വളരെക്കൂടുതൽ മൂലധനവും എണ്ണ കൊണ്ടുപോകുന്നതിനും വിതരണം ചെയ്യുന്നതിനും ഒന്നാന്തരം ഏർപ്പാടുകളുമുണ്ടായിരുന്നു. സമരം ഡൊയ്ത്ഷെ ബാങ്കിന്റെ നിശ്ശേഷ പരാജയത്തിൽ കലാശിക്കാതെ തരമില്ലായിരുന്നു. 1907ൽ അത് അങ്ങനെ കലാശിക്കുകയും ചെയ്തു. ഒന്നുകിൽ കോടിക്കണക്കിന് പണം നഷ്ടപ്പെട്ടുകൊണ്ട് തങ്ങളുടെ 'എണ്ണത്താൽപ്പര്യങ്ങൾ' ഇല്ലായ്മ ചെയ്യുക, അല്ലെങ്കിൽ കീഴടങ്ങുക. എന്നിങ്ങനെ രണ്ടു പോംവഴികളേ ദൊയ്ത്ഷെ ബാങ്കിന്റെ മുമ്പിൽ ഉണ്ടായിരുന്നുള്ളു. അത് കീഴടങ്ങാൻ തന്നെ തീരുമാനിച്ചു. തങ്ങൾക്ക് വളരെയേറെ പ്രതികൂലമായ ഒരു കരാറ് അത് 'എണ്ണട്രസ്റ്റു'മായി ഉണ്ടാക്കി. 'അമേരിക്കൻ താൽപ്പര്യങ്ങൾക്ക് ദോഷം ചെയ്യാനിടയുള്ള യാതൊരു സംരംഭങ്ങളിലും ഏർപ്പെടുകയില്ലെ'ന്ന് ഡൊയ്ത്ഷെ ബാങ്ക് സമ്മതിച്ചു. എന്നാൽ ജർമനി എണ്ണയുടെ സ്റ്റേറ്റ് കുത്തക സ്ഥാപിക്കുന്നപക്ഷം കരാർ റദ്ദാക്കാൻ വ്യവസ്ഥ ചെയ്തിരുന്നു.

'എണ്ണയുടെ ഹാസ്യനാടകം' തുടങ്ങുന്നത് അപ്പോഴാണ്. ജർമനിയിലെ ഫിനാൻസ് രാജാക്കന്മാരിലൊരാളും ദൊയ്ത്ഷെ ബാങ്കിന്റെ ഡയറക്ടറുമായ ഫൊൻ ഗ്വിന്നെർ തന്റെ പ്രൈവറ്റ് സെക്രട്ടറിയായ ഷ്ടൗസു വഴി എണ്ണയുടെ സ്റ്റേറ്റ് കുത്തകയ്ക്കുവേണ്ടിയുള്ള പ്രക്ഷോഭം ആരംഭിച്ചു. ആ പടുകൂറ്റൻ ബർലിൻ ബാങ്കിന്റെ ഭീമമായ യന്ത്രസംവിധാനവും 'ബന്ധങ്ങളും' മുഴുവനും കർമനിരതമായി. പത്രങ്ങൾ അമേരിക്കൻ ട്രസ്റ്റിന്റെ 'നുക'ത്തിനെതിരായുള്ള 'ദേശസ്നേഹപരമായ' രോഷംകൊണ്ട് തിളച്ചുമറിഞ്ഞു. എണ്ണക്കുത്തക സ്ഥാപിക്കാൻ വേണ്ടിയുള്ള നിയമം കൊണ്ടുവരണമെന്ന് ഗവൺമെന്റിനോട് ആവശ്യപ്പെടുന്ന ഒരു പ്രമേയം മിക്കവാറും ഏകകണ്ഠമായ വോട്ടെടുപ്പോടെ റൈഷ്സ്താഗ് 1911 മാർച്ച് 15നു അംഗീകരിച്ചു. ഗവണ്മെന്റ് ഈ 'ജനകീയാ'ശയത്തിന്മേൽ കയറിപ്പിടിച്ചു. തങ്ങളുടെ അമേരിക്കൻ എതിരാളിയെ പറ്റിച്ച് ബിസിനസ് മെച്ചപ്പെടുത്താമെന്ന് ആശിച്ച ഡൊയ്ത്ഷെ ബാങ്കിന്റെ കളി ജയിച്ചെന്നു തോന്നി. റഷ്യൻ പഞ്ചസാരമില്ലുടമകളുടെതിനെക്കാൾ ഒട്ടും കുറയാത്ത

---

* Diouritch, മുമ്പുദ്ധരിച്ച കൃതി, പേജ് 245-246.

ഭീമമായ ലാഭത്തെപ്പറ്റി ജർമൻ എണ്ണപ്രഭുക്കന്മാർ സ്വപ്നം കാണാൻ തുടങ്ങി....പക്ഷേ, ഒന്നാമത്, കൊള്ളമുതൽ വീതിക്കുന്നതിനെച്ചൊല്ലി വൻകിട ജർമൻബാങ്കുകൾ തമ്മിൽത്തല്ലി. ഡിസ്കോൺടൊ-ഗെസെൽ ഷാഫ്ട്, ഡൊയ്ത്ഷെ ബാങ്കിന്റെ അത്യാർത്തിപൂണ്ട താൽപ്പര്യങ്ങളെ തുറന്നുകാട്ടി. രണ്ടാമത്, റോക്ഫെല്ലറുമായുള്ള സമരത്തെ ഗവൺമെന്റ് ഭയന്നു. കാരണം, ജർമനിക്ക് മറ്റിടങ്ങളിൽനിന്ന് എണ്ണ കിട്ടുമെന്ന കാര്യത്തിന് ഉറപ്പില്ലായിരുന്നു (റുമേനിയയിലെ ഉൽപ്പാദനം അധികമില്ലായിരുന്നു). മൂന്നാമത്, ജർമനിയുടെ യുദ്ധസന്നാഹങ്ങൾക്കുവേണ്ടി 1913ൽ നൂറു കോടി മാർക്ക് നീക്കി വച്ചു. എണ്ണക്കുത്തകപദ്ധതി നീട്ടിവയ്ക്കപ്പെട്ടു. റോക്ക്ഫെല്ലറുടെ 'എണ്ണട്രസ്റ്റ്' സമരത്തിൽ തൽക്കാലത്തേക്ക് വിജയിച്ചു.

വിദ്യുച്ഛക്തിയുടെ കുത്തക സ്ഥാപിക്കുകയും ജലശക്തിയുടെ ചെലവുകുറഞ്ഞ വിദ്യുച്ഛക്തിയായി മാറ്റുകയും ചെയ്തുകൊണ്ടു മാത്രമേ ജർമനിക്ക് എണ്ണട്രസ്റ്റിനോടു പൊരുതാൻ കഴിയൂ എന്ന് ഇതു സംബന്ധിച്ച് *ദി ബാങ്ക്* എന്ന ബർലിൻ പത്രിക എഴുതി. 'പക്ഷേ', ലേഖകൻ തുടർന്നെഴുതി:

> ഉൽപ്പാദകർക്ക് ആവശ്യമായിവരുമ്പോഴാണ് വിദ്യുച്ഛക്തിയുടെ കുത്തക നിലവിൽ വരുന്നത്-അതായത്, വിദ്യുച്ഛക്തിവ്യവസായത്തിൽ അടുത്ത വലിയ തകർച്ച ആസന്നമാകുമ്പോൾ; സ്വകാര്യ വൈദ്യുതകമ്പനികൾ ഇപ്പോൾ സർവയിടത്തും വലിയ ചെലവു ചെയ്ത് സ്ഥാപിച്ചുകൊണ്ടിരിക്കുന്നതും പട്ടണങ്ങളിൽ നിന്നും സ്റ്റേറ്റുകളിൽനിന്നും മറ്റും ഇപ്പോൾത്തന്നെ ചില സൗജന്യങ്ങൾ ലഭിച്ചുകൊണ്ടിരിക്കുന്നതുമായ ചെലവേറിയ കൂറ്റൻ വൈദ്യുതനിലയങ്ങൾ ലാഭകരമായി നടത്താനാവാതെ വരുമ്പോൾ, അതിനെ ചെലവുകുറഞ്ഞ വിദ്യുച്ഛക്തിയായി മാറ്റുക അസാധ്യമായിരിക്കും. അതും 'സ്റ്റേറ്റിന്റെ നിയന്ത്രണത്തിലുള്ള ഒരു സ്വകാര്യകുത്തക'യ്ക്കു വിട്ടുകൊടുക്കേണ്ടിവരും. കാരണം, സ്വകാര്യവ്യവസായം ഇതിനകം തന്നെ പല കരാറുകളുമുണ്ടാക്കിക്കഴിഞ്ഞു. ഭാരിച്ച നഷ്ടപരിഹാരത്തിനു വ്യവസ്ഥ ചെയ്തുകഴിഞ്ഞു.....നൈട്രേറ്റ് കുത്തകയുടെ കാര്യത്തിൽ നടന്നതും എണ്ണക്കുത്തകയുടെ നടക്കുന്നതും വിദ്യുച്ഛക്തിക്കുത്തകയുടെ കാര്യത്തിൽ നടക്കാൻ പോകുന്നതും അതാണ്. ജർമനിയിലെ കുത്തകകൾ ഒരിക്കലും ഉപഭോക്താവിന് ഗുണം ചെയ്യണമെന്നോ ഉടമസ്ഥന്റെ ലാഭത്തിന്റെ ഒരു പങ്ക് സ്റ്റേറ്റിനെ ഏൽപ്പിക്കണമെന്നുപോലുമോ ഉള്ള ലക്ഷ്യം വച്ചുപുലർത്തുകയോ ആ ഫലം ഉളവാക്കുകയോ ചെയ്തിട്ടില്ലെന്ന് സുന്ദരമായ തത്വം കൊണ്ട് കണ്ണുകാണാതായിപ്പോയ നമ്മുടെ സ്റ്റേറ്റ് സോഷ്യലിസ്റ്റുകാർ മനസിലാക്കാൻ സമയമായിരിക്കുന്നു. പൊളിയാൻ പോകുന്ന സ്വകാര്യവ്യവസായങ്ങളെ സ്റ്റേറ്റിന്റെ ചെലവിൽ പുനരുദ്ധരിക്കാൻ മാത്രമേ അവ ഉപകരിച്ചിട്ടുള്ളൂ*

---

* *Die Bank*, 1912, 1 പേജ് 1036; 2, പേജ് 629; 1913, 1, പേജ് 388.

ജർമനിയിലെ ബൂർഷ്വാ ധനശാസ്ത്രജ്ഞന്മാർക്ക് തുറന്നു സമ്മതിക്കേണ്ടി വന്ന വിലയേറിയ വസ്തുതകൾ ഇവയെല്ലാമാണ്. ഫിനാൻസ് മൂലധനത്തിന്റെ യുഗത്തിൽ സ്വകാര്യകുത്തകകളും സ്റ്റേറ്റ് കുത്തകകളും എങ്ങനെ കെട്ടുപിണഞ്ഞുകിടക്കുന്നുവെന്നും ലോകം പങ്കിടാൻ വേണ്ടി കൂറ്റൻ കുത്തകക്കാർ തമ്മിൽ നടത്തുന്ന സാമ്രാജ്യത്വസമരത്തിൽ ഇവ രണ്ടും എങ്ങനെയാണ് വെവ്വേറെയായ കണ്ണികൾ മാത്രമാകുന്നതെന്നും നാമിവിടെ വ്യക്തമായി കാണുന്നു.

കച്ചവടക്കപ്പലോട്ടത്തിൽ കേന്ദ്രീകരണത്തിനുണ്ടായിട്ടുള്ള വമ്പിച്ച വളർച്ചയും ലോകത്തിന്റെ വിഭജനത്തിലാണ് കലാശിച്ചിരിക്കുന്നത്. ജർമനിയിൽ പ്രബലങ്ങളായ രണ്ടു കമ്പനികൾ മുൻപന്തിയിലെത്തിയിട്ടുണ്ട്. ഹാംബർഗ്-അമേരിക്കയും നോർഡ് ഡൊയ്ത്ഷെർ ലോയ്ഡും. അവയ്ക്കോരോന്നിനും സ്റ്റോക്കുകളും ബോണ്ടുകളുമായി 20 കോടി മാർക്കിന്റെ മൂലധനവും 185-189 ദശലക്ഷം മാർക്ക് വിലയ്ക്കുള്ള കപ്പലുകളുമുണ്ട്. മറുവശത്ത്, അമേരിക്കയിൽ 1903ജനുവരി 1നു മോർഗൻ ട്രസ്റ്റ് എന്ന് അറിയപ്പെടുന്ന ഇന്റർനാഷണൽ മെർക്കന്റൈൽ മറൈൻ കമ്പനി രൂപീകരിക്കപ്പെട്ടു. അത് അമേരിക്കനും ബ്രിട്ടീഷുമായി ഒമ്പതു കപ്പൽക്കമ്പനികളെ സംയോജിപ്പിച്ചിരുന്നു. 12 കോടി ഡോളർ (48 കോടി മാർക്ക്) ആയിരുന്നു അതിന്റെ മൂലധനം. 1903-ൽത്തന്നെ ജർമനിയിലെ കൂറ്റൻകമ്പനികളും ഈ അമേരിക്കൻ-ബ്രിട്ടീഷ് ട്രസ്റ്റുംകൂടി ലോകം പങ്കിടാനും തദ്വാരാ ലാഭം പങ്കിടാനുമുള്ള കരാറുണ്ടാക്കി. ഇംഗ്ലണ്ടും അമേരിക്കയും തമ്മിലുള്ള ഗതാഗതത്തിൽ മത്സരത്തിനു വരികയില്ലെന്ന് ജർമൻ കമ്പനികൾ സമ്മതിച്ചു. ഓരോ കൂട്ടർക്കും 'പങ്കിട്ടുകൊടുക്കേണ്ട' തുറമുഖങ്ങൾ ഏതെല്ലാമാണെന്നു കൃത്യമായി നിശ്ചയിക്കപ്പെട്ടു. ഒരു സംയുക്തനിയന്ത്രണസമിതി സ്ഥാപിക്കപ്പെട്ടു, മറ്റും മറ്റും. കരാറുണ്ടാക്കിയത് ഇരുപതു വർഷത്തേക്കാണ്. യുദ്ധമുണ്ടാകുന്നപക്ഷം അതു റദ്ദാവുമെന്ന ബുദ്ധിപൂർവമായ വ്യവസ്ഥയും അതിൽ ഉൾപ്പെടുത്തിയിരുന്നു*.

സാർവദേശീയ റെയിൽ കാർട്ടലിന്റെ രൂപീകരണത്തിന്റെ കഥയും അങ്ങേയറ്റം വിജ്ഞേയമാണ്. 1884ൽത്തന്നെ, ഗുരുതരമായൊരു വ്യാവസായികമാന്ദ്യത്തിന്റെ കാലഘട്ടത്തിൽ, ഇങ്ങനെയൊരു കാർട്ടൽ രൂപീകരിക്കാൻ ബ്രിട്ടനിലെയും ബൽജിയത്തിലെയും ജർമനിയിലെയും റെയിൽ നിർമാതാക്കൾ ഒരു പ്രഥമശ്രമം നടത്തുകയുണ്ടായി. അതാതു രാജ്യങ്ങളുടെ അഭ്യന്തരകമ്പോളങ്ങളിൽ പരസ്പരം മത്സരിക്കുകയില്ലെന്ന് നിർമാതാക്കൾ കരാറുണ്ടാക്കി. വിദേശകമ്പോളങ്ങളെ അവ ഇപ്രകാരം വീതിച്ചെടുത്തു. ഗ്രേറ്റ് ബ്രിട്ടൻ 66ശതമാനം; ജർമനി 27ശതമാനം; ബൽജിയം, 7ശതമാനം. ഇന്ത്യയെ പൂർണമായും ബ്രിട്ടനുവേണ്ടി നീക്കിവച്ചു. കാർട്ടലിൽ പെടാതിരുന്ന ഒരു ബ്രിട്ടീഷ് കമ്പനിക്കെതിരെ സംയുക്ത യുദ്ധം പ്രഖ്യാപിക്കപ്പെട്ടു. മൊത്തം വിൽപ്പനയുടെ ഒരു നിശ്ചിതശത

---

* Riesser, മുമ്പുദ്ധരിച്ച കൃതി; പേജ് 125

മാനം അതിനുവേണ്ടി ചെലവഴിക്കപ്പെട്ടു. എന്നാൽ 1886ൽ രണ്ടു ബ്രിട്ടീഷ് കമ്പനികൾ വിട്ടുപോയതോടെ കാർട്ടൽ പൊളിഞ്ഞു. തുടർന്നുണ്ടായ ഉൽക്കർഷത്തിന്റെ കാലഘട്ടത്തിൽ യോജിപ്പിലെത്താൻ കഴിഞ്ഞില്ലെന്നത് ഇവയുടെ സ്വഭാവത്തിനനുരൂപമാണ്.

1904ന്റെ ആരംഭത്തിൽ ജർമനിയിൽ ഉരുക്കുസിൻഡിക്കേറ്റ് രൂപീകൃതമായി. 1904 നവംബറിൽ സാർവദേശീയ റെയിൽ കാർട്ടൽ പുനരുദ്ധരിക്കപ്പെട്ടു. ബ്രിട്ടന് 53.5 ശതമാനം, ജർമനിക്ക് 28.83ശതമാനം, ബൽജിയത്തിന് 17.67% എന്നിങ്ങനെവീതവും നിശ്ചയിക്കപ്പെട്ടു. പിന്നീട് ഫ്രാൻസ് ചേർന്നു. ഒന്നാമത്തെയും രണ്ടാമത്തെയും മൂന്നാമത്തെയും വർഷങ്ങളിൽ 100 ശതമാനത്തിനു മേലുള്ളതിന്റെ യഥാക്രമം 4.8 ശതമാനം, 5.8ശതമാനം, 6.4ശതമാനം (അതായത്, ആകെ 104.8 ശതമാനത്തിൽ, മറ്റും മറ്റും) ആയിരുന്നു അതിനുള്ള വീതം. 1905-ൽ യുനൈറ്റഡ് സ്റ്റേറ്റ്സ് (ഉരുക്കു കോർപ്പറേഷൻ) ചേർന്നു. അതുകഴിഞ്ഞ് ആസ്ട്രിയയും സ്പെയിനും. 1910ൽ ഫോഗെൽഷ്ടൈൻ എഴുതി: 'ഇപ്പോൾ ലോകത്തിന്റെ പങ്കിടൽ പൂർത്തിയായി. വലിയ ഉപഭോക്താക്കൾക്ക്, ഒന്നാമതായി സ്റ്റേറ്റ് റെയിൽവേകൾക്ക് അവയുടെ താൽപ്പര്യങ്ങൾ പരിഗണിക്കാതെ ലോകം പങ്കിട്ടിരിക്കുന്നതുകൊണ്ട്-കവിയെപ്പോലെ ജൂപ്പിറ്ററുടെ സ്വർഗത്തിൽ കഴിയാം.'*

1909ൽ സ്ഥാപിതമായ സാർവദേശീയ തുത്തനാക സിൻഡിക്കേറ്റിന്റെ കാര്യവും പ്രസ്താവ്യമാണ്. ജർമൻ, ബൽജിയൻ, ഫ്രഞ്ച്, സ്പാനിഷ്, ബ്രിട്ടീഷ് എന്നിങ്ങനെ അഞ്ചു ഗ്രൂപ്പുകളിൽപ്പെട്ട ഫാക്ടറികൾക്കായി അത് ഉൽപ്പാദനത്തെ കൃത്യമായി വീതിച്ചു. സാർവദേശീയ ഡൈനമൈറ്റ് ട്രസ്റ്റാണ് പിന്നൊന്ന്. ലീഫ്മന്റെ വാക്കുകളിൽ അത്:"എല്ലാ ജർമൻ സ്ഫോടകവസ്തുനിർമാതാക്കളും തമ്മിലുള്ള തികച്ചും ആധുനികമായ ഒരു സുദൃഢസഖ്യമാണ്. പിന്നീട് അവർ ഇതേവിധത്തിൽ സംഘടിപ്പിച്ചിട്ടുള്ള ഫ്രാൻസിലെയും അമേരിക്കയിലെയും ഡൈനമൈറ്റ് നിർമാതാക്കളുമായി ലോകം മുഴുവനും പങ്കിട്ടെടുത്തിരിക്കുന്നുവെന്നു പറയാം."**

ലീഫ്മന്റെ കണക്കുകൂട്ടലനുസരിച്ച് 1897ൽ ജർമനിയുടെ പങ്കാളിത്തത്തോടുകൂടിയ നാൽപ്പതോളം സാർവദേശീയ കാർട്ടലുകളുണ്ടായിരുന്നു. 1910-ഓടുകൂടി അവ നൂറിനടുത്തെത്തിക്കഴിഞ്ഞിരുന്നു.

മൂലധനത്തിന്റെ സാർവദേശീയവൽക്കരണത്തിന്റെ ഏറ്റവും സ്പഷ്ടമായ പ്രകടനങ്ങളിലൊന്നെന്ന നിലയിൽ സാർവദേശീയകാർട്ടലുകൾ, മുതലാളിത്തത്തിൻ കീഴിൽ രാഷ്ട്രങ്ങൾ തമ്മിൽ സമാധാനമുണ്ടാവുമെന്ന ആശയ്ക്കു വക നൽകുന്നുണ്ടെന്ന് ചില ബൂർഷ്വാ എഴുത്തുകാർ അഭിപ്രായപ്പെട്ടിട്ടുണ്ട് (മുമ്പ്, ഉദാഹരണത്തിന്, 1909 ൽ സ്വീകരിച്ചിരുന്ന മാർക്സിസ്റ്റ് നിലപാട് പാടേ ഉപേക്ഷിച്ചിരിക്കുന്ന കാൾ കൗട്സ്കിയും ഇപ്പോൾ അവരുടെ കൂടെ ചേർന്നിട്ടുണ്ട്). സൈദ്ധാന്തികമായി ഈ അഭി

---

* Volgelstein. *Organisations for men*, പേജ് 100.

** Iiefmann. *Kartelle und Trusts*, 2, A. പേജ് 161.

പ്രായം തികച്ചും അസംബന്ധമാണ്. പ്രയോഗത്തിലാവട്ടെ, അത് കുതർക്കവും ഏറ്റവും ഹീനമായ അവസരവാദത്തെ നെറികെട്ട രീതിയിൽ ന്യായീകരിക്കലുമാണ്. മുതലാളിത്ത കുത്തകകൾ എവിടംവരെ വളർന്നിട്ടുണ്ടെന്നും മുതലാളിമാരുടെ കൂട്ടുകെട്ടുകൾ തമ്മിലുള്ള സമരം എന്തിനുവേണ്ടിയാണെന്നും സാർവദേശീയകാർട്ടലുകൾ കാണിച്ചുതരുന്നു. ഈ അവസാനം പറഞ്ഞ സാഹചര്യമാണ് ഏറ്റവും പ്രധാനം. സംഭവിച്ചുകൊണ്ടിരിക്കുന്നതിന്റെ ചരിത്രപരവും സാമ്പത്തികവുമായ അർഥമെന്താണെന്ന് അതുമാത്രമേ വ്യക്തമാക്കിത്തരുന്നുള്ളൂ. എന്തുകൊണ്ടെന്നാൽ, താരതമ്യേന പ്രത്യേകവും താൽക്കാലികവുമായ പലവിധ കാരണങ്ങളാൽ സമരത്തിന്റെ രൂപങ്ങൾ മാറിയെന്നു വരാം, നിരന്തരം മാറിക്കൊണ്ടിരിക്കുന്നുമുണ്ട്. എന്നാൽ വർഗങ്ങൾ നിലനിൽക്കുന്ന കാലത്തോളം സമരത്തിന്റെ സത്ത, അതിന്റെ വർഗപരമായ ഉള്ളടക്കം, മാറാൻ തീർച്ചയായും സാധ്യമല്ല. ഇന്നത്തെ സാമ്പത്തികസമരത്തിന്റെ സത്തയെ (ലോകം പങ്കിടൽ) മൂടിവയ്ക്കുകയും ആ സമരത്തിന്റെ ഓരോരോ രൂപത്തെ ഊന്നിപ്പറയുകയും ചെയ്യുകയെന്നത്, സ്വാഭാവികമായും, ഉദാഹരണത്തിന്, ജർമൻ ബൂർഷ്വാസിയുടെ താൽപ്പര്യമാണ്. അവരുടെ ഭാഗത്തേക്കാണല്ലോ കൗട്സ്കി തന്റെ സൈദ്ധാന്തികവാദങ്ങളിൽ ഫലത്തിൽ പോയിരിക്കുന്നത് (ഞാൻ ഇക്കാര്യം പിന്നീടു പരിശോധിക്കാം). കൗട്സ്കിയും ഇതേ തെറ്റുതന്നെയാണ് വരുത്തുന്നത്. തീർച്ചയായും ജർമൻ ബൂർഷ്വാസിയെ മാത്രമല്ല ലോകമൊട്ടുക്കുമുള്ള ബൂർഷ്വാസിയെയാണ് നാമുദ്ദേശിക്കുന്നത്. മുതലാളിമാർ ലോകം പങ്കുവയ്ക്കുന്നത് പ്രത്യേകിച്ചെന്തെങ്കിലും ദ്രോഹബുദ്ധികൊണ്ടല്ല, പിന്നെയോ, ലാഭം കിട്ടുന്നതിന് ഈ മാർഗം സ്വീകരിക്കാൻ തങ്ങളെത്തിയിട്ടുള്ള കേന്ദ്രീകരണത്തിന്റെ തോത് അവരെ നിർബന്ധിക്കുന്നതുകൊണ്ടാണ്. 'മൂലധനം അനുസരിച്ചാണ്', 'ശക്തി അനുസരിച്ചാണ്', അവ അതു പങ്കുവയ്ക്കുന്നത്. കാരണം, ചരക്കുൽപ്പാദനത്തിന്റെയും മുതലാളിത്തത്തിന്റെയും കീഴിൽ മറ്റൊരു വിധത്തിൽ പങ്കുവയ്ക്കാൻ സാധ്യമല്ല. എന്നാൽ സാമ്പത്തികവും രാഷ്ട്രീയവുമായ വികസനത്തിന്റെ തോതനുസരിച്ച് ശക്തിയിൽ മാറ്റം വരുന്നു. എന്താണ് സംഭവിക്കുന്നതെന്നു മനസിലാവണമെങ്കിൽ, ഏതേതു പ്രശ്നങ്ങളാണ് ശക്തിയിലുള്ള മാറ്റങ്ങൾകൊണ്ടു തീരുമാനിക്കപ്പെടുന്നതെന്ന് അറിയണം. ഈ മാറ്റങ്ങൾ 'തനി' സാമ്പത്തികമാണോ അതോ സാമ്പത്തികേതരമാണോ (ഉദാഹരണത്തിന് സൈനികം) എന്നത് ഒരു രണ്ടാംകിട പ്രശ്നമാണ്. മുതലാളിത്തത്തിന്റെ ഏറ്റവും പുതിയ കാലഘട്ടത്തെ സംബന്ധിച്ച മൗലികവീക്ഷണത്തെ അത് തെല്ലും ബാധിക്കുന്നില്ല. മുതലാളിമാരുടെ കൂട്ടുകെട്ടുകൾ തമ്മിലുള്ള സമരത്തിന്റെയും കരാറുകളുടെയും സത്തയുടെ പ്രശ്നത്തിന്റെ സ്ഥാനത്ത് സമരത്തിന്റെയും കരാറുകളുടെയും രൂപത്തിന്റെ (ഇന്നു സമാധാനപരം, നാളെ അസമാധാനപരം, മറ്റന്നാൾ വീണ്ടും അസമാധാനപരം) പ്രശ്നം കൊണ്ടുവരി

കയെന്നു വച്ചാൽ ഒരു കുതർക്കക്കാരന്റെ നിലയിലേക്ക് അധഃപതിക്കുകയെന്നാണർഥം.

ലോകത്തെ സാമ്പത്തികമായി പങ്കിട്ടെടുക്കുന്നതിന്റെ അടിസ്ഥാനത്തിൽ മുതലാളിമാരുടെ കൂട്ടുകെട്ടുകൾ തമ്മിൽ ചില ബന്ധങ്ങൾ വളർന്നു വരുന്നുണ്ടെന്നും അതേസമയത്ത് അതിനു സമാന്തരമായും അതിനോടനുബന്ധിച്ചും ലോകത്തെ ഭൂവിഭാഗപരമായി പങ്കിട്ടെടുക്കുന്നതിന്റെ അടിസ്ഥാനത്തിൽ, കോളനികൾക്കുവേണ്ടിയുള്ള സമരത്തിന്റെയും 'സ്വാധീനമേഖലകൾക്കുവേണ്ടിയുള്ള സമരത്തിന്റേയും' അടിസ്ഥാനത്തിൽ, രാഷ്ട്രീയക്കൂട്ടുകെട്ടുകൾ തമ്മിൽ ചില ബന്ധങ്ങൾ വളർന്നുവരുന്നുണ്ടെന്നും മുതലാളിത്തത്തിന്റെ ഏറ്റവും പുതിയ കാലഘട്ടം നമുക്കു കാണിച്ചുതരുന്നു.

6

വൻശക്തികൾ ലോകം പങ്കിട്ടെടുക്കുന്നു

യൂ*റോപ്യൻ കോളനികളുടെ ഭൂവിഭാഗപരമായ വികസനം* എന്ന തന്റെ പുസ്തകത്തിൽ ഭൂമിശാസ്ത്രകാരനായ എ സൂപ്പൻ* പത്തൊമ്പതാം നൂറ്റാണ്ടവസാനത്തിലുള്ള ഈ വികസനത്തിന്റെ സംക്ഷിപ്ത ചിത്രം നൽകുന്നത് ഇങ്ങനെയാണ്:

യൂറോപ്യൻ കൊളോണിയൽ ശക്തികൾക്കുള്ള ഭൂവിഭാഗത്തിന്റെ ശതമാനം (യുനൈറ്റഡ് സ്റ്റേറ്റ്സടക്കം)

	1876	1900	വർധനവ്
ആഫ്രിക്കയിൽ	10.8	90.4	+79.6
പോളിനേഷ്യയിൽ	56.8	98.9	+42.1
ഏഷ്യയിൽ	51.5	56.5	+5.1
ഓസ്ട്രേലിയയിൽ	100.0	100.0	—
അമേരിക്കയിൽ	27.5	27.2	−0.3

"അതുകൊണ്ട് ആഫ്രിക്കയുടെയും പോളിനേഷ്യയുടെയും പങ്കിടലാണ് ഈ കാലഘട്ടത്തിന്റെ സവിശേഷസ്വഭാവം", അദ്ദേഹം ഉപസം

* A Supan. *Die territoriale Entwicklung der europaischen Kolonien*, 1906, പേജ് 254.

ഹരിക്കുന്നു. കയ്യേറാത്ത പ്രദേശങ്ങൾ-അതായത്, ഏതെങ്കിലും സ്റ്റേറ്റിന്റെ വകയല്ലാത്ത പ്രദേശങ്ങൾ-ഏഷ്യയിലും അമേരിക്കയിലും ഇല്ലാത്തതു കൊണ്ട് സൂപ്പന്റെ നിഗമനത്തെ വികസിപ്പിച്ചുകൊണ്ട് ഇങ്ങനെ പറയേ ണ്ടിയിരിക്കുന്നു: ഭൂമിയെ അന്തിമമായി പങ്കിട്ടിരിക്കുന്നുവെന്നതാണ് നാം പരിശോധിക്കുന്ന കാലഘട്ടത്തിന്റെ സവിശേഷസ്വഭാവം. അന്തിമമെന്നു പറഞ്ഞത്, പുനർവിഭജനം അസാധ്യമാണെന്ന അർഥത്തിലല്ല (നേരെമറിച്ച്, പുനർവിഭജനങ്ങൾ സാധ്യവും അനിവാര്യവുമാണ്), പിന്നെ യോ, നമ്മുടെ ഈ ഗ്രഹത്തിൽ കയ്യേറാതെ കിടന്നിരുന്ന പ്രദേശങ്ങ ളുടെ പിടിച്ചടക്കലിനെ മുതലാളിത്തരാജ്യങ്ങളുടെ കോളനിനയം പൂർത്തി യാക്കിയിരിക്കുന്നുവെന്ന അർഥത്തിലാണ്. ആദ്യമായി ലോകത്തെ പൂർണമായും പങ്കിട്ടുകഴിഞ്ഞിരിക്കുന്നു. മേലിൽ പുനർവിഭജനം മാത്രമേ സാധ്യമാകൂ. അതായത്, ഉടമസ്ഥനില്ലാത്ത അവസ്ഥയിൽനിന്ന് 'ഉടമ സ്ഥന്റെ' കീഴിൽ വരുന്നതിനു പകരം ഭൂവിഭാഗങ്ങൾക്ക് ഒരു 'ഉടമസ്ഥന്റെ' കയ്യിൽനിന്ന് മറ്റൊരാളിന്റെ കയ്യിലേക്ക് പോകാനേ കഴിയൂ.

അങ്ങനെ ലോകകോളനിനയത്തിന്റെ ഒരു പ്രത്യേകഘട്ടത്തിലാണ് നാം ജീവിക്കുന്നത്. അത് 'മുതലാളിത്തത്തിന്റെ വളർച്ചയിലെ ഏറ്റവും പുതിയ ഘട്ട'വുമായി, ഫിനാൻസ് മൂലധനവുമായി, ഏറ്റവുമടുത്തു ബന്ധ പ്പെട്ടിരിക്കുന്നു. അതുകൊണ്ട് മുൻകാലഘട്ടങ്ങളിൽനിന്നും ഈ കാല ഘട്ടത്തിനുള്ള വ്യത്യാസമെന്താണെന്നും ഇന്നത്തെ സ്ഥിതി എന്താ ണെന്നും കഴിയുന്നത്ര കൃത്യമായി മനസിലാക്കുന്നതിന് ആദ്യം തന്നെ വസ്തുതകളെ കുറെക്കൂടി വിശദമായി പരിശോധിക്കേണ്ടതാവശ്യമാണ്. ഒന്നാമത്, വസ്തുതാപരമായ രണ്ടു ചോദ്യങ്ങൾ ഉദിക്കുന്നു: കോളനി നയം തീവ്രമാകലും കോളനികൾക്കുവേണ്ടിയുള്ള സമരം രൂക്ഷമാകലും ഫിനാൻസ് മൂലധനത്തിന്റെ കാലഘട്ടത്തിൽത്തന്നെയാണോ കാണാവു ന്നത്? ഇതിനെ സംബന്ധിച്ചിടത്തോളം ഇക്കാലത്ത് ലോകം വിഭജിക്ക പ്പെട്ടിരിക്കുന്നത് എങ്ങനെയാണ്?

അമേരിക്കൻ എഴുത്തുകാരനായ മോറിസ് കോളനി സംസ്ഥാപന ചരിത്രത്തെക്കുറിച്ചുള്ള തന്റെ പുസ്തകത്തിൽ*, പത്തൊമ്പതാം നൂറ്റാ ണ്ടിന്റെ വിവിധ കാലഘട്ടങ്ങളിൽ ബ്രിട്ടൻ, ഫ്രാൻസ്, ജർമനി എന്നീ രാജ്യങ്ങളുടെ കൈവശമുണ്ടായിരുന്ന കോളനികളെ സംബന്ധിച്ച വിവ രങ്ങൾ സംഗ്രഹിക്കാൻ ഒരു ശ്രമം നടത്തിയിട്ടുണ്ട്. അദ്ദേഹത്തിനു ലഭിച്ച ഫലങ്ങളുടെ ചുരുക്കമാണ് ചുവടെ കൊടുക്കുന്നത്:

---

* Henry C Morris, *The History of Colonization*, New York, 1900. വാല്യം II, പേജ് 88, വാല്യം I, പേജ് 419; വാല്യം II, പേജ് 304.

കൈവശമുള്ള കോളനികളുടെ വലിപ്പം

വർഷം	ബ്രിട്ടൻ		ഫ്രാൻസ്		ജർമനി	
	വിസ്തീർണം പത്തു ലക്ഷം (ച. മൈൽ)	ജന സംഖ്യ (പത്തു ലക്ഷം)	വിസ്തീർണം (000,000) (ച. മൈൽ)	ജന സംഖ്യ (പത്തു ലക്ഷം)	വിസ്തീർണം പത്തു ലക്ഷം (ച. മൈൽ)	ജന സംഖ്യ (പത്തു ലക്ഷം)
1815-1830	-	126.4	0.02	0.5	--	--
1860	2.5	145.1	0.2	3.4	--	--
1880	7.7	267.9	0.7	7.5	--	--
1890	9.3	309.0	3.7	56.4	1.0	14.7

ബ്രിട്ടനെ സംബന്ധിച്ചിടത്തോളം, കോളനിവെട്ടിപ്പിടുത്തത്തിന്റെ ബൃഹത്തായ വികസനം നടന്നത് 1860നും 1880നും ഇടയ്ക്കുള്ള കാലത്താണ്. പത്തൊമ്പതാം നൂറ്റാണ്ടിന്റെ അവസാനത്തെ 20 വർഷങ്ങളിലും അത് ഗണ്യമായിരുന്നു. ഫ്രാൻസിനെയും ജർമനിയെയും സംബന്ധിച്ചാണെങ്കിൽ ഈ 20 വർഷത്തിൽത്തന്നെയാണ് അതുണ്ടായത്. കുത്തകയ്ക്കു മുമ്പുള്ള മുതലാളിത്തത്തിന്റെ, സ്വതന്ത്രമത്സരത്തിനു മേധാവിത്വമുണ്ടായിരുന്ന മുതലാളിത്തത്തിന്റെ, വികസനം 1869കളിലും 1870കളിലും അതിനെത്താവുന്ന പരിധി എത്തിക്കഴിഞ്ഞുവെന്നു നാം മുകളിൽ കണ്ടു. കോളനി വെട്ടിപ്പിടിത്തത്തിലുള്ള വമ്പിച്ച 'ഉൽക്കർഷം' തുടങ്ങുന്നതും ലോകത്തെ ഭൂവിഭാഗപരമായി പങ്കിട്ടെടുക്കാനുള്ള സമരം അസാമാന്യമാംവണ്ണം രൂക്ഷമാകുന്നതും ആ കാലഘട്ടത്തിനുശേഷം തന്നെയാണെന്ന് നാം ഇപ്പോൾ കാണുന്നു. അതുകൊണ്ട് കുത്തകമുതലാളിത്തത്തിന്റെ-ഫിനാൻസ് മൂലധനത്തിന്റെ-ഘട്ടത്തിലേക്കുള്ള മുതലാളിത്തത്തിന്റെ പരിവർത്തനം ലോകം പങ്കിടാനുള്ള സമരത്തിന്റെ മൂർച്ഛിക്കലുമായി ബന്ധപ്പെട്ടിരിക്കുന്നുവെന്ന കാര്യത്തിൽ സംശയമില്ല.

സാമ്രാജ്യത്വത്തെക്കുറിച്ചുള്ള തന്റെ കൃതിയിൽ ഹോബ്സൻ 1884-1990 കാലത്തെ, പ്രധാന യൂറോപ്യൻ സ്റ്റേറ്റുകളുടെ തീവ്ര 'വിപുലീകരണ'ത്തിന്റെ കാലഘട്ടമായി എടുത്തുപറയുന്നു. അദ്ദേഹത്തിന്റെ കണക്കനുസരിച്ച്, ഇക്കാലത്ത് ബ്രിട്ടൻ 5,70,00,000 ജനസംഖ്യയുള്ള 37,00,000 ചതുരശ്രമൈൽ സ്ഥലവും, ഫ്രാൻസ് 3,65,00,000 ജനസംഖ്യയുള്ള 36,00,000 ച. മൈൽ സ്ഥലവും, ജർമനി 1,47,00,000 ജനസംഖ്യയുള്ള 10,00,000 ച. മൈൽ സ്ഥലവും, ബൽജിയം 3,00,00,000 ജനസംഖ്യയുള്ള 9,00,000 ച. മൈൽ സ്ഥലവും, പോർത്തുഗൽ 90,00,000 ജനസംഖ്യയുള്ള 8,00,000 ച.മൈൽ സ്ഥലവും കൈവശപ്പെടുത്തി. 19-ാം നൂറ്റാണ്ടിന്റെ അവസാനത്തിൽ, വിശേഷിച്ച് 1880'കൾക്കുശേഷം, എല്ലാ മുതലാളിത്ത സ്റ്റേറ്റുകളും കോളനികൾക്കുവേണ്ടി നടത്തിയ പരക്കംപാച്ചിൽ നയതന്ത്രത്തിന്റെയും വിദേശനയത്തിന്റെയും ചരിത്രത്തിൽ സർവവിദിതമാണ്.

ബ്രിട്ടനിൽ സ്വതന്ത്രമത്സരം ഏറ്റവും കൂടുതൽ തഴച്ചുവളർന്നിരുന്ന കാലത്ത്-അതായത്, 1840നും 1860നുമിടയ്ക്ക്- പ്രമുഖ ബ്രിട്ടീഷ് ബൂർഷ്വാ രാഷ്ട്രീയനേതാക്കൾ കോളനിനയത്തിന് എതിരായിരുന്നു. കോളനികളുടെ മോചനവും ബ്രിട്ടനുമായുള്ള അവയുടെ പൂർണമായ വിച്ഛേദനവും അനിവാര്യമാണെന്നും അഭികാമ്യമാണെന്നുമായിരുന്നു അവരുടെ പക്ഷം. 'നമ്മുടെ കഴുത്തിൽ തൂങ്ങുന്ന തിരികല്ലുകളാണ് കോളനികൾ' എന്ന് സാമ്രാജ്യത്വത്തോട് പൊതുവിൽ ചായ്‌വുള്ള ഒരു രാജ്യതന്ത്രജ്ഞനായിരുന്ന ഡിസ്രേലി 1852-ൽ പ്രഖ്യാപിച്ചതായി 1898ൽ പ്രസിദ്ധപ്പെടുത്തിയ 'ആധുനിക ബ്രിട്ടീഷ് സാമ്രാജ്യത്വം' എന്ന ലേഖനത്തിൽ* എം ബിയർ ചൂണ്ടിക്കാട്ടുന്നു. എന്നാൽ 19-ാം നൂറ്റാണ്ടിന്റെ അവസാനത്തിലാകട്ടെ, സാമ്രാജ്യത്വത്തിനുവേണ്ടി പരസ്യമായി വാദിക്കുകയും സാമ്രാജ്യത്വനയം നിർദാക്ഷിണ്യം നടപ്പാക്കുകയും ചെയ്ത സെസിൽ റോഡ്സും ജോസഫ് ചേംബർലെയിനുമായിരുന്നു വീരപുരുഷന്മാർ!

ആധുനിക സാമ്രാജ്യത്വത്തിന്റെ തനി സാമ്പത്തികമെന്നു പറയാവുന്ന വേരുകളും സാമൂഹ്യ-രാഷ്ട്രീയവേരുകളും തമ്മിലുള്ള ബന്ധം അന്നുപോലും ഈ പ്രമുഖ ബ്രിട്ടീഷ് ബൂർഷ്വാ രാഷ്ട്രീയനേതാക്കൾ കണ്ടിരുന്നുവെന്ന കാര്യം ശ്രദ്ധേയമാണ്. ചേംബർലെയിൻ സാമ്രാജ്യത്വത്തിനുവേണ്ടി വാദിച്ചത് 'നേരായതും വിവേകപൂർവവും മിതവ്യയപരവുമായ നയ'മെന്ന നിലയ്ക്കാണ്. ലോകകമ്പോളത്തിൽ ജർമനിയുടെയും അമേരിക്കയുടെയും ബൽജിയത്തിന്റെയും ഭാഗത്തുനിന്ന് ബ്രിട്ടനു നേരിടേണ്ടിവരുന്ന മത്സരത്തെ അദ്ദേഹം പ്രത്യേകം ചൂണ്ടിക്കാട്ടി. കുത്തകയാണു മോക്ഷമെന്നു പറഞ്ഞുകൊണ്ട് മുതലാളിമാർ കാർട്ടലുകളും സിൻഡിക്കേറ്റുകളും ട്രസ്റ്റുകളും രൂപീകരിച്ചു. കുത്തകയാണു മോക്ഷമെന്ന് ഏറ്റുപറഞ്ഞുകൊണ്ട് ബൂർഷ്വാസിയുടെ രാഷ്ട്രീയനേതാക്കൾ ഇനിയും പങ്കുവയ്ക്കാത്ത ലോകത്തിന്റെ ഭാഗങ്ങൾ കൈവശപ്പെടുത്താൻ ബദ്ധപ്പെട്ടു. സെസിൽ റോഡ്സ് 1895ൽ അദ്ദേഹത്തിന്റെ സാമ്രാജ്യത്വവീക്ഷണങ്ങൾ ഇപ്രകാരം തന്നോടു പ്രകാശിപ്പിച്ചതായി അദ്ദേഹത്തിന്റെ ഉറ്റസുഹൃത്തും പത്രപ്രവർത്തകനുമായ സ്റ്റെഡ് പറയുന്നു:

> ഞാൻ ഇന്നലെ ലണ്ടനിലെ ഈസ്റ്റെൻഡിൽ (തൊഴിലാളികൾ താമസിക്കുന്ന പ്രദേശം) പോയിരുന്നു. തൊഴിലില്ലാത്തവരുടെ ഒരു യോഗത്തിൽ സംബന്ധിച്ചു. അവിടെ നടന്ന തീപ്പൊരി പ്രസംഗങ്ങൾ ശ്രദ്ധിച്ചു കേട്ടു. 'ഭക്ഷണം! ഭക്ഷണം!' എന്ന മുറവിളി മാത്രമായിരുന്നു അവ. വീട്ടിലേക്കു മടങ്ങുമ്പോൾ ഞാൻ ആ രംഗത്തെക്കുറിച്ച് ആലോചിക്കുകയായിരുന്നു. സാമ്രാജ്യത്വത്തിന്റെ പ്രാധാന്യത്തെക്കുറിച്ച് എനിക്ക് പൂർവാധികം ബോധ്യമായി........സാമൂഹ്യപ്രശ്നത്തിന് ഒരു പരിഹാരം കാണുകയെന്നതാണ് എന്റെ

* *Die Neue Zeit*, XVI, I, 1898, പേജ് 302.

> മനസ്സിലുള്ള ഗാഢമായ ആശയം. അതായത്, യുണൈറ്റഡ് കിങ്ഡത്തിലെ നാലുകോടി നിവാസികളെ രക്തപങ്കിലമായ ഒരു ആഭ്യന്തരയുദ്ധത്തിൽനിന്നു രക്ഷിക്കാൻവേണ്ടി കൊളോണിയൽ രാജ്യതന്ത്രജ്ഞരായ നമ്മൾ മിച്ചംവരുന്ന ജനങ്ങളെ കുടിയേറിപ്പാർപ്പിക്കുന്നതിനും ഫാക്ടറികളിലും ഖനികളിലുമുണ്ടാക്കുന്ന സാധനങ്ങൾക്ക് പുതിയ കമ്പോളങ്ങൾ ഉണ്ടാക്കിക്കൊടുക്കുന്നതിനും പുതിയ പ്രദേശങ്ങൾ കൈവശപ്പെടുത്തേണ്ടിയിരിക്കുന്നു. സാമ്രാജ്യമെന്നത് വയറിന്റെ പ്രശ്നമാണ്. ഞാനിത് എപ്പോഴും പറഞ്ഞിട്ടുള്ളതാണ്. ആഭ്യന്തരയുദ്ധം ആഗ്രഹിക്കുന്നില്ലെങ്കിൽ നിങ്ങൾക്ക് സാമ്രാജ്യവാദികളാവാതെ തരമില്ല*

ഒരു കോടീശ്വരനും ഫിനാൻസ് രാജാവും ആംഗ്ലോ-ബോയർയുദ്ധത്തിന്റെ പ്രധാന ഉത്തരവാദിയുമായ സെസിൽ റോഡ്സ് 1895ൽ പറഞ്ഞതാണിത്. മയമില്ലാതെയും പരുഷമായിട്ടുമാണ് അദ്ദേഹം സാമ്രാജ്യത്വത്തിനുവേണ്ടി വാദിക്കുന്നതെന്നതു ശരിയാണ്. എങ്കിലും സാരാംശത്തിൽ അത് മാസ്ലോവ്, സ്യുദെക്കും, പൊത്രേസൊവ്, ദാവീദ്, റഷ്യൻ മാർക്സിസത്തിന്റെ സ്ഥാപകൻ തുടങ്ങിയവർ മുന്നോട്ടു വയ്ക്കുന്ന 'സിദ്ധാന്ത' ത്തിൽനിന്നു വിഭിന്നമല്ല. സെസിൽ റോഡ്സ് അൽപ്പംകൂടി സത്യസന്ധനായ ഒരു സോഷ്യൽ ഷോവിനിസ്റ്റായിരുന്നു.......

ലോകത്തെ ഭൂവിഭാഗപരമായി പങ്കിട്ടിരിക്കുന്നതിന്റെയും ഇക്കാര്യത്തിൽ അവസാനത്തെ ദശാബ്ദങ്ങളിലുണ്ടായിട്ടുള്ള മാറ്റങ്ങളുടെയും കഴിയുന്നത്ര സൂക്ഷ്മമായ ഒരു ചിത്രം നൽകാൻവേണ്ടി ഞാൻ, ലോകത്തിലെ എല്ലാ ശക്തികളുടെയും കൈവശമുള്ള കോളനികളെപ്പറ്റി മുമ്പുദ്ധരിച്ച കൃതിയിൽ സൂപ്പൻ നൽകിയിട്ടുള്ള കണക്കുകൾ ഉപയോഗിക്കാം. 1876, 1900 എന്നീ വർഷങ്ങളെയാണ് സൂപ്പൻ എടുത്തിട്ടുള്ളത്. 1876, 1914 എന്നീ വർഷങ്ങളെയാണ് ഞാനെടുക്കുന്നത് (1876 തെരഞ്ഞെടുത്തത് തികച്ചും ഉചിതമായിട്ടുണ്ട്. കാരണം, പടിഞ്ഞാറൻ യൂറോപ്യൻ മുതലാളിത്തത്തിന്റെ വളർച്ചയിൽ കുത്തകയ്ക്കു മുമ്പുള്ള ഘട്ടം മുഖ്യമായും പൂർത്തിയായെന്നു പറയാവുന്ന സമയം അതുതന്നെയാണ്). സൂപ്പന്റെ കണക്കുകൾക്കുപകരം ഹ്യൂബനറുടെ 'ഭൂമിശാസ്ത്രപരമായ സ്ഥിതിവിവരക്കണക്കുകൾ' അനുസരിച്ചുള്ള കുറെക്കൂടി പുതിയ കണക്കുകളാണ് ഞാൻ ഉദ്ധരിക്കുന്നത്. സൂപ്പൻ കോളനികളുടെ കണക്കേ നൽകിയിട്ടുള്ളൂ. ലോകത്തെ പങ്കിട്ടിരിക്കുന്നതിന്റെ ഒരു സമ്പൂർണചിത്രം നൽകുന്നതിന് കോളനികളല്ലാത്ത രാജ്യങ്ങളെയും അർധകോളനികളായ രാജ്യങ്ങളെയും സംബന്ധിച്ച് ചുരുക്കം ചില വിവരങ്ങൾകൂടി ചേർക്കുന്നതു പ്രയോജനപ്രദമായിരിക്കുമെന്നു തോന്നുന്നു. അർധകോളനികളുടെ കൂട്ടത്തിൽ ഞാൻ പേർഷ്യയെയും ചൈനയെയും തുർക്കിയെയും പെടുത്തിയിട്ടു

---

* *Die Neue Zeit*, XVI, I, 1898, പേജ് 304.

ണ്ട്. ഇതിൽ ആദ്യത്തേത് ഇതിനകം ഏതാണ്ട് പൂർണമായും ഒരു കോളനിയാണ്. രണ്ടാമത്തേതും മൂന്നാമത്തേതും അങ്ങനെ ആയിക്കൊണ്ടിരിക്കുകയാണ്.

നമുക്കു കിട്ടുന്ന ചിത്രം ഇതാണ് (പേജ് 98 കാണുക):

ഇരുപതാംനൂറ്റാണ്ടിലേക്കുള്ള പ്രയാണദിശയിൽ ലോകത്തിന്റെ വിഭജനം എത്രമാത്രം 'പൂർണ'മായിരുന്നുവെന്ന് ഈ കണക്കുകളിൽ നിന്നു നമുക്കു വ്യക്തമായി കാണാം. ആറു വൻശക്തികളുടെ കൈവശമുള്ള കോളനികളുടെ വലിപ്പം 1876നുശേഷം ഭീമമായ തോതിൽ-50 ശതമാനത്തിലധികം വർധിച്ചു. 40 ദശലക്ഷം ച. കിലോമീറ്ററായിരുന്നത് 65 ദശലക്ഷം ച. കിലോമീറ്ററായി. വർധനവ് 25 ദശലക്ഷം ച. കിലോമീറ്ററാണ്. അധീശരാജ്യങ്ങളുടെ വിസ്തീർണത്തെക്കാൾ (1,65,00,000 ച.കിലോമീറ്റർ) 50 ശതമാനം കൂടുതൽ. (1876ൽ മൂന്നു ശക്തികൾക്ക് കോളനികളേ ഉണ്ടായിരുന്നില്ല. നാലാമത്തെതായ ഫ്രാൻസിനും പറയത്തക്കതായിട്ടൊന്നുമില്ലായിരുന്നു. 1914 ആകുമ്പോഴേക്ക് ഈ നാലു ശക്തികളും 1,41,00,000 ചതുരശ്രകിലോമീറ്റർ-അതായത് യൂറോപ്പിന്റെ പകുതികൂടി വരുന്ന-വിസ്തീർണവും പത്തുകോടിയോളം ജനസംഖ്യയുള്ള കോളനികൾ കൈവശപ്പെടുത്തിക്കഴിഞ്ഞു. കോളനികളുടെ വിപുലീകരണത്തിലുള്ള അസമത്വം വളരെ വലുതാണ്. ഉദാഹരണത്തിന്, വിസ്തീർണത്തിലും ജനസംഖ്യയിലും വലിയ വ്യത്യാസമില്ലാത്ത ഫ്രാൻസ്, ജർമനി, ജപ്പാൻ എന്നീ രാജ്യങ്ങളെ താരതമ്യപ്പെടുത്തിനോക്കിയാൽ, മറ്റു രണ്ടിനുംകൂടി കിട്ടിയിട്ടുള്ളതിന്റെ മൂന്നിരട്ടിയോളം കോളനിപ്രദേശം ഫ്രാൻസ് കൈവശപ്പെടുത്തിയിട്ടുള്ളതായി കാണാം. ഫിനാൻസ് മൂലധനത്തിന്റെ കാര്യത്തിലും, നാം പരിശോധിക്കുന്ന കാലഘട്ടത്തിന്റെ തുടക്കത്തിൽ ഫ്രാൻസ് ജർമനിയും ജപ്പാനും ചേർന്നുള്ളതിനേക്കാൾ ഒരുപക്ഷേ ഏതാനും മടങ്ങ് സമ്പന്നമായിരുന്നു. തികച്ചും സാമ്പത്തികമായ സാഹചര്യങ്ങൾക്കു പുറമേ അവയുടെ അടിസ്ഥാനത്തിലുള്ള ഭൂമിശാസ്ത്രപരവും മറ്റുമായ സാഹചര്യങ്ങളും കോളനികളുടെ വലിപ്പത്തെ ബാധിക്കുന്നുണ്ട്. വൻകിട വ്യവസായത്തിന്റെയും വിനിമയത്തിന്റെയും ഫിനാൻസ് മൂലധനത്തിന്റെയും സമ്മർദഫലമായി ലോകത്തെ ഒരേ നിലവാരത്തിലാക്കുന്ന പ്രക്രിയ, വിവിധ രാജ്യങ്ങളിലെ സാമ്പത്തികസ്ഥിതിയും ജീവിതസാഹചര്യങ്ങളും ഒരേ തലത്തിലാക്കുന്ന പ്രക്രിയ, കഴിഞ്ഞ ദശാബ്ദങ്ങളിൽ എത്രതന്നെ സുശക്തമായിരുന്നെങ്കിലും ഗണ്യമായ വ്യത്യാസങ്ങൾ ഇന്നും അവശേഷിക്കുന്നുണ്ട്. മുൻപറഞ്ഞ ആറു രാജ്യങ്ങളുടെ കൂട്ടത്തിൽ നാം ഒന്നാമത് അസാമാന്യവേഗതയോടെ പുരോഗമിച്ചുകൊണ്ടിരിക്കുന്ന യൗവനദശയിലുള്ള മുതലാളിത്തരാജ്യങ്ങളും (അമേരിക്ക, ജർമനി, ജപ്പാൻ), രണ്ടാമത് ഈ രാജ്യങ്ങളെ അപേക്ഷിച്ച് സമീപകാലത്ത് പുരോഗതി വളരെയേറെ മന്ദമായിരുന്ന പഴയ മുതലാളിത്തരാജ്യങ്ങളും (ഫ്രാൻസ്, ബ്രിട്ടൻ), മൂന്നാമത് സാമ്പത്തികമായി അങ്ങേയറ്റം പിന്നണിയിൽ നിൽക്കുന്നതും ആധുനിക മുതലാളിത്തസാമ്രാജ്യത്വം മുതലാളിത്തത്തിനു മുമ്പുള്ള

വൻശക്തികളുടെ കൈവശമുള്ള കോളനികൾ
പത്തുലക്ഷം ചതുരശ്രകിലോമീറ്ററും പത്തുലക്ഷം നിവാസികളും)

	കോളനികൾ				അധീശരാജ്യങ്ങൾ		ആകെ	
	1876		1914		1914		1914	
	വിസ്തീർണം	ജനസംഖ്യ	വിസ്തീർണം	ജനസംഖ്യ	വിസ്തീർണം	ജനസംഖ്യ	വിസ്തീർണം	ജനസംഖ്യ
ബ്രിട്ടൻ...........................	22.5	251.9	33.5	393.5	0.3	46.5	33.8	440.0
റഷ്യ..............................	17.0	15.9	17.4	33.2	5.4	136.2	22.8	169.4
ഫ്രാൻസ്........................	0.9	6.0	10.6	55.5	0.5	39.6	11.1	95.1
ജർമനി.........................	—	—	2.9	12.3	0.5	64.9	3.4	77.2
യുണൈറ്റഡ് സ്റ്റേറ്റ്സ്...	—	—	0.3	9.7	9.4	97.0	9.7	106.7
ജപ്പാൻ...........................	—	—	0.3	19.2	0.4	53.0	0.7	72.2
6 വൻശക്തികൾക്കും കൂടി ആകെ..................	40.4	273.8	65.0	523.4	16.5	437.2	81.5	960.6
മറ്റു ശക്തികളുടെ (ബൽജിയം, ഹോളണ്ട് മുതലായവയുടെ) കോളനികൾ							9.9	45.3
അർധ കോളനികൾ (പേർഷ്യ, ചൈന തുർക്കി)							14.5	361.2
മറ്റു രാജ്യങ്ങൾ..............							28.0	289.9
ലോകത്തിലൊട്ടാകെ.....							133.9	1,657.0

ബന്ധങ്ങളുടെ വിശേഷിച്ചും ഇടതിങ്ങിയ ഒരു വലക്കെട്ടിൽ കുടുങ്ങിക്കിടക്കുന്നുവെന്നു പറയാവുന്നതുമായ ഒരു രാജ്യവും (റഷ്യ) കാണുന്നു.

വൻശക്തികളുടെ കൈവശമുള്ള കോളനികളോടൊപ്പം ഞങ്ങൾ ചെറിയ സ്റ്റേറ്റുകളുടെ ചെറിയ കോളനികളെയും പട്ടികയിൽ കൊള്ളിച്ചിട്ടുണ്ട്. ഇനി നടന്നേക്കാവുന്നതും നടക്കാൻ സാധ്യതകളുള്ളതുമായ കോളനികളുടെ 'പുനർവിഭജന'ത്തിന്റെ അടുത്ത ലക്ഷ്യം അവയായിരിക്കുമെന്നു പറയാവുന്നതാണ്. വിരുദ്ധതാൽപ്പര്യങ്ങളും ഉരസലുകളും മറ്റും കാരണം കൊള്ളമുതൽ പങ്കുവയ്ക്കുന്ന കാര്യത്തിൽ വൻശക്തികൾക്കിടയിൽ യോജിപ്പില്ലാത്തതുകൊണ്ടു മാത്രമാണ് ഈ ചെറുസ്റ്റേറ്റുകളിൽ ഭൂരിഭാഗത്തിനും തങ്ങളുടെ കോളനികൾ കൈവശം വച്ചുകൊണ്ടിരിക്കാൻ കഴിയുന്നത്. 'അർധകൊളോണിയൽ' സ്റ്റേറ്റുകളെ സംബന്ധിച്ചാണെങ്കിൽ, പ്രകൃതിയുടെയും സമുദായത്തിന്റെയും എല്ലാ തുറകളിലും കണ്ടെത്താവുന്ന പരിവർത്തനാത്മകരൂപങ്ങളുടെ ഒരു ഉദാഹരണമാണവ. ഏറ്റവും പൂർണമായ രാഷ്ട്രീയസ്വാതന്ത്ര്യം അനുഭവിക്കുന്ന സ്റ്റേറ്റുകളെപ്പോലും അധീനമാക്കാൻ ഫിനാൻസ് മൂലധനത്തിനു കഴിവുണ്ട്. അത് അവയെ യഥാർഥത്തിൽ അധീനമാക്കുന്നുമുണ്ട്. എല്ലാ സാമ്പത്തികബന്ധങ്ങളിലും എല്ലാ സാർവത്രികദേശീയബന്ധങ്ങളിലും അത് അത്ര വലിയൊരു ശക്തിയാണ്, അത്ര നിർണായകമായ ശക്തിയാണെന്നു തന്നെ പറയാം. ഈ അധീനമാക്കലിന്റെ ഉദാഹരണങ്ങൾ നമുക്ക് അടുത്തുതന്നെ കാണാം. തീർച്ചയായും, അധീനമാക്കപ്പെടുന്ന രാജ്യങ്ങൾക്കും ജനതകൾക്കും രാഷ്ട്രീയസ്വാതന്ത്ര്യം നഷ്ടപ്പെടുന്ന തരത്തിലുള്ള ഒരു അധീനതാരൂപമാണ് ഫിനാൻസ് മൂലധനത്തിന് ഏറ്റവുമധികം 'സൗകര്യപ്രദ'വും ലാഭകരവും. ഇക്കാര്യത്തിൽ 'ഇടനില' യുടെ ഒരു സവിശേഷദൃഷ്ടാന്തമാണ് അർധകൊളോണിയൽ രാജ്യങ്ങൾ. ലോകത്തിന്റെ ബാക്കിഭാഗം പങ്കുവച്ചുകഴിഞ്ഞിരിക്കുന്ന ഫിനാൻസ് മൂലധനത്തിന്റെ യുഗത്തിൽ ഈ അർധ-ആശ്രിതരാജ്യങ്ങൾക്കുവേണ്ടിയുള്ള സമരം വിശേഷിച്ചും രൂക്ഷമാകാതെ തരമില്ലെന്നത് സ്വാഭാവികം മാത്രമാണ്.

മുതലാളിത്തത്തിന്റെ ഏറ്റവും പുതിയ ഘട്ടത്തിനു മുമ്പുതന്നെ, മുതലാളിത്തത്തിനുമുമ്പുപോലും, കോളനിനയവും സാമ്രാജ്യത്വവും നിലനിന്നിരുന്നു. അടിമത്തത്തിൽ അധിഷ്ഠിതമായിരുന്ന റോം കോളനിനയം അനുവർത്തിക്കുകയും സാമ്രാജ്യത്വം നടപ്പാക്കുകയും ചെയ്തിരുന്നു. എന്നാൽ, സാമൂഹ്യ-സാമ്പത്തികവ്യവസ്ഥകൾ തമ്മിലുള്ള മൗലികവ്യത്യാസത്തെ അവഗണിക്കുകയോ പിൻപന്തിയിൽ തള്ളുകയോ ചെയ്തുകൊണ്ട് സാമ്രാജ്യത്വത്തെക്കുറിച്ചു നടത്തുന്ന 'പൊതുവായ' പറച്ചിൽ 'ഗ്രേറ്റർ റോമും ഗ്രേറ്റർ ബ്രിട്ടനും' തമ്മിൽ താരതമ്യപ്പെടുത്തുന്നതുപോലുള്ള* അങ്ങേയറ്റം വിരസമായ ചപലഭാഷണമോ വമ്പുപറയലോ ആയി

* സി പി ലൂക്കാസ്, *ഗ്രേറ്റർ റോമും ഗ്രേറ്റർ ബ്രിട്ടനും*, ഓക്സ്ഫോർഡ്, 1912. അല്ലെങ്കിൽ, ക്രോമർ പ്രഭു എഴുതിയ *പ്രാചീനവും ആധുനികവുമായ സാമ്രാജ്യത്വം*, ലണ്ടൻ, 1910.

അനിവാര്യമായും പരിണമിക്കുന്നതാണ്. മുതലാളിത്തത്തിന്റെ മുൻഘട്ടങ്ങളിലെ മുതലാളിത്തപരമായ കോളനിനയം പോലും ഫിനാൻസ് മൂലധനത്തിന്റെ കോളനിനയത്തിൽനിന്നും സാരാംശത്തിൽ വ്യത്യസ്തമാണ്.

വൻകിട തൊഴിലുടമകളുടെ കുത്തകക്കൂട്ടുകെട്ടുകളുടെ മേധാവിത്വമാണ് മുതലാളിത്തത്തിന്റെ ഏറ്റവും പുതിയ ഘട്ടത്തിന്റെ മുഖ്യസവിശേഷത. അസംസ്കൃതപദാർഥങ്ങളുടെ എല്ലാ ഉറവിടങ്ങളും ഒരു ഗ്രൂപ്പ് കൈവശപ്പെടുത്തുമ്പോഴാണ് ഈ കുത്തകകൾ ഏറ്റവും സുദൃഢമായിസ്ഥാപിതമാകുന്നത്. മത്സരത്തിനുള്ള എല്ലാ അവസരവും എതിരാളികൾക്കു നിഷേധിക്കാനും ഉദാഹരണത്തിന് ഇരുമ്പയിരുള്ള പ്രദേശങ്ങളും എണ്ണപ്പാടങ്ങളും മറ്റും വാങ്ങിക്കൂട്ടാനും സാർവദേശീയ മുതലാളിത്തക്കൂട്ടുകെട്ടുകൾ എത്ര ഉത്സാഹത്തോടെയാണ് സർവകഴിവുകളുമുപയോഗിക്കുന്നതെന്ന് നാം കണ്ടു. സ്റ്റേറ്റ് കുത്തക സ്ഥാപിച്ചുകൊണ്ടുള്ള നിയമത്തിന്റെ സംരക്ഷണം എതിരാളി തേടുന്നതുൾപ്പെടെ സകല അടിയന്തിര പരിതഃസ്ഥിതികൾക്കുമെതിരായ പൂർണമായ ഉറപ്പ് കുത്തകകൾക്കു നൽകുന്നത് കോളനികളുടെ ഉടമസ്ഥത മാത്രമാണ്. മുതലാളിത്തം എത്ര കൂടുതൽ വളർന്നിട്ടുണ്ടോ, അസംസ്കൃതപദാർഥങ്ങളുടെ ദൗർല്ലഭ്യം എത്ര കൂടുതൽ ശക്തിയായി അനുഭവപ്പെടുന്നുവോ, ലോകമാസകലം അസംസ്കൃത പദാർഥങ്ങൾക്കു വേണ്ടിയുള്ള മത്സരവും പരക്കംപാച്ചിലും എത്ര കൂടുതൽ മൂർഛിക്കുന്നുവോ, കോളനികൾ കൈവശപ്പെടുത്താനുള്ള സമരം അത്രയും കൂടുതൽ രൂക്ഷമാകുന്നതാണ്.

ഷിൽഡർ എഴുതുന്നു:

> ഏറെക്കുറെ സമീപഭാവിയിൽത്തന്നെ ഭക്ഷണദൗർല്ലഭ്യത്തെക്കാൾ വ്യവസായത്തിനുള്ള അസംസ്കൃതപദാർഥങ്ങളുടെ ദൗർല്ലഭ്യം നഗരങ്ങളിലെയും വ്യവസായങ്ങളിലെയും ജനസംഖ്യയുടെ വർധനവിനെ തടസ്സപ്പെടുത്താനാണ് കൂടുതൽ സാധ്യത. വിരോധാഭാസമായി ചിലർക്കു തോന്നിയേക്കാമെങ്കിലും ഉറപ്പിച്ചു പറയാവുന്ന ഒരു കാര്യമാണിത്'. ഉദാഹരണത്തിന് തടിയുടെ ദൗർല്ലഭ്യം വർധിച്ചുവരികയാണ്. അതിന്റെ വില നിരന്തരം കൂടി വരുന്നു. തുകലും തുണിവ്യവസായത്തിനുള്ള അസംസ്കൃതപദാർഥങ്ങളും കൂടുതൽ കൂടുതൽ ദുർല്ലഭമായിവരികയാണ്. 'ലോകസമ്പദ്വ്യവസ്ഥയിലൊട്ടാകെത്തന്നെ കൃഷിയും വ്യവസായവും തമ്മിൽ സന്തുലനം സ്ഥാപിക്കാൻ നിർമാതാക്കളുടെ സംഘടനകൾ ശ്രമിച്ചുകൊണ്ടിരിക്കുകയാണ്. ഏറ്റവും പ്രധാനപ്പെട്ട കുറെ വ്യാവസായികരാജ്യങ്ങളിൽ 1904ൽ സ്ഥാപിച്ച പരുത്തിനൂൽനൂൽപ്പു സംഘങ്ങളുടെ സാർവദേശീയ ഫെഡറേഷനും അതേ മാതൃകയിൽ 1910ൽ സ്ഥാപിച്ച ചണനൂൽപ്പ് സംഘങ്ങളുടെ യൂറോപ്യൻ ഫെഡറേഷനും ഇതിന് ഉദാഹരണങ്ങളാണ്*.

'ചെലവേറിയതും അപകടകരവു'മായ കോളനിനയം കൂടാതെ തന്നെ അസംസ്കൃതപദാർഥങ്ങൾ പരസ്യവിപണിയിൽനിന്നു ലഭിക്കാൻ

---

* ഷിൽഡർ, മുമ്പുദ്ധരിച്ച കൃതി, പേജ് 38-42

'കഴിയു'മെന്നും 'കേവലം' കൃഷിയുടെ സ്ഥിതി പൊതുവെ മെച്ചപ്പെടുത്തിക്കൊണ്ട് അസംസ്കൃതപദാർഥങ്ങളുടെ ലഭ്യത വൻതോതിൽ വർധിപ്പിക്കാൻ 'കഴിയു'മെന്നും വാദിച്ചുകൊണ്ട് ഇത്തരം വസ്തുതകളുടെ പ്രാധാന്യത്തെ കുറച്ചു കാണിക്കാൻ ബൂർഷ്വാ പരിഷ്കരണവാദികളും അവരുടെ കൂട്ടത്തിൽത്തന്നെ വിശേഷിച്ച് സമകാലീന കൗട്സ്കി പക്ഷക്കാരും തീർച്ചയായും ശ്രമിക്കുന്നുണ്ട്. എന്നാൽ ഇത്തരം വാദങ്ങൾ സാമ്രാജ്യത്വത്തിനു വേണ്ടിയുള്ള മാപ്പുസാക്ഷിത്വവും അതിനെ മോടിപിടിപ്പിച്ചു കാട്ടാനുള്ള ശ്രമവുമായിത്തീരുന്നു. കാരണം, മുതലാളിത്തത്തിന്റെ ഏറ്റവും പുതിയ ഘട്ടത്തിന്റെ മുഖ്യസവിശേഷതയായ കുത്തകകളെ അവഗണിക്കുന്നു. സ്വതന്ത്രകമ്പോളമെന്നത് കൂടുതൽ കൂടുതൽ ഒരു ഭൂതകാലവസ്തുതയായിത്തീർന്നുകൊണ്ടിരിക്കയാണ്. ദിവസം ചെല്ലുന്തോറും കുത്തക സിൻഡിക്കേറ്റുകളും ട്രസ്റ്റുകളും അതിനെ പരിമിതപ്പെടുത്തിവരികയാണ്. കൃഷിയുടെ സ്ഥിതി 'കേവലം' മെച്ചപ്പെടുത്തുകയെന്നു വച്ചാൽ ബഹുജനങ്ങളുടെ സ്ഥിതി മെച്ചപ്പെടുത്തുകയും കൂലി കൂട്ടുകയും ലാഭം കുറയ്ക്കുകയും ചെയ്യുകയെന്നാണർഥം. കോളനികൾ വെട്ടിപ്പിടിക്കുന്നതിലല്ലാതെ ബഹുജനങ്ങളുടെ സ്ഥിതിയിൽ താൽപ്പര്യം പ്രകടിപ്പിക്കാൻ കഴിവുള്ള ട്രസ്റ്റുകൾ വികാരലോലരായ പരിഷ്കരണവാദികളുടെ ഭാവനയിലല്ലാതെ എവിടെയാണുള്ളത്?

അസംസ്കൃതപദാർഥങ്ങളുടെ ഇതിനകം കണ്ടെത്തിയ ഉറവിടങ്ങളിൽ മാത്രമല്ല, കണ്ടെത്താൻ സാധ്യതയുള്ള ഉറവിടങ്ങളിലും ഫിനാൻസ് മൂലധനത്തിനു താൽപ്പര്യമുണ്ട്. കാരണം, ഇന്നത്തെ സാങ്കേതികവികസനം അതിവേഗത്തിലാണ് നടക്കുന്നത്. പുതിയ രീതികൾ കണ്ടുപിടിക്കുകയും (അതിനുവേണ്ടി എഞ്ചിനീയർമാരും കാർഷിക വിദഗ്ധന്മാരും മറ്റുമടങ്ങിയ ഒരു പ്രത്യേകപഠനസംഘത്തെ സജ്ജീകരിക്കാൻ ഒരു വൻകിട ബാങ്കിനു കഴിയും) വൻതുകകൾ മൂലധനമായി ഇറക്കുകയും ചെയ്താൽ ഇന്ന് ഉപയോഗശൂന്യമായിക്കിടക്കുന്ന ഭൂമി നാളെ ഉപയോഗയോഗ്യമാക്കാൻ കഴിഞ്ഞെന്നു വരാം. ധാതുപദാർഥങ്ങൾക്കുവേണ്ടിയുള്ള പര്യവേക്ഷണം, അസംസ്കൃതപദാർഥങ്ങൾ സംസ്കരിക്കാനും ഉപയോഗപ്പെടുത്താനുമുള്ള പുതിയ രീതികൾ, തുടങ്ങിയവയ്ക്കെല്ലാം ബാധകമാണിത്. അതുകൊണ്ട് ഫിനാൻസ് മൂലധനം അതിന്റെ സ്വാധീനമേഖലകളുടെ മാത്രമല്ല ശരിക്കുള്ള പ്രദേശത്തിന്റെതന്നെ വലിപ്പം വർധിപ്പിക്കാൻ ശ്രമിക്കുമെന്നത് അനിവാര്യമാണ്. ട്രസ്റ്റുകൾ അവയുടെ സ്വത്തിനെ അതിൽ നിന്നു 'കിട്ടാവുന്ന' (കിട്ടിയതല്ല) ലാഭവും കുത്തകയുടെ അന്തരഫലങ്ങളും കണക്കാക്കി അതിന്റെ രണ്ടോ മൂന്നോ ഇരട്ടി വിലയ്ക്കുള്ള മൂലധനമാക്കി മാറ്റുന്നതുപോലെതന്നെ, ഫിനാൻസ് മൂലധനം, അസംസ്കൃതപദാർഥങ്ങൾ കണ്ടെത്താൻ സാധ്യതയുള്ള ഇടങ്ങൾ കണക്കിലെടുത്തുകൊണ്ടും ലോകത്തിന്റെ ഇതേവരെ പങ്കിടാത്ത അവസാനശകലങ്ങൾക്കുവേണ്ടിയോ പങ്കിട്ടുകഴിഞ്ഞവയെ വീണ്ടും പങ്കിടാൻ വേണ്ടിയോ ഉള്ള ഉഗ്രസമരത്തിൽ പിന്നിലായിപ്പോയാലോ എന്നു ഭയന്നുകൊണ്ടും എല്ലായിടത്തും ഏതുതരം ഭൂമിയും കഴിയുന്നിടത്തോളം

കൂടുതൽ കൈവശപ്പെടുത്താൻ പൊതുവിൽ ശ്രമിക്കുന്നുണ്ട്.

ബ്രിട്ടീഷ് മുതലാളിമാർ അവരുടെ കോളനിയായ ഈജിപ്തിൽ പരുത്തിയുൽപ്പാദനം വികസിപ്പിക്കാൻ പരമാവധി ശ്രമിക്കുന്നു (1904ൽ ആകെ കൃഷിചെയ്ത 23,00,000 ഹെക്ടർ ഭൂമിയിൽ 6,00,000 ഹെക്ടർ, അഥവാ നാലിലൊന്നിലധികം ഭാഗം, പരുത്തികൃഷിക്കാണ് ഉപയോഗിച്ചത്). റഷ്യക്കാർ ഇതേകാര്യംതന്നെ അവരുടെ കോളനിയായ തുർക്കിസ്താനിൽ ചെയ്യുന്നു. കാരണം, അവർക്ക് അങ്ങനെ തങ്ങളുടെ വിദേശമത്സരക്കാരെ തോൽപ്പിക്കാൻ കൂടുതലെളുപ്പം കഴിയും; അസംസ്കൃതപദാർഥങ്ങളുടെ ഉറവിടങ്ങളെ കുത്തകയാക്കാനും, പരുത്തിയുൽപ്പാദനത്തിന്റെയും നിർമാണത്തിന്റെയും എല്ലാ പ്രക്രിയകളെയും ഒരൊറ്റ കൂട്ടരുടെ കൈകളിൽ 'സംയോജിപ്പിക്കുകയും' കേന്ദ്രീകരിക്കുകയും ചെയ്തുകൊണ്ടുള്ള കൂടുതൽ ചെലവുകുറഞ്ഞതും ലാഭകരവുമായ ഒരു ടെക്സ്റ്റൈൽ ട്രസ്റ്റ് രൂപീകരിക്കാനും കൂടുതലെളുപ്പം കഴിയും.

മൂലധനം കയറ്റുമതി ചെയ്യാനുള്ള താൽപ്പര്യങ്ങളും കോളനികൾ വെട്ടിപ്പിടിക്കാൻ പ്രചോദനമേകുന്നു. കാരണം, കോളനിവിപണിയിൽ മത്സരം ഒഴിവാക്കാനും സപ്ലൈ ഉറപ്പിക്കാനും ആവശ്യമായ 'ബന്ധങ്ങൾ' സ്ഥാപിക്കാനും മറ്റും കുത്തകരീതികൾ പ്രയോഗിക്കാൻ കൂടുതൽ എളുപ്പമാണ് (ചിലപ്പോൾ അവ മാത്രമേ സാധ്യമാവുകയുള്ളൂ).

ഫിനാൻസ് മൂലധനത്തിന്റെ അടിത്തറയിന്മേൽ വളർന്നുവരുന്ന സാമ്പത്തികേതരമായ മേൽപ്പുര-അതിന്റെ രാഷ്ട്രതന്ത്രവും പ്രത്യയശാസ്ത്രവും-കോളനികൾ വെട്ടിപ്പിടിക്കാനുള്ള ശ്രമത്തിന് ഉത്തേജനം നൽകുന്നു. 'ഫിനാൻസ് മൂലധനത്തിനു വേണ്ടത് സ്വാതന്ത്ര്യമല്ല, മേധാവിത്വമാണ്' എന്ന് ഹിൽഫെർഡിങ് പറഞ്ഞിട്ടുള്ളത് എത്രയും ശരിയാണ്. ആധുനിക കോളനിനയത്തിന്റെ സാമ്പത്തികകാരണങ്ങളോട് സാമൂഹ്യ കാരണങ്ങൾ കൂട്ടിച്ചേർക്കണമെന്ന്,* സെസിൽ റോഡ്സിന്റെ മുകളിലുദ്ധരിച്ച ആശയങ്ങളെ വികസിപ്പിക്കുകയും പൂരിപ്പിക്കുകയും ചെയ്യുന്ന മട്ടിൽ ഒരു ഫ്രഞ്ച് ബൂർഷ്വാ ലേഖകൻ എഴുതുന്നു:

> ജീവിതത്തിന്റെ വർധിച്ചുവരുന്ന സങ്കീർണതകളും തൊഴിലാളിബഹുജനങ്ങളെ മാത്രമല്ല ഇടത്തരക്കാരെക്കൂടി ഞെക്കിഞെരിക്കുന്ന വൈഷമ്യങ്ങളും മൂലം 'പഴയ നാഗരികത നിലവിലുള്ള എല്ലാ രാജ്യങ്ങളിലും അക്ഷമയും അമർഷവും വിദ്വേഷവും കുമിഞ്ഞുകൂടി പൊതുസമാധാനത്തിന് ഒരു ഭീഷണിയായിത്തീരുകയാണ്. രാജ്യത്തിനകത്ത് ഒരു പൊട്ടിത്തെറി ഒഴിവാക്കണമെങ്കിൽ നിശ്ചിതവർഗപ്രണാളിയിൽ നിന്നു കുതിച്ചുചാടുന്ന ഊർജത്തെ വിദേശത്തു വിനിയോഗിക്കണം.**

നാം സംസാരിക്കുന്നത് മുതലാളിത്തപരമായ സാമ്രാജ്യത്വത്തിന്റെ

---

* ഈ പുസ്തകത്തിന്റെ 111-ാം പേജ് നോക്കുക.

** "Wahl, La France aux colonies. Le Partage de I' Oceane (പാരീസ്, 1905, പേജ് 165) എന്ന കൃതിയിൽ ഉദ്ധരിച്ചിട്ടുള്ളത്.

കാലഘട്ടത്തിലെ കോളനിനയത്തെക്കുറിച്ചായതുകൊണ്ട്, ഫിനാൻസ് മൂലധനവും അതിന്റെ വിദേശനയവും (അതായത്, ലോകത്തെ സാമ്പത്തികമായും രാഷ്ട്രീയമായും പങ്കുവയ്ക്കാൻവേണ്ടി വൻശക്തികൾ നടത്തുന്ന സമരം) സ്റ്റേറ്റുകളുടെ ആശ്രിതത്വത്തിന്റെ പല പരിവർത്തനാത്മക രൂപങ്ങൾക്കും ഇടനൽകുന്നുണ്ടെന്നു ശ്രദ്ധിക്കേണ്ടിയിരിക്കുന്നു. കോളനിയുടമകളെന്നും കോളനികളെന്നുമുള്ള രണ്ടു മുഖ്യരാഷ്ട്രസമൂഹങ്ങൾ മാത്രമല്ല, രാഷ്ട്രീയമായി ഔപചാരികസ്വാതന്ത്ര്യമുണ്ടെങ്കിലും യഥാർഥത്തിൽ ധനപരവും നയതന്ത്രപരവുമായ ആശ്രിതത്വത്തിന്റെ വലയിൽ കുടുങ്ങിക്കിടക്കുന്ന നാനാരൂപത്തിലുമുള്ള ആശ്രിതരാജ്യങ്ങളും ഈ കാലഘട്ടത്തിന്റെ സവിശേഷതയാണ്. ആശ്രിതത്വത്തിന്റെ ഒരു രൂപമായ അർധകോളനിയെപ്പറ്റി നാം പരാമർശിച്ചു കഴിഞ്ഞു. മറ്റൊരു ഉദാഹരണമാണ് അർജന്റീന.

ബ്രിട്ടീഷ് സാമ്രാജ്യത്വത്തെക്കുറിച്ചുള്ള തന്റെ കൃതിയിൽ ഷുൽറ്റ്സെ-ഗേവെർനിറ്റ്സ് എഴുതുന്നു: "തെക്കേ അമേരിക്ക, വിശേഷിച്ച് അർജന്റീന, ധനപരമായി ലണ്ടനെ എത്രയോ ആശ്രയിച്ചാണ് കഴിയുന്നത്. ബ്രിട്ടന്റെ ഒരു വ്യാപാരകോളനിയെന്നാണ് അതിനെ വിളിക്കേണ്ടത്*. അർജന്റീനയിൽ ഇറക്കിയിട്ടുള്ള ബ്രിട്ടീഷ് മൂലധനം 875 കോടി ഫ്രാങ്കാണെന്നാണ് ബ്യൂനോസ് അയേഴ്സിലെ ആസ്ട്രോ-ഹങ്കേറിയൻ കോൺസലിന്റെ 1909ലേക്കുള്ള റിപ്പോർട്ടുകളെ ആധാരമാക്കി ഷിൽഡർ കണക്കാക്കിയിട്ടുള്ളത്. അർജന്റീനയിലെ ബൂർഷ്വാസിയുമായി, ആ രാജ്യത്തിന്റെ സാമ്പത്തിക-രാഷ്ട്രീയജീവിതത്തെ ഒന്നടങ്കം നിയന്ത്രിക്കുന്ന വൃത്തങ്ങളുമായി, ബ്രിട്ടീഷ് ഫിനാൻസ് മൂലധനം (ഒപ്പം അതിന്റെ വിശ്വസ്ത 'മിത്ര'മായ നയതന്ത്രവും) എത്രമാത്രം സുദൃഢമായ ബന്ധങ്ങളാണ് ഇതുവഴി ആർജിച്ചിരിക്കുന്നതെന്ന് ഊഹിക്കാൻ വിഷമമില്ല.

രാഷ്ട്രീയസ്വാതന്ത്ര്യത്തോടൊപ്പം ധനപരവും നയതന്ത്രപരവുമായ ആശ്രിതത്വത്തിന്റെ കുറച്ചു വ്യത്യസ്തമായ ഒരു രൂപമാണ് പോർത്തുഗൽ കാഴ്ചവയ്ക്കുന്നത്. ഒരു സ്വതന്ത്രപരമാധികാരരാഷ്ട്രമാണ് പോർച്ചുഗൽ. എന്നാൽ യഥാർഥത്തിൽ, കഴിഞ്ഞ ഇരുനൂറിൽപ്പരം വർഷങ്ങളായി-1701-14ലെ സ്പാനിഷ് പിന്തുടർച്ചാവകാശയുദ്ധത്തിനുശേഷം-അത് ബ്രിട്ടന്റെ ഒരു സംരക്ഷിതരാജ്യമാണ്. എതിരാളികൾക്കെതിരെ സ്വന്തം നില ഉറപ്പിക്കാൻ വേണ്ടിയാണ് പോർച്ചുഗലിനും അതിന്റെ കോളനികൾക്കും ബ്രിട്ടൻ സംരക്ഷണം നൽകുന്നത്. പകരം, വാണിജ്യപരമായ വിശേഷാനുകൂല്യങ്ങൾ, പോർച്ചുഗലിലേക്കും പോർച്ചുഗീസ് കോളനികളിലേക്കും ചരക്കുകളും വിശേഷിച്ച് മൂലധനവും ഇറക്കുമതി ചെയ്യു

* Schulze-Gaevernitz, *Britischer Imperialismus und englischer Frihandel zu Beginn des 20- ten Jahrhunderts,* Leipzig, 1906, പേജ് 318. *Das Volkswirtschaftliche system der Kapitalanlage im Auslande* (ബർലിൻ, 1907, പേജ് 46) എന്ന കൃതിയിൽ Sartorius v. Walterschausen. ഇതേ കാര്യം തന്നെ പറയുന്നുണ്ട്.

ന്നതിൽ മുൻഗണന, പോർച്ചുഗലിലെ തുറമുഖങ്ങളും ദ്വീപുകളും ടെല ഗ്രാഫ് കമ്പികളും മറ്റും ഉപയോഗിക്കാനുള്ള അവകാശം തുടങ്ങി പലതും ബ്രിട്ടനു ലഭിച്ചിട്ടുണ്ട്.* വലുതും ചെറുതുമായ സ്റ്റേറ്റുകൾ തമ്മിൽ ഇത്തരം ബന്ധങ്ങൾ എന്നും നിലനിന്നിട്ടുണ്ട്. എന്നാൽ മുതലാളിത്തപരമായ സാമ്രാജ്യത്വത്തിന്റെ കാലഘട്ടത്തിൽ അവ ഒരു പൊതുവ്യവസ്ഥയായിത്തീരുന്നു. 'ലോകം പങ്കിടുന്ന' ബന്ധങ്ങളുടെ ആകെത്തുകയുടെ ഒരു ഭാഗമായിത്തീരുന്നു. ലോകഫിനാൻസ് മൂലധനത്തിന്റെ പ്രവർത്തനശൃംഖലയിലെ കണ്ണികളായിത്തീരുന്നു.

ലോകം പങ്കിടുന്നതിന്റെ പ്രശ്നത്തെക്കുറിച്ച് അവസാനമായി ഒരു കാര്യംകൂടി പറയേണ്ടിയിരിക്കുന്നു. സ്പാനിഷ്-അമേരിക്കൻ യുദ്ധത്തിനു ശേഷം അമേരിക്കൻ പ്രസിദ്ധീകരണങ്ങളും ആംഗ്ലോ-ബോയർ യുദ്ധത്തിനുശേഷം ഇംഗ്ലീഷ് പ്രസിദ്ധീകരണങ്ങളും മാത്രമല്ല 19-ാം നൂറ്റാണ്ടൊടുവിലും 20-ാം നൂറ്റാണ്ടാരംഭത്തിലും ഈ പ്രശ്നം എത്രയും പരസ്യമായും ഖണ്ഡിതമായും ഉന്നയിച്ചത്. 'ബ്രിട്ടീഷ് സാമ്രാജ്യത്വ'ത്തെ 'അങ്ങേയറ്റം അസൂയയോടെ' വീക്ഷിച്ചുകൊണ്ടിരുന്ന ജർമൻ പ്രസിദ്ധീകരണങ്ങൾ മാത്രമല്ല ഈ വസ്തുതയെ ചിട്ടയായി വിലയിരുത്തിയിട്ടുള്ളത്. ബൂർഷ്വാ വീക്ഷണകോണിൽ നിന്നു ചിന്തിക്കാവുന്നേടത്തോളം ഖണ്ഡിതമായും വിശാലമായും ഈ പ്രശ്നത്തെ ഫ്രഞ്ച് ബൂർഷ്വാ പ്രസിദ്ധീകരണങ്ങളിലും ഉന്നയിച്ചിട്ടുണ്ട്. ഞാൻ ചരിത്രകാരനായ ദ്രിയോയെ ഉദ്ധരിക്കട്ടെ. പത്തൊമ്പതാം നൂറ്റാണ്ടൊടുവിലെ രാഷ്ട്രീയ-സാമൂഹ്യപ്രശ്നങ്ങൾ എന്ന തന്റെ പുസ്തകത്തിലെ 'വൻശക്തികളും ലോകവിഭജനവും' എന്ന അധ്യായത്തിൽ അദ്ദേഹം എഴുതി:

> 'കഴിഞ്ഞ കുറച്ചു വർഷങ്ങൾക്കിടയിൽ ചൈനയൊഴിച്ച് ഭൂമിയിൽ സ്വതന്ത്രമായുള്ള പ്രദേശങ്ങൾ മുഴുവനും യൂറോപ്പിലെയും വടക്കേഅമേരിക്കയിലെയും ശക്തികൾ കയ്യേറിക്കഴിഞ്ഞു. ഇതുമൂലം ചില സംഘട്ടനങ്ങളും സ്വാധീനമേഖലകളിൽ ചില മാറ്റങ്ങളും ഇതിനകം തന്നെ ഉണ്ടായിട്ടുണ്ട്. സമീപഭാവിയിൽത്തന്നെ വരാനിരിക്കുന്ന കൂടുതൽ ഭയങ്കരങ്ങളായ കോളിളക്കങ്ങളുടെ നാന്ദിയാണവ. കാരണം, തിടുക്കം കൂട്ടേണ്ടിയിരിക്കുന്നു. സ്വന്തം കാര്യം ഇനിയും നേടിക്കഴിഞ്ഞിട്ടില്ലാത്ത രാഷ്ട്രങ്ങൾക്ക്, അടുത്ത (ഇരുപതാം) നൂറ്റാണ്ടിന്റെ അതിപ്രധാനസവിശേഷതകളിലൊന്നാകാൻ പോകുന്ന ലോകത്തിന്റെ വമ്പിച്ച ചൂഷണത്തിന്റെ പങ്കു കിട്ടാനോ അതിൽ പങ്കെടുക്കാനോ ഒരിക്കലും സാധ്യമായില്ലെന്നു വരും. അതുകൊണ്ടാണ് യൂറോപ്പിനും അമേരിക്കയ്ക്കും ഒട്ടാകെത്തന്നെ അടുത്തകാലത്തായി കോളനി വിപുലീകരണത്തിന്റെ-പത്തൊമ്പതാം നൂറ്റാണ്ടിന്റെ അവസാന ദശയുടെ ഏറ്റവും ശ്രദ്ധേയമായ സവി

---

* Schilder, ഇമ്മമുമ്പുദ്ധരിച്ച കൃതി, വാല്യം I പേജ് 160-161

ശേഷതയായ 'സാമ്രാജ്യത്വ'ത്തിന്റെ-ജ്വരം ബാധിച്ചിരിക്കുന്നത്.' ഗ്രന്ഥകാരൻ തുടർന്നെഴുതി:

ലോകത്തിന്റെ ഈ പങ്കുവയ്ക്കലിൽ, ഭൂമിയിലെ നിധികൾക്കും വൻകമ്പോളങ്ങൾക്കും വേണ്ടിയുള്ള ഈ ഭ്രാന്തുപിടിച്ച പരക്കം പാച്ചിലിൽ, ഈ പത്തൊമ്പതാം നൂറ്റാണ്ടിൽ സ്ഥാപിക്കപ്പെട്ടിട്ടുള്ള സാമ്രാജ്യങ്ങളുടെ ആപേക്ഷികശക്തി അവയെ സ്ഥാപിച്ച രാഷ്ട്രങ്ങൾക്ക് യൂറോപ്പിലുള്ള സ്ഥാനത്തിനു തീരെ നിരക്കാത്തതാണ്. യൂറോപ്പിൽ മേധാവിത്വമുള്ള ശക്തികൾ, യൂറോപ്പിന്റെ വിധി നിർണയിക്കുന്ന ശക്തികൾ, ലോകമൊട്ടുക്ക് തുല്യമായ ആധിപത്യമുള്ളവയല്ല. കൊളോണിയൽ ബലം, ഇനിയും തിട്ടപ്പെടുത്തിയിട്ടില്ലാത്ത സമ്പത്തിനെ നിയന്ത്രിക്കാനുള്ള ആശ, യൂറോപ്യൻ ശക്തികളുടെ ആപേക്ഷിക ബലത്തിന്മേൽ, സ്പഷ്ടമായും പ്രത്യാഘാതങ്ങളുളവാക്കുമെന്നതുകൊണ്ട്, യൂറോപ്പിലെത്തന്നെ രാഷ്ട്രീയ സ്ഥിതിഗതികളിൽ മാറ്റങ്ങൾ വരുത്തിക്കഴിഞ്ഞ കൊളോണിയൽ പ്രശ്നം-വേണമെങ്കിൽ 'സാമ്രാജ്യത്വ'മെന്നു പറയാം- അവയിൽ കൂടുതൽ കൂടുതൽ മാറ്റങ്ങൾ വരുത്തുന്നതാണ്.*

* J E Driault. *Problems politiques of sociaux*, പാരീസ്, 1907, പേജ് 299.

7

സാമ്രാജ്യത്വം മുതലാളിത്തത്തിന്റെ സവിശേഷഘട്ടം

സാമ്രാജ്യത്വമെന്ന വിഷയത്തെപ്പറ്റി മുകളിൽ പറഞ്ഞ കാര്യങ്ങൾ സംഗ്രഹിക്കാൻ, അവയുടെ ഇഴകൾ കോർത്തിണക്കാൻ, നാം ഇനി ശ്രമിക്കണം. പൊതുവിൽ മുതലാളിത്തത്തിന്റെ മൗലികസവിശേഷതകളുടെ വികസനവും നേരിട്ടുള്ള തുടർച്ചയുമെന്ന നിലയ്ക്കാണ് സാമ്രാജ്യത്വം ആവിർഭവിച്ചത്. എന്നാൽ മുതലാളിത്തത്തിന്റെ വികസനത്തിന്റെ വ്യക്തവും വളരെ ഉയർന്നതുമായ ഒരുഘട്ടത്തിൽ മാത്രമേ, അതിന്റെ മൗലിക സവിശേഷതകളിൽ ചിലത് നേർവിപരീതമായി മാറാൻ തുടങ്ങുകയും മുതലാളിത്തത്തിൽനിന്ന് കൂടുതൽ ഉയർന്നൊരു സാമൂഹ്യ-സാമ്പത്തികവ്യവസ്ഥിതിയിലേക്കുള്ള പരിവർത്തനകാലഘട്ടത്തിന്റെ സവിശേഷതകൾ രൂപമെടുക്കുകയും അവ എല്ലാ മണ്ഡലങ്ങളിലും വെളിപ്പെടുകയും ചെയ്തപ്പോൾ മാത്രമേ, മുതലാളിത്തം മുതലാളിത്തപരമായ സാമ്രാജ്യത്വമായുള്ളൂ. മുതലാളിത്തപരമായ സ്വതന്ത്രമത്സരത്തിന്റെ സ്ഥാനത്ത് മുതലാളിത്തപരമായ കുത്തക വരുന്നുവെന്നതാണ് സാമ്പത്തികമായി ഈ പ്രക്രിയയിലെ പ്രധാനകാര്യം. മുതലാളിത്തത്തിന്റെയും പൊതുവിൽ ചരക്കുൽപ്പാദനത്തിന്റെയും മൗലികസവിശേഷതയാണ് സ്വതന്ത്രമത്സരം. കുത്തകയാവട്ടെ, സ്വതന്ത്രമത്സരത്തിനു നേർവിപരീതമാണ്. എന്നാൽ സ്വതന്ത്രമത്സരം കുത്തകയായി രൂപാന്തരപ്പെടുന്നത് നാം കൺമുമ്പിൽത്തന്നെ കണ്ടു. അത് വൻകിടവ്യവസായത്തെ സൃഷ്ടിക്കുന്നതും ചെറുകിടവ്യവസായത്തെ പുറന്തള്ളുന്നതും വൻകിടവ്യവസായത്തിന്റെ സ്ഥാനത്ത് അതിലും വൻകിടയായിട്ടുള്ള വ്യവസായത്തെ പ്രതിഷ്ഠിക്കുകയും ഉൽപ്പാദനത്തിന്റെയും മൂലധനത്തിന്റെയും കേന്ദ്രീകരണത്തെ അതിൽനിന്ന് കുത്തക-കാർട്ടലുകളും സിൻഡിക്കേറ്റുകളും ട്രസ്റ്റുകളും - വളർന്നുവന്ന, വളർന്നുകൊണ്ടിരിക്കുന്ന, നിലവരെ എത്തി

ക്കുന്നതും ശതകോടിക്കണക്കിനു പണം നിയന്ത്രിക്കുന്ന പത്തോ പന്ത്രണ്ടോ ബാങ്കുകളുടെ മൂലധനത്തെ അവയുമായി ലയിപ്പിക്കുന്നതും നാം കണ്ടു. അതേസമയംതന്നെ, സ്വതന്ത്രമത്സരത്തിൽനിന്നു വളർന്നുവെന്നിട്ടുള്ള കുത്തകകൾ സ്വതന്ത്രമത്സരത്തെ ഉന്മൂലനം ചെയ്യുന്നില്ല, പിന്നെയോ, അതിനുപരിയായും ഒപ്പമായും നിലനിൽക്കുന്നു, അതുവഴി വളരെ മൂർച്ചയേറിയതും തീവ്രവുമായ വൈരുധ്യങ്ങൾക്കും ഉരസലുകൾക്കും സംഘട്ടനങ്ങൾക്കും ഇടനൽകുന്നു. മുതലാളിത്തത്തിൽനിന്നു കൂടുതലുയർന്ന ഒരു വ്യവസ്ഥയിലേക്കുള്ള പരിവർത്തനദശയാണ് കുത്തക.

സാമ്രാജ്യത്വത്തെ കഴിയുന്നത്ര ചുരുക്കി നിർവചിക്കണമെന്നുണ്ടെങ്കിൽ, മുതലാളിത്തത്തിന്റെ കുത്തകദശയാണ് സാമ്രാജ്യത്വമെന്നു പറയേണ്ടിവരും. ഏറ്റവും പ്രധാനപ്പെട്ട കാര്യം ഈ നിർവചനത്തിൽ അടങ്ങിയിരിക്കും. കാരണം, ഒരു വശത്ത്, കുറച്ചു പടുകൂറ്റൻ കുത്തകബാങ്കുകളുടെ ബാങ്കു മൂലധനവും വ്യവസായികളുടെ കുത്തകക്കൂട്ടുകെട്ടുകളുടെ മൂലധനവും ലയിച്ചു ചേർന്നതാണ് ഫിനാൻസ് മൂലധനം. മറുവശത്ത്, യാതൊരു മുതലാളിത്തശക്തിയും പിടിച്ചടക്കാത്ത പ്രദേശങ്ങളിലേക്ക് നിർബാധം വ്യാപിച്ചിരുന്ന കോളനിനയത്തിൽ നിന്ന് മുഴുവനും പങ്കിട്ടു കഴിഞ്ഞ ലോകത്തിലെ പ്രദേശങ്ങളെ കുത്തകയാക്കി കൈവശം വയ്ക്കുന്ന കോളനിനയത്തിലേക്കുള്ള പരിവർത്തനമാണ് ലോകം പങ്കിടൽ.

പക്ഷേ തീരെച്ചെറിയ നിർവചനങ്ങൾ പ്രധാനകാര്യങ്ങളെ ക്രോഡീകരിക്കുന്നുവെന്ന നിലയ്ക്ക് സൗകര്യപ്രദമാണെങ്കിലും അപര്യാപ്തമാണ്. കാരണം, നിർവചിക്കപ്പെടേണ്ട പ്രതിഭാസത്തിന്റെ വിശേഷിച്ചും പ്രധാനപ്പെട്ട ചില ലക്ഷണങ്ങൾ നമുക്കവയിൽനിന്ന് അനുമാനിക്കേണ്ടിയിരിക്കുന്നു. അതുകൊണ്ട്, പൊതുവിൽ എല്ലാ നിർവചനങ്ങൾക്കും സോപാധികവും ആപേക്ഷികവുമായ അർഥമാണുള്ളതെന്നും പൂർണവളർച്ചയിൽ ഒരു പ്രതിഭാസത്തിനുണ്ടാകുന്ന നാനാമുഖമായ ബന്ധങ്ങളെ ഉൾക്കൊള്ളാൻ അവയ്ക്കൊരിക്കലും കഴിയുകയില്ലെന്നുമുള്ള കാര്യം മറക്കാതെ തന്നെ, താഴെപ്പറയുന്ന അഞ്ചു മൗലികസവിശേഷതകളടങ്ങുന്ന ഒരു നിർവചനം സാമ്രാജ്യത്വത്തിനു നൽകേണ്ടിയിരിക്കുന്നു.

(1) സാമ്പത്തികജീവിതത്തിൽ നിർണായകമായ പങ്കു വഹിക്കുന്ന കുത്തകകളെ സൃഷ്ടിക്കത്തക്കവണ്ണം ഉയർന്ന ഘട്ടത്തിലേക്ക് ഉൽപ്പാദനത്തിന്റെയും മൂലധനത്തിന്റെയും കേന്ദ്രീകരണം വളർന്നിരിക്കുന്നു;

(2) ബാങ്കു മൂലധനവും വ്യാവസായിക മൂലധനവും തമ്മിൽ ലയിച്ചു ചേരുകയും ഈ 'ഫിനാൻസ് മൂലധന'ത്തിന്റെ അടിസ്ഥാനത്തിൽ ഒരു ഫിനാൻസ് പ്രഭുത്വം സൃഷ്ടിക്കപ്പെടുകയും ചെയ്തിരിക്കുന്നു. (3) ചരക്കുകളുടെ കയറ്റുമതിയിൽ നിന്നു വ്യത്യസ്തമായി മൂലധനത്തിന്റെ കയറ്റുമതി അസാമാന്യമായ പ്രാധാന്യമാർജിക്കുന്നു (4) സാർവദേശീയക്കുത്തകയൊട്ടാകെ പങ്കിട്ടെടുക്കുന്ന പ്രക്രിയ പൂർത്തിയായിരിക്കുന്നു. കുത്തകകളുടെയും ഫിനാൻസ് മൂലധനത്തിന്റെയും മേധാവിത്വം സ്ഥാപി

ക്കപ്പെടുകയും മൂലധനത്തിന്റെ കയറ്റുമതി പ്രകടമായ പ്രാധാന്യമാർജിക്കുകയും, സാർവദേശീയട്രസ്റ്റുകൾ ലോകം പങ്കിട്ടെടുക്കാൻ തുടങ്ങുകയും ലോകത്തിലുള്ള ഭൂപ്രദേശങ്ങൾ മുഴുവനും ഏറ്റവും വലിയ മുതലാളിത്തശക്തികൾക്കിടയിൽ വീതിക്കപ്പെട്ടിരിക്കുന്നത് പൂർത്തിയാവുകയും ചെയ്തിട്ടുള്ള വികാസദശയിലെത്തിയ മുതലാളിത്തമാണ് സാമ്രാജ്യത്വം.

മൗലികവും കേവലം സാമ്പത്തികവുമായ ധാരണകളിൽ ഒതുങ്ങി നിൽക്കുന്നതാണ് മേൽപ്പറഞ്ഞ നിർവചനം. എന്നാൽ അവയ്ക്കു പുറമേ, പൊതുവിൽ മുതലാളിത്തത്തെ സംബന്ധിച്ചിടത്തോളം ഈ മുതലാളിത്തഘട്ടത്തിനുള്ള ചരിത്രപരമായ സ്ഥാനംകൂടി, അഥവാ സാമ്രാജ്യത്വവും തൊഴിലാളിപ്രസ്ഥാനത്തിലെ രണ്ടു മുഖ്യപ്രവണതകളും തമ്മിലുള്ള ബന്ധംകൂടി, കണക്കിലെടുക്കുകയാണെങ്കിൽ സാമ്രാജ്യത്വത്തെ വ്യത്യസ്തമായി നിർവചിക്കാവുന്നതും നിർവചിക്കേണ്ടതുമാണെന്ന് നമുക്കു പിന്നീടു കാണാൻ കഴിയും. മുകളിൽ വ്യാഖ്യാനിക്കപ്പെട്ടതുപോലെ സാമ്രാജ്യത്വം മുതലാളിത്തത്തിന്റെ വളർച്ചയിലെ ഒരു പ്രത്യേകഘട്ടത്തെ നിസ്സംശയമായും കുറിക്കുന്നുവെന്നതാണ് ഇപ്പോൾ ശ്രദ്ധിക്കേണ്ട സംഗതി. സാമ്രാജ്യത്വത്തെക്കുറിച്ച് അങ്ങേയറ്റം കാര്യകാരണസഹിതമായ ധാരണ വായനക്കാർക്കു കിട്ടാൻവേണ്ടിയാണ് മുതലാളിത്തസമ്പദ്വ്യവസ്ഥയുടെ ഏറ്റവും പുതിയ ഘട്ടത്തെ സംബന്ധിച്ച, വിശേഷിച്ചും അനിഷേധ്യമായ വസ്തുതകൾ സമ്മതിക്കേണ്ടിവന്നിട്ടുള്ള ബൂർഷ്വാ ധനശാസ്ത്രജ്ഞരെ കഴിയുന്നത്ര വിപുലമായി ഉദ്ധരിക്കാൻ ഞാൻ മനപൂർവം ശ്രമിച്ചത്. ബാങ്കുമൂലധനവും മറ്റും എത്രത്തോളം വളർന്നിട്ടുണ്ടെന്നും പരിമാണത്തിൽനിന്നു ഗുണത്തിലേക്കുള്ള-വികസിതമുതലാളിത്തത്തിൽ നിന്നു സാമ്രാജ്യത്വത്തിലേക്കുള്ള-രൂപാന്തരണം വിശദമായ സ്ഥിതിവിവരക്കണക്കുകൾ ഞാൻ ഉദ്ധരിച്ചതും അതേ ലക്ഷ്യം വച്ചുകൊണ്ടാണ്. പ്രകൃതിയിലും സമുദായത്തിലും എല്ലാ അതിർവരമ്പുകളും സോപാധികമാണെന്ന്, മാറാവുന്നതാണെന്ന്, പ്രത്യേകം പറയേണ്ടതില്ലല്ലോ. ഉദാഹരണത്തിന്, സാമ്രാജ്യത്വം 'ഖണ്ഡിതമായി' സ്ഥാപിക്കപ്പെട്ട വർഷത്തെയോ ദശാബ്ദത്തെയോ കുറിച്ചു തർക്കിക്കുന്നത് അസംബന്ധമായിരിക്കും.

എന്നാൽ സാമ്രാജ്യത്വത്തെ നിർവചിക്കുന്ന കാര്യത്തിൽ നമുക്ക് സർവോപരി കാൾ കൗട്സ്കിയുമായി തർക്കത്തിലേർപ്പെടാതെ തരമില്ല. രണ്ടാം ഇന്റർനാഷണലെന്നു പറയപ്പെടുന്നതിന്റെ കാലഘട്ടത്തിലെ, അതായത് 1889നും 1914നുമിടയ്ക്കുള്ള 25 വർഷത്തെ മുഖ്യ മാർക്സിസ്റ്റ് താത്വികനാണ് അദ്ദേഹം. സാമ്രാജ്യത്വത്തെക്കുറിച്ചുള്ള നമ്മുടെ നിർവചനത്തിലെ മൗലികാശയങ്ങളെ കൗട്സ്കി 1915ൽ, 1914 നവംബറിൽത്തന്നെ, തികച്ചും ദൃഢമായി എതിർക്കുകയുണ്ടായി. സാമ്രാജ്യത്വത്തെ സമ്പദ്വ്യവസ്ഥയുടെ ഒരു 'ദശ'യായോ ഘട്ടമായോ അല്ല, പിന്നെയോ, ഒരു നയമായിട്ടാണ്-ഫിനാൻസ് മൂലധനത്തിന് 'കൂടുതൽ ഇഷ്ടപ്പെട്ട' ഒരു

നിശ്ചിതനയമായിട്ടാണ്- കരുതേണ്ടതെന്നും; സാമ്രാജ്യത്വത്തെയും 'സമകാലീനമുതലാളിത്ത'ത്തെയും 'ഒന്നായി'ക്കാണരുതെന്നും; കാർട്ടലുകൾ, സ്വദേശവ്യവസായസംരക്ഷണം, പണപ്രഭുക്കളുടെ മേധാവിത്വം, കോളനിനയം എന്നിങ്ങനെയുള്ള 'സമകാലീനമുതലാളിത്തത്തിന്റെ എല്ലാ പ്രതിഭാസങ്ങളും' എന്ന അർഥത്തിലാണ് സാമ്രാജ്യത്വമെന്നതുകൊണ്ട് മനസിലാക്കേണ്ടതെങ്കിൽ സാമ്രാജ്യത്വം മുതലാളിത്തത്തിന് ആവശ്യമാണോയെന്ന ചോദ്യം 'ഏറ്റവും നിരർഥകമായ പുനരുക്തി'യായിച്ചുരുങ്ങുന്നുവെന്നും; എന്തുകൊണ്ടെന്നാൽ അപ്പോൾ 'സാമ്രാജ്യത്വം സ്വാഭാവികമായും മുതലാളിത്തത്തിന് ജീവൽപ്രധാനമായ ഒരാവശ്യമായിരിക്കു'മെന്നും മറ്റും അദ്ദേഹം പറഞ്ഞു. കൗട്സ്കിയുടെ ആശയം അവതരിപ്പിക്കാനുള്ള ഏറ്റവും നല്ല മാർഗം സാമ്രാജ്യത്വത്തെക്കുറിച്ചുള്ള അദ്ദേഹത്തിന്റെതന്നെ നിർവചനം ഉദ്ധരിക്കുകയാണ്. ഞാൻ മുന്നോട്ടുവച്ചിട്ടുള്ള ആശയങ്ങളുടെ സത്തയ്ക്ക് കടകവിരുദ്ധമാണ് (കാരണം, കഴിഞ്ഞ കുറെ വർഷങ്ങളായി ഇതുപോലുള്ള ആശയങ്ങൾ ഉന്നയിച്ചുവരുന്ന ജർമൻ മാർക്സിസ്റ്റുകാരുടെ പാളയത്തിൽനിന്നു വരുന്ന എതിർപ്പുകൾ മാർക്സിസത്തിലെ ഒരു വ്യക്തമായ പ്രവണതയുടെ എതിർപ്പുകളെന്ന നിലയ്ക്ക് കൗട്സ്കിക്ക് എത്രയോ കാലമായിട്ടറിയാം).

കൗട്സ്കിയുടെ നിർവചനം ഇതാണ്:

> വളരെയേറെ വികസിച്ച വ്യാവസായിക മുതലാളിത്തത്തിന്റെ ഉൽപ്പന്നമാണ് സാമ്രാജ്യത്വം. കാർഷിക ഭൂവിഭാഗങ്ങളായിട്ടുള്ള (കൗട്സ്കി അടിവരയിട്ടത്) എല്ലാ വലിയ പ്രദേശങ്ങളെയും, അവയിൽ അധിവസിക്കുന്ന ജനതകളേതായാലും സ്വന്തം നിയന്ത്രണത്തിൽ കൊണ്ടുവരാനോ വെട്ടിപ്പിടിക്കാനോ ഓരോ വ്യാവസായിക മുതലാളിത്തരാഷ്ട്രവും നടത്തുന്ന യത്നത്തിൽ അത് അടങ്ങിയിരിക്കുന്നു*.

ഈ നിർവചനംകൊണ്ടു യാതൊരു പ്രയോജനവുമില്ല. കാരണം, അത് ഏകപക്ഷീയമായി, അതായത് തന്നിഷ്ടമായി, ദേശീയപ്രശ്നത്തെ മാത്രം ഒറ്റയ്ക്ക് എടുത്തുകാട്ടുന്നു (സ്വന്തം നിലയ്ക്കും സാമ്രാജ്യത്വത്തോടുള്ള ബന്ധം നോക്കിയാലും ഈ പ്രശ്നം അതിപ്രധാനമാണെങ്കിൽകൂടി). അത് തന്നിഷ്ടമായും തെറ്റായും ഈ പ്രശ്നത്തെ അന്യരാഷ്ട്രങ്ങളെ വെട്ടിപ്പിടിക്കുന്ന രാജ്യങ്ങളിലെ വ്യാവസായികമൂലധനത്തോടു മാത്രം ബന്ധിപ്പിക്കുന്നു; അത്രതന്നെ തന്നിഷ്ടമായും തെറ്റായും കാർഷികപ്രദേശങ്ങളുടെ വെട്ടിപ്പിടിത്തത്തെ മുൻപന്തിയിൽ കൊണ്ടുവരികയും ചെയ്യുന്നു.

---

* Die Neue Zeit, 1914, 2 (വാല്യം 32), പേജ് 909, സെപ്തംബർ 11, 1914, cf. 2 പേജ് 107 മുതൽ.

വെട്ടിപ്പിടിത്തങ്ങൾക്കുള്ള അഭിവാഞ്ഛയാണ് സാമ്രാജ്യത്വം - ഇതാണ് കൗട്സ്കിയുടെ നിർവചനത്തിലെ രാഷ്ട്രീയാംശത്തിന്റെ സാരം. ഇതു ശരിയാണെങ്കിലും വളരെ അപൂർണമാണ്. കാരണം, രാഷ്ട്രീയമായി സാമ്രാജ്യത്വം പൊതുവിൽ ആക്രമത്തോടും പിന്തിരിപ്പത്തത്തോടുമുള്ള അഭിവാഞ്ഛയാണ്. എന്നാൽ തൽക്കാലം പ്രശ്നത്തിന്റെ സാമ്പത്തികവശത്തിലാണ് നമുക്കു താൽപ്പര്യം. കൗട്സ്കിതന്നെ തന്റെ നിർവചനത്തിൽ അവതരിപ്പിച്ചിട്ടുള്ളതാണ് ഇത്. കൗട്സ്കിയുടെ നിർവചനത്തിലെ തെറ്റുകൾ വളരെയേറെ മുഴച്ചുനിൽക്കുന്നവയാണ്. വ്യാവസായികമൂലധനമല്ല, പിന്നെയോ, ഫിനാൻസ് മൂലധനമാണ് സാമ്രാജ്യത്വത്തിന്റെ സവിശേഷലക്ഷണം. ഫ്രാൻസിൽ തിട്ടമായും ഫിനാൻസ് മൂലധനത്തിന്റെ അസാമാന്യവേഗത്തിലുള്ള വളർച്ചയും വ്യാവസായികമൂലധനത്തിന്റെ തളർച്ചയുമാണ് 1880'-കൾ തൊട്ട് വെട്ടിപ്പിടുത്ത (കൊളോണിയൽ) നയം അങ്ങേയറ്റം തീവ്രമാക്കാനിടയാക്കിയതെന്നത് യാദൃച്ഛികമല്ല. കാർഷിക പ്രദേശങ്ങളെ മാത്രമല്ല, അങ്ങേയറ്റം വ്യാവസായവൽക്കരിക്കപ്പെട്ടിട്ടുള്ള പ്രദേശങ്ങളെക്കൂടി വെട്ടിപ്പിടിക്കാൻ ശ്രമിക്കുന്നുവെന്നതുതന്നെയാണ് സാമ്രാജ്യത്വത്തിന്റെ സവിശേഷലക്ഷണം (ബൽജിയത്തിനുവേണ്ടിയുള്ള ജർമനിയുടെ ആർത്തി; ലോറേയിനു വേണ്ടിയുള്ള ഫ്രാൻസിന്റെ ആർത്തി). കാരണം, (1) ലോകത്തെ പങ്കിട്ടുകഴിഞ്ഞ സ്ഥിതിക്ക് പുനർവിഭജനത്തെപ്പറ്റി ആലോചിക്കുന്നവർ എല്ലാത്തരം പ്രദേശങ്ങളും എത്തിപ്പിടിക്കാൻ നിർബന്ധിതരായിത്തീരുന്നു; (2) നായകത്വത്തിനു വേണ്ടിയുള്ള ശ്രമത്തിൽ, അതായത് തങ്ങൾക്കുവേണ്ടിയിട്ടെന്നതിനേക്കാൾ എതിരാളിയെ ക്ഷീണിപ്പിക്കാനും അവന്റെ നായകത്വത്തെ പൊളിക്കാനുമായി പ്രദേശങ്ങൾ വെട്ടിപ്പിടിക്കാനുള്ള ശ്രമത്തിൽ, കുറെ വൻശക്തികൾ പരസ്പരം നടത്തുന്ന മത്സരം സാമ്രാജ്യത്വത്തിന്റെ ഒരു പ്രധാന ലക്ഷണമാണ് (ബ്രിട്ടനെതിരായ പ്രവർത്തനങ്ങൾക്കുള്ള താവളമെന്ന നിലയ്ക്ക് ബൽജിയം ജർമനിക്ക് വിശേഷിച്ചും പ്രധാനമാണ്, ജർമനിക്കെതിരായ പ്രവർത്തനങ്ങൾക്കുള്ള താവളമെന്ന നിലയ്ക്ക് ബാഗ്ദാദ് ബ്രിട്ടന് വിശേഷിച്ചും പ്രധാനമാണ്, മറ്റും മറ്റും).

കൗട്സ്കി ഇംഗ്ലീഷ് എഴുത്തുകാരെ പ്രത്യേകം-അതും ഒന്നിലധികം തവണ-പരാമർശിക്കുന്നുണ്ട്. താൻ മനസിലാക്കുന്ന വിധത്തിൽ 'സാമ്രാജ്യത്വ'മെന്ന വാക്കിന് തനി രാഷ്ട്രീയമായ അർഥം അവർ കൽപ്പിച്ചിട്ടുണ്ടെന്നാണ് അദ്ദേഹം അവകാശപ്പെടുന്നത്. നമുക്ക് ഇംഗ്ലീഷ് എഴുത്തുകാരനായ ഹോബ്സൻ എഴുതിയതും 1902ൽ പുറത്തുവന്നതുമായ സാമ്രാജ്യത്വം എന്ന കൃതിയെടുക്കാം. അതിൽ നാം വായിക്കുന്നതാണിത്:

> 'പുതിയ സാമ്രാജ്യത്വം പഴയതിൽനിന്നു രണ്ടുതരത്തിൽ വ്യത്യസ്തമാണ്. ഒന്നാമത്, വളർന്നുവരുന്ന ഒരൊറ്റ സാമ്രാജ്യത്വത്തിന്റെ അഭിവാഞ്ഛയുടെ സ്ഥാനത്ത് അത് സാമ്രാജ്യങ്ങളുടെ മത്സരമെന്ന സിദ്ധാന്തവും പ്രയോഗവും അവരോധിക്കുന്നു. രാഷ്ട്രീയമായ വിപുലീകരണവും വാണിജ്യപരമായ ലാഭവുമെന്ന ഒരേ ദുരയാണ് ഓരോ സാമ്രാജ്യത്തിന്റെയും പ്രേരകശക്തി. രണ്ടാമത്, ധനപരമായ

അഥവാ നിക്ഷേപപരമായ താൽപര്യങ്ങൾ കച്ചവടതാൽപ്പര്യങ്ങളെ കീഴ്പ്പെടുത്തുന്നു"*

കൗട്സ്കി ഇംഗ്ലീഷ് എഴുത്തുകാരെ പൊതുവിൽ പരാമർശിച്ചത് ഒട്ടും ശരിയായില്ലെന്നു നാം കാണുന്നു (പ്രാകൃത ഇംഗ്ലീഷ് സാമ്രാജ്യവാദികളെയോ സാമ്രാജ്യത്വത്തിന്റെ തുറന്ന വക്കാലത്തുകാരെയോ അല്ല അദ്ദേഹം ഉദ്ദേശിക്കുന്നതെങ്കിൽ). ഇപ്പോഴും മാർക്സിസത്തിനുവേണ്ടി വാദിക്കുന്നുവെന്നു നടിക്കുന്ന കൗട്സ്കി ഒരു സോഷ്യൽ-ലിബറലായ ഹോബ്സനെ അപേക്ഷിച്ച് വാസ്തവത്തിൽ ഒരടി പുറകോട്ടാണ് വച്ചിരിക്കുന്നതെന്നു നാം കാണുന്നു. ആധുനികസാമ്രാജ്യത്വത്തിന്റെ 'ചരിത്രപരമായി മൂർത്തമായ' രണ്ടു സവിശേഷതകളെ ഹോബ്സൺ കൂടുതൽ ശരിയായി കണക്കിലെടുക്കുന്നുണ്ട് (കൗട്സ്കിയുടെ നിർവചനമാകട്ടെ, ചരിത്രപരമായ മൂർത്തതയുടെ നേർക്കുള്ള കൊഞ്ഞനം കുത്തലാണ്!)

(1) ഏതാനും സാമ്രാജ്യത്വങ്ങൾ തമ്മിലുള്ള മത്സരം; (2) കച്ചവടക്കാരനെ അപേക്ഷിച്ച് പണമിടപാടുകാരനുള്ള പ്രാമുഖ്യം. വ്യാവസായികരാജ്യങ്ങൾ കാർഷികരാജ്യങ്ങളെ വെട്ടിപ്പിടിക്കുന്നതാണ് പ്രധാന പ്രശ്നമെങ്കിൽ കച്ചവടക്കാരന്റെ പങ്കിനാണ് പ്രാധാന്യം.

കൗട്സ്കിയുടെ നിർവചനം ശരിയല്ലെന്നും മാർക്സിസ്റ്റല്ലെന്നും മാത്രമല്ല; മാർക്സിസ്റ്റ് സിദ്ധാന്തത്തിൽനിന്നും മാർക്സിസ്റ്റ് പ്രയോഗത്തിൽനിന്നും ഉടനീളം തെറ്റിപ്പിരിഞ്ഞുപോകുന്ന ഒരു വീക്ഷണസംഹിതയ്ക്കൊട്ടാകെയുള്ള അടിത്തറയായി അത് ഉപകരിക്കുന്നു. ഇക്കാര്യം ഞാൻ പിന്നീട് വീണ്ടും ചർച്ചചെയ്യുന്നതാണ്. മുതലാളിത്തത്തിന്റെ ഏറ്റവും പുതിയ ഘട്ടത്തെ സാമ്രാജ്യത്വമെന്നാണോ അതോ ഫിനാൻസ് മൂലധനത്തിന്റെ ഘട്ടമെന്നാണോ വിളിക്കേണ്ടത് എന്നിങ്ങനെ വാക്കുകളെച്ചൊല്ലി കൗട്സ്കി ഉന്നയിക്കുന്ന വാദഗതി കാര്യമായിട്ടെടുക്കേണ്ടതില്ല. എന്തുവേണമെങ്കിലും വിളിച്ചുകൊള്ളൂ. അതുകൊണ്ടു വ്യത്യാസമൊന്നും വരുന്നില്ല. കൗട്സ്കി സാമ്രാജ്യത്വത്തിന്റെ രാഷ്ട്രീയനയത്തെ അതിന്റെ സാമ്പത്തികനയത്തിൽനിന്നു വേർതിരിക്കുന്നുവെന്നതാണ് കാര്യത്തിന്റെ കാതൽ. അദ്ദേഹം വെട്ടിപ്പിടിത്തങ്ങളെ ഫിനാൻസ് മൂലധനത്തിന് 'കൂടുതലിഷ്ടപ്പെട്ട' നയമായി വ്യാഖ്യാനിക്കുകയും ഫിനാൻസ് മൂലധനത്തിന്റെ അതേ അടിസ്ഥാനത്തിൽനിന്നുതന്നെ സാധ്യമാണെന്ന് അദ്ദേഹം അവകാശപ്പെടുന്ന മറ്റൊരു ബൂർഷ്വാനയത്തെ അതിനെതിരായി എടുത്തുകാട്ടുകയും ചെയ്യുന്നു. അപ്പോൾ, സമ്പദ്വ്യവസ്ഥയിൽ കുത്തകകൾ രാഷ്ട്രീയത്തിൽ കുത്തകേതരവും അക്രമരഹിതവും വെട്ടിപ്പിടിത്തത്തിന്റേതല്ലാത്തതുമായ മാർഗങ്ങളായി പൊരുത്തപ്പെടുന്നവയാണെന്നു വരുന്നു. ഫിനാൻസ് മൂലധനത്തിന്റെ ഇതേ യുഗത്തിൽത്തന്നെ പൂർത്തിയാക്കപ്പെട്ടതും ഏറ്റവും വലിയ മുതലാളിത്തസ്റ്റേറ്റുകൾ തമ്മിലുള്ള മത്സരത്തിന്റെ

* ഹോബ്സൻ, സാമ്രാജ്യത്വം, ലണ്ടൻ 1902. പേജ് 324.

ഇന്നത്തെ പ്രത്യേകരൂപങ്ങളുടെ അടിത്തറയായി നിൽക്കുന്നതുമായ ഭൂവിഭാഗപരമായ ലോകവിഭജനം സാമ്രാജ്യത്വേതരനയവുമായി പൊരുത്തപ്പെടുന്നതാണെന്നു വരുന്നു. മുതലാളിത്തത്തിന്റെ ഏറ്റവും പുതിയ ഘട്ടത്തിലെ ഏറ്റവും മൗലികമായ വൈരുധ്യങ്ങളുടെ ആഴം തുറന്നുകാട്ടുന്നതിനുപകരം അവയെ മൂടിവയ്ക്കുകയും മൂർച്ചകെടുത്തുകയും ചെയ്യുന്നുവെന്നതാണ് ഫലം. മാർക്സിസത്തിനു പകരം ബൂർഷ്വാ പരിഷ്കരണവാദമാണ് ഫലം.

സാമ്രാജ്യത്വത്തിന്റെയും വെട്ടിപ്പിടിത്തങ്ങളുടെയും ജർമൻ മാപ്പുസാക്ഷിയായ കൂനോവുമായി കൗട്സ്കി വിവാദത്തിലേർപ്പെടുന്നുണ്ട്. സമകാലീനമുതലാളിത്തമാണ് സാമ്രാജ്യത്വമെന്നും, മുതലാളിത്തത്തിന്റെ വളർച്ച അനിവാര്യവും പുരോഗമനപരവുമാണെന്നും അതുകൊണ്ട് സാമ്രാജ്യത്വം പുരോഗമനപരമാണെന്നും അതുകൊണ്ട് നമ്മൾ അതിനെ കുമ്പിട്ടു വാഴ്ത്തണമെന്നുമാണ് കൂനോവിന്റെ അകുശലവും അവജ്ഞാപൂർവവുമായ വാദം. 1894-95 കാലത്ത് നരോദ്നിക്കുകൾ[21] റഷ്യൻ മാർക്സിസ്റ്റുകാരെക്കുറിച്ച വരച്ച ഹാസ്യചിത്രം പോലെയാണിത്. അവർ വാദിച്ചതിങ്ങനെയാണ്: റഷ്യയിൽ മുതലാളിത്തം അനിവാര്യമാണെന്നും അതു പുരോഗമനപരമാണെന്നും മാർക്സിസ്റ്റുകാർ വിശ്വസിക്കുന്നുണ്ടെങ്കിൽ ഒരു മദ്യശാല തുറന്ന് മുതലാളിത്തത്തെ നട്ടുവളർത്താൻ തുടങ്ങുകയാണ് അവർ വേണ്ടത്! കൂനോവനുള്ള കൗട്സ്കിയുടെ മറുപടി ഇങ്ങനെയാണ്: സാമ്രാജ്യത്വമെന്നത് സമകാലീനമുതലാളിത്തമല്ല, സമകാലീനമുതലാളിത്തത്തിന്റെ നയത്തിന്റെ രൂപങ്ങളിലൊന്നു മാത്രമാണ്. ഈ നയത്തോട്, സാമ്രാജ്യത്വത്തോട്, വെട്ടിപ്പിടിത്തങ്ങളോട്, മറ്റും മറ്റും, നമുക്കു പൊരുതാവുന്നതാണ്, നമ്മൾ പൊരുതേണ്ടതാണ്.

ഈ മറുപടി വളരെ ശരിയാണെന്നു തോന്നാം. എന്നാൽ അത് സാമ്രാജ്യത്വവുമായി രഞ്ജിപ്പിനുവേണ്ടിയുള്ള കൂടുതൽ പരോക്ഷവും പ്രച്ഛന്നവും (അതുകൊണ്ടുതന്നെ കൂടുതൽ അപകടകരവും) ആയ ഒരു വാദമാണ്. കാരണം, ട്രസ്റ്റുകളുടെയും ബാങ്കുകളുടെയും സാമ്പത്തികാടിത്തറയെ സ്പർശിക്കാതെ ട്രസ്റ്റുകളുടെയും ബാങ്കുകളുടെയും നയത്തിനെതിരെ പൊരുതുന്നത് വെറും ബൂർഷ്വാ പരിഷ്കരണവാദവും ശാന്തിവാദവുമാണ്, നല്ല ആഗ്രഹങ്ങളുടെ ഉദാരവും നിഷ്കളങ്കവുമായ പ്രകാശനമാണ്. നിലവിലുള്ള വൈരുധ്യങ്ങളിൽനിന്ന് ഒഴിഞ്ഞുമാറുക, അവയുടെ ആഴം മുഴുവനും വെളിപ്പെടുത്തുന്നതിനു പകരം അവയിൽ ഏറ്റവും പ്രധാനപ്പെട്ടവയെ വിസ്മരിക്കുക-ഇതാണ് കൗട്സ്കിയുടെ സിദ്ധാന്തം. അതിനു മാർക്സിസവുമായി യാതൊരു ബന്ധവുമില്ല. സ്വാഭാവികമായും കൂനോവുമാരുമായുള്ള ഐക്യത്തിനുവേണ്ടി വാദിക്കാൻ മാത്രമേ ഇതുപോലൊരു 'സിദ്ധാന്തം' ഉപകരിക്കൂ!

കൗട്സ്കി എഴുതുന്നു: "തനി സാമ്പത്തികവീക്ഷണകോണിലൂടെ നോക്കുമ്പോൾ, കാർട്ടലുകളുടെ നയത്തെ വിദേശനയത്തിലേക്കു വ്യാപിപ്പിച്ചുകൊണ്ടുള്ള പുതിയൊരു ദശയിലൂടെ, അതിസാമ്രാജ്യത്വമെന്ന ദശയിലൂടെ, മുതലാളിത്തം കടന്നുപൊയ്ക്കൂടെന്നില്ല"*. ലോകമൊട്ടുക്കുള്ള സാമ്രാജ്യത്വങ്ങൾ പരസ്പരം പൊരുതാതെ ഒറ്റക്കെട്ടായി നിൽക്കുന്ന ഒരു ഉപരിസാമ്രാജ്യത്വദശയായിരിക്കും അത്. മുതലാളിത്തത്തിൻ കീഴിൽ യുദ്ധങ്ങൾ അവസാനിപ്പിക്കുന്ന ഒരു ദശയായിരിക്കും അത്. "സാർവദേശീയമായി ഏകോപിച്ച ഫിനാൻസ് മൂലധനം ലോകത്തെ കൂട്ടായി ചൂഷണം ചെയ്യുന്ന"** ഒരു ദശയായിരിക്കും അത്.

എത്ര നിർണായകമായും നിശ്ശേഷമായുമാണ് ഈ 'അതി സാമ്രാജ്യത്വസിദ്ധാന്തം' മാർക്സിസവുമായി തെറ്റിപ്പിരിയുന്നതെന്നു വിശദമായി കാണിക്കാൻ വേണ്ടി ആ സിദ്ധാന്തത്തെപ്പറ്റി നമുക്കു പിന്നീട് ചർച്ചചെയ്യേണ്ടി വരും. ഈ കൃതിയുടെ പൊതുപ്ലാനനുസരിച്ച് ഈ പ്രശ്നത്തെ സംബന്ധിച്ച കൃത്യമായ സാമ്പത്തികക്കണക്കുകളാണ് നാം ഇപ്പോൾ പരിശോധിക്കേണ്ടത്. 'തനി സാമ്പത്തികവീക്ഷണകോണിൽനിന്നു നോക്കുമ്പോൾ' 'അതിസാമ്രാജ്യത്വം' സാധ്യമാണോ?അതോ അത് അതിവങ്കത്തമാണോ?

തനി സാമ്പത്തികവീക്ഷണകോണത്തെ 'തനി' അമൂർത്ത സങ്കൽപ്പമായിട്ടാണ് മനസിലാക്കേണ്ടതെങ്കിൽ, പറയാനുള്ളതത്രയും ഇങ്ങനെയൊരു പ്രമേയമായി ചുരുങ്ങുന്നു: കുത്തകകളിലേക്കാണ്, അതുകൊണ്ട് ഒരൊറ്റ അഖിലലോകകുത്തകയിലേക്കാണ്, ഒരൊറ്റ അഖിലലോകട്രസ്റ്റിലേക്കാണ്, വളർച്ച നീങ്ങിക്കൊണ്ടിരിക്കുന്നത്. ഇത് അവിതർക്കിതമാണ്. എന്നാൽ, ലാബോറട്ടറികളിൽ ഭക്ഷ്യസാധനങ്ങൾ നിർമിക്കപ്പെടുന്നതിലേക്ക് 'വളർച്ച നീങ്ങിക്കൊണ്ടിരിക്കുന്നു' എന്ന പ്രസ്താവം പോലെതന്നെ തികച്ചും നിരർഥകവുമാണ്. ഈ അർഥത്തിൽ അതിസാമ്രാജ്യത്വ 'സിദ്ധാന്തം' 'അതികൃഷിസിദ്ധാന്ത'ത്തോളം തന്നെ അസംബന്ധമാണ്.

എന്നാൽ ഇരുപതാം നൂറ്റാണ്ടിന്റെ തുടക്കംതൊട്ടുള്ള ചരിത്രപരമായ മൂർത്തകാലഘട്ടമെന്ന നിലയ്ക്കാണ് നമ്മൾ ഫിനാൻസ് മൂലധനത്തിന്റെ കാലഘട്ടത്തിലെ 'തനി സാമ്പത്തിക' സാഹചര്യങ്ങളെപ്പറ്റി ചർച്ചചെയ്യുന്നതെങ്കിൽ, 'അതി സാമ്രാജ്യത്വ'ത്തെക്കുറിച്ചുള്ള (നിലവിലുള്ള വൈരുധ്യങ്ങളുടെ ആഴത്തിൽനിന്നു ശ്രദ്ധതിരിക്കുകയെന്ന അങ്ങേയറ്റം പിന്തിരിപ്പനായ ലക്ഷ്യത്തിനുമാത്രം ഉപകരിക്കുന്ന) നിർജീവങ്ങളായ അമൂർത്ത സങ്കൽപ്പങ്ങൾക്കു നൽകാവുന്ന ഏറ്റവും നല്ല മറുപടി, അവയെ ഇന്നത്തെ ലോകസമ്പദ്വ്യവസ്ഥയുടെ മൂർത്തമായ സാമ്പത്തികയാഥാർഥ്യങ്ങളുമായി തട്ടിച്ചുനോക്കുകയാണ്. അതിസാമ്രാജ്യത്വത്തെക്കുറിച്ചുള്ള കൗട്സ്കി

---

* *Die Neue Zeit,* 1914, 2 (വാള്യം 32), പേജ് 921, സെപ്തംബർ 11, 1914, cf. 2 പേജ് 107 മുതൽ.

** *Die Neue Zeit,* 1915, 1, പേജ് 144, ഏപ്രിൽ 30, 1915.

യുടെ തികച്ചും നിരർഥകമായ സംസാരം, മറ്റു കാര്യങ്ങളുടെ കൂട്ടത്തിൽ, സാമ്രാജ്യത്വത്തിന്റെ മാപ്പുസാക്ഷികൾക്കുമാത്രം പ്രയോജനപ്പെടുന്ന അങ്ങേയറ്റം അബദ്ധമായ ഒരാശയത്തിനു പ്രോത്സാഹനം നൽകുന്നുണ്ട്. ഫിനാൻസ് മൂലധനത്തിന്റെ വാഴ്ച ലോകസമ്പദ്വ്യവസ്ഥയിൽ അന്തർലീനമായിട്ടുള്ള അസമത്വത്തെയും വൈരുധ്യങ്ങളെയും കുറയ്ക്കുന്നുവെന്നതാണ് ആ ആശയം. യഥാർഥത്തിൽ, അത് അവയെ *വർധിപ്പിക്കുകയാണ്* ചെയ്യുന്നത്.

*ലോകസമ്പദ്വ്യവസ്ഥയ്ക്കൊരു മുഖവുര** എന്ന തന്റെ ചെറിയ പുസ്തകത്തിൽ ആർ കാൽവെർ, 19-ാം നൂറ്റാണ്ടിന്റെയും 20-ാം നൂറ്റാണ്ടിന്റെയും അതിർവരമ്പിലുള്ള ലോകസമ്പദ്വ്യവസ്ഥയിലെ ആന്തരികബന്ധങ്ങളുടെ മൂർത്തമായൊരു ചിത്രം ലഭിക്കാൻ കഴിയത്തക്കവണ്ണം പ്രധാനപ്പെട്ട, തനി സാമ്പത്തികവിവരങ്ങൾ സംഗ്രഹിക്കാൻ ശ്രമിച്ചിട്ടുണ്ട്. അദ്ദേഹം ലോകത്തെ താഴെപ്പറയുന്ന അഞ്ചു 'പ്രധാനസാമ്പത്തിക മേഖലകളാ'യി തിരിക്കുന്നു: (1) മധ്യയൂറോപ്പ് (റഷ്യയും ബ്രിട്ടനുമൊഴിച്ചുള്ള യൂറോപ്പു മുഴുവൻ), (2) ബ്രിട്ടൻ, (3) റഷ്യ, (4) പൂർവേഷ്യ, (5) അമേരിക്ക. അദ്ദേഹം കോളനികളെ അവയുടെ ഉടമകളായ സ്റ്റേറ്റുകളുടെ 'മേഖലകളിൽ' പെടുത്തുന്നു. ഏഷ്യയിൽ പേർഷ്യ, അഫ്ഗാനിസ്ഥാൻ, അറേബ്യ; ആഫ്രിക്കയിൽ മൊറോക്കൊ, അബിസീനിയ എന്നിവയെപ്പോലുള്ള കുറച്ചു രാജ്യങ്ങളെ മേഖലകളനുസരിച്ചു വിതരണം ചെയ്യാതെ അദ്ദേഹം മാറ്റി നിർത്തുന്നുന്നു.

ഈ മേഖലകളെ സംബന്ധിച്ച് അദ്ദേഹം ഉദ്ധരിക്കുന്ന കണക്കുകളുടെ ചുരുക്കം നോക്കുക (പട്ടിക 3).

മുതലാളിത്തം വളരെയേറെ വികസിച്ചിട്ടുള്ള (ഗതാഗതമാർഗങ്ങളും വ്യാപാരവും വ്യവസായവും വളരെയേറെ വികസിച്ചിട്ടുള്ള) മൂന്നു മേഖലകൾ നാം കാണുന്നു: മധ്യയൂറോപ്പ്, ബ്രിട്ടൻ, അമേരിക്ക. ഇവയിൽ, ലോകത്തെ അടക്കിഭരിക്കുന്ന മൂന്നു സ്റ്റേറ്റുകളുണ്ട്: ജർമനി, ബ്രിട്ടൻ, യുനൈറ്റഡ് സ്റ്റേറ്റ്സ്. ഈ രാജ്യങ്ങൾ തമ്മിലുള്ള സാമ്രാജ്യത്വമത്സരവും സമരവും അങ്ങേയറ്റം മൂർഛിച്ചിട്ടുണ്ട്. കാരണം, നിസ്സാരമായ മേഖലയും കുറച്ചു കോളനികളും മാത്രമേ ജർമനിയുടെ കൈവശമുള്ളൂ. 'മധ്യയൂറോപ്പി'ന്റെ സൃഷ്ടി ഇനിയും വരാനിരിക്കുന്നതേയുള്ളൂ. കടുത്ത സമരത്തിന്റെ മധ്യത്തിൽ അതു പിറവിയെടുത്തുകൊണ്ടിരിക്കുകയാണ്. തൽക്കാലം യൂറോപ്പിന്റെയൊട്ടാകെയുള്ള സവിശേഷലക്ഷണം രാഷ്ട്രീയ അനൈക്യമാണ്. നേരെ മറിച്ച് ബ്രിട്ടീഷ്-അമേരിക്കൻ മേഖലകളിലാകട്ടെ, രാഷ്ട്രീയകേന്ദ്രീകരണം വളരെയേറെ വളർന്നിട്ടുണ്ട്. പക്ഷേ ഒന്നിന്റെ വമ്പിച്ച കോളനികളും മറ്റേതിന്റെ തുച്ഛമായ കോളനികളും തമ്മിൽ

---

* R Calwer, *Einfuhrung in die Weltwirtschaft,* ബർലിൻ, 1906.

പട്ടിക 3

പ്രധാന	വിസ്തീർണം	ജനസംഖ്യ	ഗതാഗതം		വ്യാപാരം	വ്യവസായം		
സാമ്പത്തി മേഖലകൾ	(പത്തുലക്ഷം) ച. കി.മീ	(പത്തുലക്ഷം)	റെയിൽവേ (1000,കി.മി)	കച്ചവടക്കപ്പൽ (പത്തുലക്ഷം ടൺ)	ഇറക്കുമതിയും കയറ്റുമതിയും കൂടി (പത്തുലക്ഷം മാർക്ക്)	ഉൽപ്പാദനം ഇരുമ്പ് (4ആയിരംടൺ) ഇരുമ്പ് കൽക്കരി		പരുത്തി സ്പിൻഡിലുകളുടെ എണ്ണം (ആയിരം)
1. മധ്യയൂറോപ്പ്	27.6	388	204	8	41	251	15	26
	(23.6)*	(146)*						
2. ബ്രിട്ടൻ	28.9	398	140	11	25	249	9	51
	(28.6)*	(355)*						
3. റഷ്യ	22	131	63	1	3	16	3	7
4. പൂർവേഷ്യ	12	389	8	1	2	8	0.02	2
5. അമേരിക്ക	30	148	379	6	14	245	14	19

* ബ്രാക്കറ്റിലേത് കോളനികളുടെ വിസ്തീർണവും ജനസംഖ്യയുമാണ്

വലിയ അന്തരമുണ്ട്. കോളനികളിലാണെങ്കിൽ മുതലാളിത്തം വളർന്നു തുടങ്ങിയിട്ടേയുള്ളൂ. തെക്കേ അമേരിക്കയ്ക്കുവേണ്ടിയുള്ള സമരം കൂടുതൽ കൂടുതൽ രൂക്ഷമായിവരികയാണ്.

മുതലാളിത്തം കുറച്ചുമാത്രം വളർന്നിട്ടുള്ള രണ്ടു മേഖലകളുണ്ട്: റഷ്യ, പൂർവേഷ്യ. ആദ്യത്തേതിൽ ജനസാന്ദ്രത തീരെ കുറവാണ്, രണ്ടാമത്തേതിൽ വളരെക്കൂടുതലും. ആദ്യത്തേതിൽ രാഷ്ട്രീയകേന്ദ്രീകരണം ഉയർന്ന തോതിലുണ്ട്. രണ്ടാമത്തേതിൽ അതില്ല. ചൈനയെ പങ്കുവയ്ക്കാൻ തുടങ്ങിയതേയുള്ളൂ. അതിനുവേണ്ടി ജപ്പാനും അമേരിക്കയും മറ്റും തമ്മിലുള്ള സമരം നിരന്തരം ബലപ്പെട്ടുവരികയാണ്.

ഈ യാഥാർഥ്യത്തെ-സാമ്പത്തിക-രാഷ്ട്രീയസ്ഥിതിഗതികളിലുള്ള ഭീമമായ വൈവിധ്യത്തെ, വിവിധരാജ്യങ്ങളുടെ വികസനത്തോതിലും മറ്റുമുള്ള അങ്ങേയറ്റത്തെ അന്തരത്തെ, സാമ്രാജ്യത്വസ്റ്റേറ്റുകൾ തമ്മിലുള്ള രൂക്ഷമായ സമരങ്ങളെ-'സമാധാനപരമായ' അതിസാമ്രാജ്യത്വത്തെക്കുറിച്ചുള്ള കൗട്സ്കിയുടെ ബാലിശമായ കെട്ടുകഥയുമായി താരതമ്യപ്പെടുത്തി നോക്കുക. കർക്കശമായ യാഥാർഥ്യത്തിൽ നിന്ന് ഓടിയൊളിക്കുവാൻ ഒരു ഭയവിഹ്വലനായ ഫിലിസ്റ്റൈൻ നടത്തുന്ന പിന്തിരിപ്പൻ ശ്രമമല്ലേ ഇത്? (ലാബറട്ടറിയിലെ ഗുളികനിർമാണത്തെ ബീജരൂപത്തിലുള്ള അതി-കൃഷിയായി വിവരിക്കാൻ 'കഴിയു' മെന്നതുപോലെതന്നെ) 'അതിസാമ്രാജ്യത്വ'ത്തിന്റെ ബീജരൂപങ്ങളായി കൗട്സ്കി സങ്കൽപ്പിക്കുന്ന സാർവദേശീയ കാർട്ടലുകൾ, ലോകം വിഭജിക്കപ്പെടുന്നുവെന്നും പുനർവിഭജിക്കപ്പെടുന്നുവെന്നും സമാധാനപരമായ വിഭജനത്തിൽനിന്നു സമാധാനപരമല്ലാത്ത വിഭജനത്തിലേക്കും അതുപോലെ തിരിച്ചും മാറ്റം നടക്കുന്നുവെന്നുമുള്ളതിന്റെ ഉദാഹരണമല്ലേ? ജർമനിയെക്കൂടി പങ്കെടുപ്പിച്ചുകൊണ്ട് (ഉദാഹരണത്തിന് സാർവദേശീയ റെയിൽ സിൻഡിക്കേറ്റിൽ, അല്ലെങ്കിൽ, സാർവദേശീയകച്ചവടക്കപ്പലോട്ടട്രസ്റ്റിൽ) ലോകത്തെയൊട്ടാകെ സമാധാനപരമായി പങ്കിട്ട അമേരിക്കയിലെയും മറ്റും ഫിനാൻസ് മൂലധനം, തെല്ലും സമാധാനപരമല്ലാത്ത മാർഗങ്ങളിലൂടെ ശക്തികളുടെ പരസ്പരബന്ധങ്ങളിൽ മാറ്റം വരുത്തിക്കൊണ്ട് പുതിയ ബന്ധങ്ങളുടെ അടിസ്ഥാനത്തിൽ ലോകത്തെ *വീണ്ടും* പങ്കിടുന്നതിൽ വ്യാപൃതരായിരിക്കുകയല്ലേ?

ഫിനാൻസ് മൂലധനവും ട്രസ്റ്റുകളും ലോകസമ്പദ്വ്യവസ്ഥയുടെ വിവിധഭാഗങ്ങളുടെ വികസനത്തോതിലുള്ള വ്യത്യാസങ്ങൾ കുറയ്ക്കുകയല്ല, കൂട്ടുകയാണ് ചെയ്യുന്നത്. ശക്തികളുടെ പരസ്പരബന്ധം ഒരിക്കൽ മാറ്റിക്കഴിഞ്ഞാൽ വൈരുധ്യങ്ങളുടെ പരിഹാരത്തിന് ബലപ്രയോഗമല്ലാതെ മറ്റെന്തു മാർഗമാണ് മുതലാളിത്തത്തിൻ കീഴിലുള്ളത്? ലോകസമ്പദ്വ്യവസ്ഥയിൽ മുതലാളിത്തത്തിന്റെയും ഫിനാൻസ് മൂലധനത്തിന്റെയും വ്യത്യസ്ത വികസനത്തോതുകളെ സംബന്ധിച്ച് അസാമാ

ന്യമാംവണ്ണം കൃത്യമായ കണക്കുകൾ റെയിൽവേകളുടെ സ്ഥിതിവിവരക്കണക്കുകളിൽ* നിന്ന് നമുക്കു കിട്ടുന്നുണ്ട്. സാമ്രാജ്യത്വവികസനത്തിന്റെ അവസാനദശകങ്ങളിൽ റെയിൽപ്പാതകളുടെ മൊത്തം നീളം ഇപ്രകാരം മാറിയിരിക്കുന്നു.

റെയിൽപ്പാതകൾ
(1000 കിലോമീറ്റർ)

	1890	1913	+
യൂറോപ്പ്	224	346	+122
യു എസ് എ	268	411	+143
കോളനികളെല്ലാം കൂടി	82 } 125	210 } 347	+128 } +222
ഏഷ്യയിലേയും അമേരിക്കയിലേയും സ്വതന്ത്ര-അർധ സ്വതന്ത്ര സ്റ്റേറ്റുകൾ	43	137	+94
ആകെ	617	1,104	

ഇങ്ങനെ, കോളനികളിലും ഏഷ്യയിലെയും അമേരിക്കയിലെയും സ്വതന്ത്രസ്റ്റേറ്റുകളിലും (അർധസ്വതന്ത്രസ്റ്റേറ്റുകളിലും) റെയിൽവേ വികസനം ഏറ്റവും വേഗത്തിലായിരുന്നു. ഏറ്റവും വലിയ നാലോ അഞ്ചോ മുതലാളിത്തസ്റ്റേറ്റുകളിലെ ഫിനാൻസ് മൂലധനം അവിടങ്ങളിൽ അനിഷേധ്യമായി വാണരുളുന്നുണ്ടെന്നു നമുക്കറിയാം. കോളനികളിലും ഏഷ്യയിലെയും അമേരിക്കയിലെയും മറ്റു രാജ്യങ്ങളിലും രണ്ടു ലക്ഷം കിലോമീറ്റർ പുതിയ റെയിൽപ്പാതകൾ എന്നുവച്ചാൽ നല്ല പ്രതിഫലം കിട്ടുമെന്ന പ്രത്യേക ഉറപ്പുകൾ, ഉരുക്കു ഫാക്ടറികൾക്കു ലാഭകരമായ ഓർഡറുകൾ എന്നു തുടങ്ങി വിശേഷിച്ചും ഗുണകരമായ വ്യവസ്ഥകളിന്മേൽ പുതുതായി ഇറക്കിയ 4,000 കോടി മാർക്കിലധികം വരുന്ന മൂലധനമെന്നാണർഥം.

കോളനികളിലും കടലിനപ്പുറത്തുള്ള രാജ്യങ്ങളിലും മുതലാളിത്തം ഏറ്റവും വേഗത്തിൽ വളർന്നുകൊണ്ടിരിക്കുകയാണ്. രണ്ടാമതു പറഞ്ഞവയുടെ കൂട്ടത്തിൽ പുതിയ സാമ്രാജ്യത്വശക്തികൾ ആവിർഭവിച്ചുകൊണ്ടിരിക്കുകയാണ് (ഉദാ: ജപ്പാൻ). ലോകസാമ്രാജ്യത്വങ്ങൾ തമ്മിലുള്ള സമരം കൂടുതൽ തീവ്രമായിവരികയാണ്. കോളനികളിലെയും കടലിനപ്പുറത്തുള്ള രാജ്യങ്ങളിലെയും ഏറ്റവും ലാഭകരമായ സ്ഥാപനങ്ങളിന്മേൽ ഫിനാൻസ് മൂലധനം ചുമത്തുന്ന കപ്പം വർധിച്ചുവരികയാണ്. ഈ 'കൊ

---

* *Statistiches Jahrbuch fur das Deutsche Reich, 1915; Archiv fur Eisenbahnwesen,* 1892. വിവിധ രാജ്യങ്ങളുടെ കോളനികൾക്കിടയിലുള്ള 1890ലെ റെയിൽവേ വിതരണത്തെ സംബന്ധിച്ച് ചെറിയ വിശദാംശങ്ങൾ ഏകദേശമായി കണക്കാക്കേണ്ടിവന്നിട്ടുണ്ട്.

ള്ളമുതൽ' പങ്കിടുമ്പോൾ, ഉൽപ്പാദനശക്തികളുടെ വികസനവേഗതയെ സംബന്ധിച്ചിടത്തോളം എപ്പോഴും ഒന്നാം സ്ഥാനമില്ലാത്ത രാജ്യങ്ങൾക്ക് അസാമാന്യമാംവണ്ണം വലിയൊരു പങ്കു കിട്ടുന്നുണ്ട്. ഏറ്റവും വലിയ രാജ്യങ്ങളിലും അവയുടെ കോളനികളിലുംകൂടി റെയിൽപ്പാതകളുടെ ആകെനീളം താഴെപ്പറയും വിധത്തിലായിരുന്നു:

(1000 കിലോമീറ്റർ)

രാജ്യങ്ങൾ	1890	1913	
യു എസ് എ	268	413	+145
ബ്രിട്ടീഷ് സാമ്രാജ്യം	107	208	+101
റഷ്യ	32	78	+46
ജർമനി	43	68	+25
ഫ്രാൻസ്	41	63	+22
5 ശക്തികൾക്കും കൂടി ആകെ	491	830	+339

അങ്ങനെ, ആകെയുള്ള റെയിൽപ്പാതകളുടെ 80 ശതമാനത്തോളം ഏറ്റവും വലിയ അഞ്ചു ശക്തികളുടെ കൈകളിൽ കേന്ദ്രീകരിച്ചിരിക്കുകയാണ്. എന്നാൽ ഈ റെയിൽപ്പാതകളുടെ ഉടമസ്ഥതയുടെ കേന്ദ്രീകരണം, ഫിനാൻസ് മൂലധനത്തിന്റെ കേന്ദ്രീകരണം, ഇതിലുമെത്രയോ കൂടുതലാണ്. ഉദാഹരണത്തിന്, ഫ്രാൻസിലെയും ബ്രിട്ടനിലെയും കോടീശ്വരന്മാർക്ക് അമേരിക്കയിലും റഷ്യയിലും മറ്റുമുള്ള റെയിൽവേകളിൽ വളരെയധികം ഓഹരികളും ബോണ്ടുകളുമുണ്ട്.

കോളനികളുള്ളതുകൊണ്ട് ബ്രിട്ടൻ 'അതിന്റെ' റെയിൽപ്പാതകളുടെ നീളം 1,00,000 കിലോമീറ്റർ-ജർമനിയെക്കാൾ നാലിരട്ടി- വർധിപ്പിച്ചിട്ടുണ്ട്. എന്നിട്ടും ഈ കാലഘട്ടത്തിൽ ജർമനിയിലെ ഉൽപ്പാദനശക്തികളുടെ വളർച്ച, ബ്രിട്ടനിലേതിനെ അപേക്ഷിച്ച് താരതമ്യപ്പെടുത്താനാവാത്ത വണ്ണം കൂടുതൽ വേഗത്തിലായിരുന്നു (ഫ്രാൻസിന്റെയും റഷ്യയുടെയും കാര്യം പറയാനുമില്ല). 1892ൽ ജർമനി 49,00,000 ടൺ കാരിരുമ്പും ബ്രിട്ടൻ 68,00,000 ടൺ കാരിരുമ്പും ഉൽപ്പാദിപ്പിച്ചു. 1912ൽ ജർമനി 1,76,00,000 ടൺ ഉൽപ്പാദിപ്പിച്ചു. ബ്രിട്ടൻ 90,00,000 ടണ്ണും. അതുകൊണ്ട് ഇക്കാര്യത്തിൽ ബ്രിട്ടനെക്കാൾ എത്രയോ മികച്ച നിലയാണ് ജർമനിക്കുണ്ടായിരുന്നത്*. ചോദ്യമിതാണ്: ഒരുവശത്ത് ഉൽപ്പാദനശക്തികളുടെ വളർച്ചയും മൂലധനസഞ്ചയവും മറുവശത്ത് കോളനികളുടെയും ഫിനാൻസ് മൂലധനത്തിന്റെ 'സ്വാധീനമേഖലകളു'ടെയും പങ്കിടലും തമ്മിലുള്ള പൊരുത്തക്കേട് ഇല്ലാതാക്കാൻ യുദ്ധമല്ലാതെ മറ്റെന്തു മാർഗമാണ് മുതലാളിത്തത്തിൻ കീഴിൽ ഉള്ളത്?

* റോയൽ സ്റ്റാറ്റിസ്റ്റിക്കിൽ സൊസൈറ്റിയുടെ ജേർണലിൽ (ജൂലായ് 1914, പേജ് 777 മുതൽ) എഡ്ഗാർ ക്രാമണ്ഡ് എഴുതിയ *ബ്രിട്ടീഷ്-ജർമൻ സാമ്രാജ്യങ്ങളുടെ സാമ്പത്തികബന്ധങ്ങൾ* എന്ന ലേഖനവുമായി താരതമ്യപ്പെടുത്തി നോക്കുക.

8

മുതലാളിത്തത്തിന്റെ ഇത്തിക്കണ്ണി സ്വഭാവവും ജീർണതയും

നമുക്കിനി സാമ്രാജ്യത്വത്തിന്റെ മറ്റൊരുവശംകൂടി പരിശോധിക്കേണ്ടിയിരിക്കുന്നു. ഈ വിഷയത്തെക്കുറിച്ചുള്ള മിക്ക ചർച്ചകളിലും സാധാരണഗതിയിൽ വേണ്ടത്ര പ്രാധാന്യം കൽപ്പിക്കാത്ത ഒരു വശമാണത്. മാർക്സിസ്റ്റല്ലാത്ത ഹോബ്സനേക്കാൾ ഇക്കാര്യത്തിൽ ഒരടി പുറകോട്ടു വച്ചിരിക്കുന്നുവെന്നതാണ് മാർക്സിസ്റ്റായ ഹിൽഫെർഡിങിന്റെ പോരായ്മകളിലൊന്ന്. സാമ്രാജ്യത്വത്തിന്റെ സവിശേഷതയായ ഇത്തിക്കണ്ണി സ്വഭാവത്തെയാണ് ഞാൻ പരാമർശിക്കുന്നത്.

സാമ്രാജ്യത്വത്തിന്റെ ഏറ്റവും ആഴമുള്ള സാമ്പത്തികാടിത്തറ കുത്തകയാണെന്നും നാം കണ്ടു. മുതലാളിത്തക്കുത്തകയാണിത്-അതായത്, മുതലാളിത്തത്തിൽനിന്നു വളർന്നുവന്നതും, ചരക്കുൽപ്പാദനവും മത്സരവുമെന്ന മുതലാളിത്തത്തിന്റെ പൊതുചുറ്റുപാടുകളിലും ആ പൊതുചുറ്റുപാടുകളോടുള്ള സ്ഥായിയും അപരിഹാര്യവുമായ വൈരുധ്യത്തിലും നിലനിൽക്കുന്നതുമായ കുത്തക. എന്നാലും എല്ലാ കുത്തകയെയുംപോലെ അത് സ്തംഭനത്തിലേക്കും ജീർണതയിലേക്കുമുള്ള പ്രവണത അനിവാര്യമായും വളർത്തുന്നു. തൽക്കാലത്തേക്കാണെങ്കിൽക്കൂടി കുത്തകവിലകൾ ഏർപ്പെടുത്തുന്നതുകൊണ്ട് സാങ്കേതികപുരോഗതിക്കും തൽഫലമായി മറ്റെല്ലാ പുരോഗതിക്കും പ്രേരകമായിട്ടുള്ള കാരണം ഒരതിർത്തിവരെ അപ്രത്യക്ഷമാകുന്നു. എന്നുതന്നെയല്ല, സാങ്കേതികപുരോഗതിയെ മനഃപൂർവം മന്ദീഭവിപ്പിക്കാനുള്ള സാമ്പത്തിക സാധ്യത ഉളവാകുകയും ചെയ്യുന്നു. ഉദാഹരണത്തിന് അമേരിക്കയിൽ ഔവെൻസ് എന്നൊരാൾ കുപ്പികളുടെ നിർമാണത്തിൽ വിപ്ലവകരമായ പരിവർത്തനം വരുത്തിയ ഒരു യന്ത്രം കണ്ടുപിടിച്ചു. ജർമൻ കുപ്പിനിർമാണകാർട്ടൽ ഓവെൻസിന്റെ കണ്ടുപിടുത്തം വിലയ്ക്കുവാങ്ങി. പക്ഷേ അവരത് ഉപയോഗപ്പെടുത്താതെ

പൂട്ടിവയ്ക്കുകയാണ് ചെയ്തത്. തീർച്ചയായും മുതലാളിത്തത്തിൻ കീഴിൽ കുത്തകയ്ക്ക് പൂർണമായും ദീർഘകാലത്തേക്കു ലോകകമ്പോളത്തിൽ നിന്നു മത്സരം ഒഴിവാക്കാൻ ഒരിക്കലും സാധിക്കുകയില്ല (അതിസാമ്രാജ്യത്വസിദ്ധാന്തം ഇത്രയേറെ അസംബന്ധമാവാനുള്ള ഒരു കാരണമിതാണെന്നു കൂട്ടത്തിൽ പറഞ്ഞുകൊള്ളട്ടെ). തീർച്ചയായും സാങ്കേതിക പരിഷ്കാരങ്ങൾ ഏർപ്പെടുത്തിക്കൊണ്ട് ഉൽപ്പാദനച്ചെലവു കുറയ്ക്കാനും ലാഭം വർധിപ്പിക്കാനുമുള്ള സാധ്യത മാറ്റത്തിലേക്കുള്ള വഴിക്കാണ് പ്രവർത്തിക്കുന്നത്. എങ്കിലും കുത്തകയുടെ സവിശേഷതയായ, സ്തംഭനത്തിനും ജീർണതയ്ക്കുമുള്ള പ്രവണത തുടരുന്നു. ചില രാജ്യങ്ങളിൽ ചില കാലങ്ങളിൽ അതിനു മുൻതൂക്കം ലഭിക്കുകയും ചെയ്യുന്നു.

വളരെ വിപുലമോ സമ്പന്നമോ സൗകര്യമായി സ്ഥിതിചെയ്യുന്നതോ ആയ കോളനികളുടെ മേലുള്ള കുത്തകയുടമസ്ഥതയും ഇതേവഴിക്കാണ് പ്രവർത്തിക്കുന്നത്.

മാത്രമല്ല, കുറച്ചു രാജ്യങ്ങളിൽ പണത്തിന്റെ രൂപത്തിലുള്ള മൂലധനത്തിന്റെ ഭീമമായ സഞ്ചയമാണ് സാമ്രാജ്യത്വം. അത് സെക്യൂരിറ്റികളിലായി 10,000-15,000 കോടി ഫ്രാങ്കുണ്ടെന്നും നാം കണ്ടു. ഇതിൽനിന്ന് പലിശോപജീവികളുടെ ഒരു വർഗം അഥവാ വിഭാഗം-അതായത്, 'കൂപ്പൺ മുറിച്ചു' ജീവിക്കുന്ന ഒരു കൂട്ടർ, യാതൊരു വ്യവസായസംരംഭത്തിലും പങ്കെടുക്കാത്ത ഒരു കൂട്ടർ, അലസത തൊഴിലാക്കിയ ഒരു കൂട്ടർ-അസാധാരണമായി വളർന്നുവരുന്നു. സാമ്രാജ്യത്വത്തിന്റെ ഏറ്റവും അനുപേക്ഷണീയമായ സാമ്പത്തികാടിത്തറകളിലൊന്നായ മൂലധനക്കയറ്റുമതി പലിശോപജീവികളെ ഉൽപ്പാദനത്തിൽനിന്നു പൂർവാധികം പൂർണമായി ഒറ്റപ്പെടുത്തുകയും കടലിനക്കരെയുള്ള ഏതാനും രാജ്യങ്ങളിലെയും കോളനികളിലെയും അധ്വാനത്തെ ചൂഷണം ചെയ്ത് ജീവിക്കുന്ന രാജ്യത്തിന്മേലൊട്ടാകെ ഇത്തിക്കണ്ണി സ്വഭാവത്തിന്റെ മുദ്ര കുത്തുകയും ചെയ്യുന്നു.

ഹോബ്സൻ എഴുതുന്നു: "1893ൽ വിദേശങ്ങളിൽ ഇറക്കിയിരുന്ന ബ്രിട്ടീഷ് മൂലധനം യുണൈറ്റഡ് കിങ്ഡത്തിന്റെ മൊത്തം സമ്പത്തിന്റെ 15 ശതമാനത്തോളമുണ്ടായിരുന്നു*". 1915 ആയപ്പോഴേക്ക് ഈ മൂലധനം രണ്ടര ഇരട്ടിയോളം വർധിച്ചെന്ന് വായനക്കാരെ ഓർമിപ്പിച്ചുകൊള്ളട്ടെ. ഹോബ്സൻ തുടർന്നൊരിടത്ത് പറയുന്നു: "നികുതിദായകന് എത്രയും വലിയ ചെലവുവരുത്തുന്നതും വ്യവസായിക്കും വ്യാപാരിക്കും എത്രയും കുറച്ചു പ്രാധാന്യമുള്ളതുമായ ആക്രമണാസക്തമായ സാമ്രാജ്യത്വം........ മുതലിറക്കുന്നവനെ സംബന്ധിച്ചിടത്തോളം വമ്പിച്ച ലാഭത്തിനുള്ള മാർഗമാണ്.......ഇറക്കുമതിയും കയറ്റുമതിയുമടക്കം മുഴുവൻ വിദേശ-കൊളോണിയൽ വ്യാപാരത്തിൽനിന്നു ഗ്രേറ്റ് ബ്രിട്ടന് കമീഷൻ വകയിൽ കിട്ടിയ വാർഷികവരുമാനം 1899ൽ 18,00,000 പവൻ (17 കോടിയോളം റൂബിൾ)

---

* ഹോബ്സൻ, മുമ്പുദ്ധരിച്ച കൃതി, പേജ് 59, 60

ആയിരുന്നുവെന്ന് സർ ആർ ഗിഫെൻ കണക്കാക്കിയിരിക്കുന്നു. ആകെയുള്ള ടേണോവറായ 80 കോടി പവന്റെ രണ്ടരശതമാനം വച്ചാണ് അദ്ദേഹം ഇതു കണക്കാക്കിയിരിക്കുന്നത്."ഇതൊരു വലിയ തുകയാണെങ്കിലും ഗ്രേറ്റ് ബ്രിട്ടന്റെ ആക്രമണാസക്തമായ സാമ്രാജ്യത്വത്തിനൊരു വിശദീകരണം നൽകാൻ ഇതിനു സാധ്യമല്ല. 'ഇറക്കിയ' മൂലധനത്തിൽനിന്നുള്ള വരുമാനമായ, പലിശോപജീവികളുടെ വരുമാനമായ, 9–10 കോടി പവൻ അതിന്നു വിശദീകരണം നൽകുന്നു.

ലോകത്തിലെ ഏറ്റവും വലിയ 'വാണിജ്യരാഷ്ട്ര'ത്തിൽ പലിശോപജീവികളുടെ വരുമാനം വിദേശവാണിജ്യത്തിൽ നിന്നുള്ള വരുമാനത്തിന്റെ അഞ്ചിരട്ടിയാണ്! ഇതാണ് സാമ്രാജ്യത്വത്തിന്റെയും സാമ്രാജ്യത്വ ഇത്തിക്കണ്ണി സ്വഭാവത്തിന്റെയും സത്ത.

'പലിശോപജീവിരാഷ്ട്രം' (Renterstaat) അഥവാ ഹുണ്ടികരാഷ്ട്രം എന്ന പ്രയോഗം സാമ്രാജ്യത്വത്തെ സംബന്ധിച്ച സാമ്പത്തിക പ്രസിദ്ധീകരണങ്ങളിൽ പ്രചാരത്തിൽ വരുന്നത് അതുകൊണ്ടാണ്. ഒരു പിടി ഹുണ്ടികരാഷ്ട്രങ്ങളും ബഹുഭൂരിപക്ഷം അധമർണരാഷ്ട്രങ്ങളുമായി ലോകം വിഭജിക്കപ്പെട്ടിരിക്കുകയാണ്. ഷുൽറ്റ്സെ-ഗെവെർനിറ്റ്സ് പറയുന്നു: "രാഷ്ട്രീയാശ്രിതത്വത്തിലോ സഖ്യത്തിലോ വർത്തിക്കുന്ന രാജ്യങ്ങളിലിറക്കുന്ന പണമാണ് വിദേശ നിക്ഷേപങ്ങളുടെ പട്ടികയിൽ ഒന്നാം സ്ഥാനത്തുള്ളത്: ഈജിപ്ത്, ജപ്പാൻ, ചൈന, തെക്കേ അമേരിക്ക എന്നിവയ്ക്ക് ബ്രിട്ടൻ വായ്പ നൽകുന്നു. അവിടങ്ങളിൽ അതിന്റെ നാവികസേന ആവശ്യം വരുമ്പോൾ കങ്കാണിയുടെ പങ്കു വഹിക്കുന്നു. ബ്രിട്ടന്റെ രാഷ്ട്രീയശക്തി അതിനെ അതിന്റെ അധർമണരുടെ രോഷത്തിൽ നിന്നു രക്ഷിക്കുന്നു*. *വിദേശങ്ങളിലെ മൂലധനനിക്ഷേപങ്ങളുടെ ദേശീയസമ്പദ്വ്യവസ്ഥ* എന്ന തന്റെ പുസ്തകത്തിൽ സാർട്ടോറിയുസ് ഫോൺ വാൾട്ടർസ് ഹൗസെൻ ഹോളണ്ടിനെ 'പലിശോപജീവിരാഷ്ട്ര'ത്തിന്റെ മാതൃകയായി എടുത്തുകാട്ടുകയും ബ്രിട്ടനും ഫ്രാൻസും ഇപ്പോൾ അത്തരത്തിലായിക്കൊണ്ടിരിക്കുകയാണെന്നു ചൂണ്ടിക്കാട്ടുകയും ചെയ്യുന്നു**. ഷിൽഡറുടെ അഭിപ്രായത്തിൽ അഞ്ചു വ്യാവസായികസ്റ്റേറ്റുകൾ 'ഖണ്ഡിതമായും പ്രകടമായ ഉത്തമർണരാജ്യങ്ങളാ'യിത്തീർന്നിട്ടുണ്ട്: ബ്രിട്ടൻ, ഫ്രാൻസ്, ജർമനി, ബൽജിയം, സ്വിറ്റ്സർലാന്റ്. അദ്ദേഹം ഹോളണ്ടിനെ ഇക്കൂട്ടത്തിൽ ഉൾപ്പെടുത്താത്തത് അത് 'വ്യാവസായികമായി കുറച്ചു മാത്രം വളർന്നതു' കൊണ്ടാണ്***. യുനൈറ്റഡ് സ്റ്റേറ്റ്സ് അമേരിക്കൻ രാജ്യങ്ങളെ സംബന്ധിച്ചു മാത്രമേ ഉത്തമർണനായിട്ടുള്ളൂ.

ഷുൽറ്റ്സെ-ഗെവെർനിറ്റ്സ് എഴുതുന്നു: "ബ്രിട്ടൻ ഒരു വ്യാവസായിക

---

* Schulze-Gaevernitz.*Britischer Imperialismus,* പേജ് 320 മുതൽ.

** Sartoriuz von Waltershausen. *Das Volkswirtschaftliche System, etc.* Berlin, 1907, Buch IV

*** Schilder, മുമ്പുദ്ധരിച്ച കൃതി, പേജ് 393

രാഷ്ട്രമെന്ന നിലയിൽനിന്ന് ഉത്തമർണരാഷ്ട്രമായി ക്രമേണ മാറിക്കൊണ്ടിരിക്കുകയാണ്. വ്യാവസായികോൽപ്പാദനത്തിലും നിർമിതസാധനങ്ങളുടെ കയറ്റുമതിയിലും കേവലമായ വർധനവുണ്ടായിട്ടുണ്ടെങ്കിൽക്കൂടി, ദേശീയസമ്പദ്വ്യവസ്ഥയൊട്ടാകെ സംബന്ധിച്ചിടത്തോളം പലിശ, ഡിവിഡന്റ്, സെക്യൂരിറ്റിവിൽപ്പന, കമീഷൻ, ഊഹക്കച്ചവടം എന്നിവയിൽ നിന്നുള്ള വരവിന്റെ ആപേക്ഷികപ്രാധാന്യം വർധിച്ചിട്ടുണ്ട്. എന്റെ അഭിപ്രായത്തിൽ ഇതുതന്നെയാണ് സാമ്രാജ്യത്വോൽക്കർഷത്തിന്റെ സാമ്പത്തികാടിത്തറയായി വർത്തിക്കുന്നത്. വിൽക്കുന്നവന് വാങ്ങുന്നവനോടുള്ളതിനെക്കാൾ ഉറച്ച ബന്ധം കടംകൊടുക്കുന്നവന് കടം വാങ്ങുന്നവനോടുണ്ട്"*. ജർമനിയെ സംബന്ധിച്ചാണെങ്കിൽ, 'ദി ബാങ്ക്' എന്ന ബർലിൻ പത്രികയുടെ പ്രസാധകനായ എ ലാൻസ് ബുർഗ് 1911-ൽ ജർമനി-ഒരു പലിശോപജീവിരാഷ്ട്രം' എന്ന ശീർഷകത്തോടുകൂടിയ ഒരു ലേഖനത്തിൽ ഇങ്ങനെ എഴുതി: "ഫ്രാൻസിൽ കാണപ്പെടുന്ന, പലിശോപജീവികളാകാനുള്ള വ്യഗ്രതയെ പുച്ഛിക്കാൻ ജർമനിയിലുള്ളവർ തയാറാണ്. പക്ഷേ ബൂർഷ്വാസിയെ സംബന്ധിച്ചിടത്തോളം ജർമനിയിലെ സ്ഥിതി കൂടുതൽ കൂടുതൽ ഫ്രാൻസിലെപ്പോലെത്തന്നെ ആയിക്കൊണ്ടിരിക്കുകയാണെന്ന കാര്യം അവർ മറക്കുന്നു."**

പലിശോപജീവരാഷ്ട്രം ഇത്തിക്കണ്ണിസ്വഭാവമുള്ളതും ജീർണിച്ചുകൊണ്ടിരിക്കുന്നതുമായ മുതലാളിത്തത്തിന്റെ രാഷ്ട്രമാണ്. ഈ സാഹചര്യം പൊതുവിൽ ആ രാജ്യങ്ങളിലെ എല്ലാ സാമൂഹ്യ-രാഷ്ട്രീയസ്ഥിതിഗതികളിലും പ്രത്യേകിച്ച് തൊഴിലാളിവർഗപ്രസ്ഥാനത്തിലെ രണ്ടു മൗലികപ്രവണതകളിലും സ്വാധീനം ചെലുത്താതിരിക്കില്ല. കഴിയുന്നത്ര വ്യക്തമായി ഇക്കാര്യം പ്രകടമാക്കാൻ ഞാൻ ഹോബ്സനെ ഉദ്ധരിക്കട്ടെ. മാർക്സിസ്റ്റ് യാഥാസ്ഥിതികത്വത്തിലേക്കു ചായുന്നുവെന്ന സംശയത്തിനിട നൽകാത്തതിനാൽ അദ്ദേഹം ഏറ്റവും 'വിശ്വസ്തനായ' ഒരു സാക്ഷിയാണ്. അതേസമയം, കോളനികളുടെയും ഫിനാൻസ് മൂലധനത്തിന്റെയും സാമ്രാജ്യത്വാനുഭവത്തിന്റെയും കാര്യത്തിൽ ഏറ്റവും സമ്പന്നമായ രാജ്യത്തിലെ പരിതഃസ്ഥിതി അടുത്തറിയാവുന്ന ഒരു ഇംഗ്ലീഷുകാരനാണ് അദ്ദേഹം.

ആംഗ്ലോ-ബോയർ യുദ്ധത്തിന്റെ മായാത്ത ഓർമകളുമായി എഴുതുന്ന ഹോബ്സൻ സാമ്രാജ്യത്വവും 'പണപ്രഭുക്കന്മാരുടെ' താൽപ്പര്യങ്ങളും തമ്മിലുള്ള ബന്ധത്തെയും കോൺട്രാക്കുകളിൽ നിന്നും സപ്ലൈകളിൽ നിന്നും മറ്റുമായി അവർക്കു കിട്ടുന്ന വർധമാനമായ ലാഭത്തെയും വിവരിക്കുന്നു. അദ്ദേഹം എഴുതുന്നു: 'വ്യക്തമായും ഇത്തിക്കണ്ണി സ്വഭാവമുള്ള ഈ നയത്തിന്റെ ചരടുപിടിക്കുന്നവർ മുതലാളിമാരാണെങ്കിലും അതേ ഉദ്ദേശ്യങ്ങൾതന്നെ തൊഴിലാളികളിൽപ്പെട്ട ചില പ്രത്യേകവിഭാ

* Schulze-Gaevernitz, മുമ്പുദ്ധരിച്ച കൃതി, പേജ് 122.

** Die Bank, 1911, 1 പേജ് 10-11

ഗങ്ങളെ സ്വാധീനിക്കുന്നുണ്ട്. പല പട്ടണങ്ങളിലും ഏറ്റവും പ്രധാനപ്പെട്ട വ്യവസായങ്ങൾ സർക്കാരിന്റെ ഓർഡറുകളെ ആശ്രയിച്ചാണിരിക്കുന്നത്. ലോഹപ്പണിയുടെയും കപ്പൽനിർമാണത്തിന്റെയും കേന്ദ്രങ്ങളിലെ സാമ്രാജ്യത്വത്തിന് വലിയൊരു പരിധിവരെ ഇതാണ് കാരണം'. ഈ ലേഖകന്റെ അഭിപ്രായത്തിൽ രണ്ടുകൂട്ടം സാഹചര്യങ്ങളാണ് പഴയ സാമ്രാജ്യങ്ങളെ ക്ഷീണിപ്പിച്ചത്: 1) 'സാമ്പത്തികമായ ഇത്തിക്കണ്ണിസ്വഭാവം' (2) 'ആശ്രിതജനതകളിൽനിന്നു പട്ടാളത്തെ സംഘടിപ്പിക്കൽ'. 'ഒന്നാമത്, സാമ്പത്തികമായ ഇത്തിക്കണ്ണിസ്വഭാവമെന്ന ശീലമുണ്ട്. അധീശരാഷ്ട്രം അതിന്റെ പ്രവിശ്യകളെയും കോളനികളെയും ആശ്രിതരാജ്യങ്ങളെയും സ്വന്തം ഭരണാധികാരിവർഗത്തെ സമ്പന്നമാക്കാനും കീഴേക്കിടയിലുള്ള വർഗങ്ങളെ കോഴകൊടുത്ത് വരുതിക്കു നിർത്താനും വേണ്ടി ഉപയോഗിക്കുന്നു.' കോഴകൊടുക്കുന്നതിന്റെ രൂപമെന്തുതന്നെയായാലും അത് സാമ്പത്തികമായി സാധ്യമാകണമെങ്കിൽ ഉയർന്ന തോതിലുള്ള കുത്തകലാഭമാവശ്യമാണെന്നു ഞാൻ കൂട്ടിച്ചേർത്തുകൊള്ളട്ടെ.

രണ്ടാമത്തെ സാഹചര്യത്തെപ്പറ്റി ഹോബ്സൻ എഴുതുന്നു: "ബ്രിട്ടനും ഫ്രാൻസും മറ്റു സാമ്രാജ്യത്വരാഷ്ട്രങ്ങളും ഈ അപകടകരമായ ആശ്രിതത്വത്തിനു മുതിരുമ്പോൾ പ്രകടിപ്പിക്കുന്ന ചിന്താശൂന്യമായ അലക്ഷ്യഭാവമാണ് സാമ്രാജ്യത്വത്തിന്റെ അന്ധതയുടെ ഏറ്റവും വിചിത്രമായ ലക്ഷണങ്ങളിലൊന്ന്. ഏറ്റവും കൂടുതൽ മുമ്പോട്ടുപോയിട്ടുള്ളത് ബ്രിട്ടനാണ്. നമുക്ക് നമ്മുടെ ഇന്ത്യാസാമ്രാജ്യത്തെ നേടിത്തന്ന യുദ്ധങ്ങൾ കൂടുതലും നടത്തിയത് അന്നാട്ടുകാരാണ്. ഇന്ത്യയിലും കുറെക്കൂടി അടുത്ത കാലത്ത് ഈജിപ്തിലും ബ്രിട്ടീഷ് സൈന്യാധിപന്മാരുടെ കീഴിൽ വമ്പിച്ച സ്ഥിരം സൈന്യങ്ങളെ നിർത്തിയിട്ടുണ്ട്. നമ്മുടെ അഫ്രിക്കൻ ഡൊമീനിയനുകളുമായി ബന്ധപ്പെട്ട യുദ്ധങ്ങൾ, തെക്കൻ ഭാഗത്തൊഴിച്ച് ഏതാണ്ടെല്ലാം തന്നെ നമുക്കുവേണ്ടി നടത്തിയിട്ടുള്ളത് അന്നാട്ടുകാരാണ്."

ചൈനയെ വിഭജിച്ചാലുണ്ടാവുന്ന സാമ്പത്തികഭവിഷ്യത്തുകളെ ഹോബ്സൻ വിലയിരുത്തുന്നത് ഇങ്ങനെയാണ്:

> ഇംഗ്ലണ്ടിന്റെ തെക്കുഭാഗം, റിവ്യേറ, സഞ്ചാരികളെക്കൊണ്ടു നിറഞ്ഞതോ പാർപ്പിടങ്ങൾക്കായി നീക്കിവച്ചതോ ആയ ഇറ്റലിയിലെയും സ്വിറ്റ്സർലാൻഡിലെയും പ്രദേശങ്ങൾ, എന്നിവിടങ്ങളിൽ ഇപ്പോൾത്തന്നെ പ്രദർശിപ്പിക്കുന്ന രൂപവും ഭാവവും അപ്പോൾ പശ്ചിമയൂറോപ്പിലെ ഏറിയ ഭാഗവും ആർജിച്ചെന്നുവരും. വിദൂരപൗരസ്ത്യദേശത്തുനിന്ന് ഡിവിഡന്റുകളും പെൻഷനുകളും പറ്റുന്ന പ്രഭുകുബേരന്മാരുടെ കൊച്ചു കൊച്ചു കൂട്ടങ്ങൾ, അവരുടെകൂടെ സേവകരും കച്ചവടക്കാരുമടങ്ങിയ കുറച്ചുകൂടി വലിയൊരു സംഘം, വീട്ടുവേലക്കാരുടെയും ഗതാഗതത്തൊഴിലിലും വേഗം കേടുവരുന്ന സാധനങ്ങളുടെ ഉൽപ്പാദനത്തിന്റെ അവസാനഘട്ടങ്ങളിലും ഏർപ്പെട്ടിട്ടുള്ള തൊഴിലാളികളുടെയും അതിലും വലിയൊരു സംഘം -ഇതായിരിക്കും നാം കാണുക. ജീവൽപ്രധാനങ്ങളായ എല്ലാ

വ്യവസായങ്ങളും അപ്പോഴേക്കും അപ്രത്യക്ഷമായിക്കഴിഞ്ഞിരിക്കും. പ്രധാനപ്പെട്ട ഭക്ഷ്യപദാർഥങ്ങളും നിർമിതസാമഗ്രികളും ഏഷ്യയിൽനിന്നും ആഫ്രിക്കയിൽനിന്നും കപ്പമായി പ്രവഹിച്ചികൊണ്ടിരിക്കും....... പാശ്ചാത്യരാഷ്ട്രങ്ങളുടെ കുറേക്കൂടി വലിയൊരു സഖ്യം-വൻശക്തികളുടെ ഒരു യൂറോപ്യൻ ഫെഡറേഷൻ -രൂപമെടുക്കാനുള്ള സാധ്യതയെ ഞങ്ങൾ മുൻകൂട്ടി കണ്ടിട്ടുണ്ട്. ലോകനാഗരികതയെ മുമ്പോട്ടു കൊണ്ടുപോകുന്നതിനുപകരം അത് പാശ്ചാത്യ ഇത്തിക്കണ്ണിജീവിതമെന്ന വമ്പിച്ചൊരു വിന വിളിച്ചുവരുത്താനിടയുണ്ട്: പുരോഗമിച്ച വ്യാവസായിക രാഷ്ട്രങ്ങളുടെ ഒരു സംഘം. അവയിലെ ഉപരിവർഗങ്ങൾ ഏഷ്യയിൽനിന്നും ആഫ്രിക്കയിൽനിന്നും കപ്പമായി ഭീമമായ തുക പറ്റുന്നു. അനുസരണയുള്ള വലിയൊരു പരിവാരഗണത്തെ പോറ്റാൻ ഈ തുക വിനിയോഗിക്കപ്പെടുന്നു. ഇവരാകട്ടെ, കൃഷിയും വ്യവസായവുമെന്ന ജീവൽപ്രധാനങ്ങളായ തൊഴിലുകളിൽ ഇപ്പോൾ ഏർപ്പെടുന്നില്ല, പിന്നെയോ, പുതിയൊരു ഫിനാൻസ് പ്രഭുവർഗത്തിന്റെ ചൊൽപ്പടിയിൽ, അവരുടെ സ്വകാര്യാവശ്യങ്ങൾ നിറവേറ്റിക്കൊണ്ടോ അപ്രധാനമായ വ്യാവസായികജോലികളിലേർപ്പെട്ടുകൊണ്ടോ കഴിയുന്നു. ഇത്തരമൊരു സിദ്ധാന്തത്തെ (സാധ്യതയെന്നാണ് പറയേണ്ടിയിരുന്നത്) പരിഗണനാർഹമല്ലെന്നു പറഞ്ഞു തള്ളിക്കളയുന്നവർ ഈ പതനത്തിൽ ഇന്നുതന്നെ എത്തിക്കഴിഞ്ഞിരിക്കുന്ന ദക്ഷിണ ഇംഗ്ലണ്ടിലെ ജില്ലകളിലെ സാമ്പത്തികവും സാമൂഹ്യവുമായ സ്ഥിതി പരിശോധിക്കട്ടെ. ലോകം കണ്ടിട്ടുള്ളതിൽവച്ച് ഏറ്റവുമധികം സാധ്യതകളുള്ള ആദായക്കലവറ ചോർത്തിയെടുത്തുകൊണ്ട് ചൈനയെ പണമിടപാടുകാരുടെയും നിക്ഷേപകരുടെയും രാഷ്ട്രീയോദ്യാഗസ്ഥന്മാരുടെയും ബിസിനസ്സ് പ്രമാണിമാരുടെയും സാമ്പത്തിക നിയന്ത്രണത്തിനു വിധേയമാക്കിയാൽ അതുപോലൊരു സ്ഥിതി വളരെയേറെ വ്യാപൃതമാകാൻ സാധ്യതയില്ലേയെന്ന് അവർ ചിന്തിച്ചുനോക്കട്ടെ. ഭാവിയെസ്സംബന്ധിച്ച് ഇതെന്നല്ല ഏതു വ്യാഖ്യാനവും സംഭാവ്യമാകാനിടയില്ലാത്തവണ്ണം അത്രയേറെ സങ്കീർണമാണ് സ്ഥിതി; അത്രയേറെ നിർണയാതീതമാണ് ലോകശക്തികളുടെ നീക്കങ്ങൾ. എങ്കിലും പശ്ചിമയൂറോപ്പിലെ സാമ്രാജ്യത്വത്തെ ഇന്നു നിയന്ത്രിക്കുന്ന സ്വാധീനശക്തികൾ ഈ വഴിക്കാണ് നീങ്ങുന്നത്. അവയെ ചെറുക്കുകയോ മറ്റൊരു വഴിക്ക് തിരിച്ചുവിടുകയോ ചെയ്തില്ലെങ്കിൽ അങ്ങനെയെന്തെങ്കിലുമൊരു പരിസമാപ്തിയിലായിരിക്കും അവ ചെന്നെത്തുക*

ഗ്രന്ഥകാരൻ പറഞ്ഞതു വളരെ ശരിയാണ്. സാമ്രാജ്യത്വത്തിന്റെ ശക്തികളെ ചെറുത്തിരുന്നില്ലെങ്കിൽ അദ്ദേഹം വിവരിച്ച ഇടത്തുതന്നെ

* ഹോബ്സൻ, മുമ്പുദ്ധരിച്ച കൃതി, പേജ് 103, 205, 144, 335, 386

അവ ചെന്നെത്തുമായിരുന്നു. ഇന്നത്തെ സാമ്രാജ്യത്വപരിതഃസ്ഥിതിയിൽ 'യൂറോപ്യൻ ഐക്യനാടുകളു'ടെ അർഥം ശരിയായി വിലയിരുത്തപ്പെട്ടിട്ടുണ്ട്. തൊഴിലാളി പ്രസ്ഥാനത്തിനകത്തും ഭൂരിപക്ഷം രാജ്യങ്ങളിലും തൽക്കാലത്തേക്ക് വിജയം വരിച്ചിരിക്കുന്ന അവസരവാദികൾ ഇതേ വഴിക്കുതന്നെയാണ് ചിട്ടയായും അടിപതറാതെയും 'പ്രവർത്തിക്കുന്ന'തെന്നു കൂടി അദ്ദേഹം കൂട്ടിച്ചേർക്കേണ്ടതായിരുന്നു.സാമ്രാജ്യത്വവും (എന്നുവച്ചാൽ ലോകം പങ്കിടൽ) ചൈനയെക്കൂടാതെ വേറെ രാജ്യങ്ങളെക്കൂടി ചൂഷണം ചെയ്യലും (എന്നുവച്ചാൽ അതിസമ്പന്നങ്ങളായ ഒരുപിടി രാജ്യങ്ങൾക്ക് ഉയർന്ന കുത്തകലാഭം) തൊഴിലാളിവർഗത്തിന്റെ ഉപരിവിഭാഗങ്ങളെ കോഴ കൊടുത്തു വശത്താക്കാനുള്ള സാമ്പത്തിക സാധ്യതയുളവാക്കുന്നു; അങ്ങനെ അവസരവാദത്തെ പോറ്റിവളർത്തുകയും അതിനു രൂപംനൽകുകയും അതിനെ ശക്തിപ്പെടുത്തുകയും ചെയ്യുന്നു. എന്നാൽ, സാമ്രാജ്യത്വത്തെ പൊതുവിലും അവസരവാദത്തെ പ്രത്യേകിച്ചും ചെറുക്കുന്ന ശക്തികളെ-സോഷ്യൽ ലിബറലായ ഹോബ്സന് സ്വാഭാവികമായും കാണാൻ കഴിയാത്ത ശക്തികളെ-നാം മറന്നുകൂടാ.

സാമ്രാജ്യത്വത്തിന്റെ പക്ഷം പിടിച്ചതിന് ഒരു കാലത്ത് പാർട്ടിയിൽ നിന്നും പുറംതള്ളപ്പെട്ടവനും ഇന്ന് ജർമനിയിലെ 'സോഷ്യൽ ഡമോക്രാറ്റിക്' എന്നു പറയപ്പെടുന്ന പാർട്ടിയുടെ നേതാവാകാൻ കഴിഞ്ഞിട്ടുള്ളവനുമായ ഗെർഹാർഡ് ഹിൽഡെബ്രാൻഡ് എന്ന ജർമൻ അവസരവാദി, ആഫ്രിക്കൻ നീഗ്രോകൾക്കെതിരായും 'മഹാ ഇസ്ലാമികപ്രസ്ഥാന' ത്തിനെതിരായും 'സുശക്തമായ കരസൈന്യവും നാവികപ്പടയും' നിലനിർത്താൻ വേണ്ടിയും 'ചൈനാ-ജപ്പാൻ സഖ്യ'ത്തിനെതിരായും മറ്റും കൂട്ടായ പ്രവർത്തനം' നടത്തുന്നതിന് 'പശ്ചിമയൂറോപ്യൻ ഐക്യനാടുകൾ' (റഷ്യ ഉൾപ്പെടാതെ) സ്ഥാപിക്കണമെന്ന്* വാദിച്ചുകൊണ്ട് ഹോബ്സന്റെ അഭിപ്രായത്തെ ഭംഗിയായി പൂരിപ്പിക്കുന്നുണ്ട്.

ഷുറ്റ്ൽസെ-ഗെവെർനിറ്റ്സിന്റെ പുസ്തകത്തിൽ "ബ്രിട്ടീഷ് സാമ്രാജ്യത്വ"ത്തെക്കുറിച്ചു നൽകിയിട്ടുള്ള വിവരണവും ഇതേ ഇത്തിക്കണ്ണി സ്വഭാവലക്ഷണങ്ങൾ വെളിപ്പെടുത്തുന്നുണ്ട്. ബ്രിട്ടന്റെ ദേശീയവരുമാനം 1865-നും 1898-നുമിടയ്ക്ക് ഏകദേശം ഇരട്ടിച്ചപ്പോൾ അതേ കാലയളവിൽ 'വിദേശത്തുനിന്നുള്ള' വരുമാനം ഒമ്പതിരട്ടി വർധിച്ചു. 'നീഗ്രോയെ അധ്വാനശീലം പഠിപ്പിക്കുന്നു' (ഇത് ബലപ്രയോഗം കൂടാതെ പറ്റില്ല....) എന്നതാണ് സാമ്രാജ്യത്വത്തിന്റെ 'ഗുണ'മെങ്കിൽ, 'യൂറോപ്പ് കായികാധ്വാനത്തിന്റെ ഭാരം-ആദ്യം കൃഷിപ്പണിയും ഖനികളിലെ പണിയും പിന്നീട് വ്യവസായത്തിലെ കൂടുതൽ കർക്കശമായ ജോലിയും-കറുത്ത വർഗക്കാരുടെ ചുമലിൽവച്ചുകൊണ്ട് ഒരു പലിശോപജീവിയുടെ പങ്കുവഹിച്ച് സ്വയം തൃപ്തിപ്പെടുമെന്നതിലും അങ്ങനെ കറുത്ത വർഗക്കാ

---

* Gerhard Hildebrand Die Erschutterung der Industrieherrschaft und des industriesozialismus, 1910, പേജ് 229 മുതൽ

രുടെ സാമ്പത്തികമോചനത്തിനും പിന്നീട് രാഷ്ട്രീയമോചനത്തിനും ഒരു പക്ഷേ വഴിതെളിക്കു'മെന്നതിലുമാണ് സാമ്രാജ്യത്വത്തിന്റെ 'അപകടം' കിടക്കുന്നത്.

ഇംഗ്ലണ്ടിൽ കൂടുതൽ കൂടുതൽ ഭൂമി കൃഷിയിൽനിന്നൊഴിച്ചെടുത്ത് കളികൾക്കും ധനികരുടെ വിനോദങ്ങൾക്കുംവേണ്ടി ഉപയോഗിച്ചുവരുന്നു. പ്രഭുവർഗത്തിന്റെ നായാട്ടിനും മറ്റു കളികൾക്കും ഏറ്റവും പറ്റിയ സ്ഥലമായ സ്കോട്ട്ലന്റിനെ സംബന്ധിച്ചാണെങ്കിൽ, അത് ജീവിക്കുന്നത് 'സ്വന്തം ഭൂതകാലത്തെയും മി. കാർനെഗിയെയും' (അമേരിക്കൻ കോടീശ്വരൻ) ആശ്രയിച്ചാണെന്നാണ് പറയുന്നത്. കുതിരപ്പന്തയത്തിനും കുറുനരിനായാട്ടിനുമായി മാത്രം ഇംഗ്ലണ്ട് 1,40,00,000 പവൻ (13 കോടിയോളം റൂബിൾ) പ്രതിവർഷം ചെലവാക്കുന്നുണ്ട്. ഇംഗ്ലണ്ടിൽ പലിശകൊണ്ടു ജീവിക്കുന്നവരുടെ എണ്ണം പത്തുലക്ഷത്തോളം വരും. മൊത്തം ജനസംഖ്യയെടുത്താൽ ഉൽപ്പാദനക്ഷമമായ തൊഴിലിലേർപ്പെട്ടിരിക്കുന്നവരുടെ ശതമാനം കുറഞ്ഞുവരികയാണ്.

	ഇംഗ്ലണ്ടിലെയും വെയിൽസിലെയും ജനസംഖ്യ	അടിസ്ഥാന വ്യവസായങ്ങളിലുള്ള തൊഴിലാളികൾ	ആകെ ജനസംഖ്യയിൽ എത്ര ശതമാനം
1851	17.9	4.1	23
1901	32.5	4.9	15

ബ്രിട്ടീഷ് തൊഴിലാളിവർഗത്തെപ്പറ്റി പറയുമ്പോൾ, 'ഇരുപതാം നൂറ്റാണ്ടിന്റെ ആരംഭത്തിലെ ബ്രിട്ടീഷ് സാമ്രാജ്യത്വ'ത്തെപ്പറ്റി പഠനം നടത്തുന്ന ബൂർഷ്വാ ലേഖകൻ തൊഴിലാളികളുടെ 'തനി പ്രോലെറ്റേറിയറ്റായ അധോവിഭാഗത്തെയും' ചിട്ടയായി വേർതിരിച്ചുകാട്ടാൻ നിർബന്ധിതനാവുന്നുണ്ട്. സഹകരണസംഘങ്ങൾ, ട്രേഡ്യൂണിയനുകൾ, സ്പോർട്സ് ക്ലബുകൾ, വളരെപ്പേരെ ഉൾക്കൊള്ളുന്ന മതവിഭാഗങ്ങൾ, ഇവിയലെല്ലാമുള്ള അംഗങ്ങളൊട്ടുമുക്കാലും ഉപരിവിഭാഗത്തിൽനിന്നു വരുന്നവരാണ്. ആ നിലവാരത്തിനു ചേർന്നതരത്തിലുള്ളതാണ് തിരഞ്ഞെടുപ്പുസമ്പ്രദായം. ബ്രിട്ടനിൽ അത് ഇപ്പോഴും 'തനി പ്രോലെറ്റേറിയറ്റായ അധോവിഭാഗത്തെ ഒഴിച്ചുനിർത്താനാവശ്യമായത്ര പരിമിതപ്പെടുത്തിയിട്ടുണ്ട്!' ബ്രിട്ടനിലെ തൊഴിലാളിവർഗത്തിന്റെ സ്ഥിതി ചായംതേച്ചു കാണിക്കാൻവേണ്ടി തൊഴിലാളിവർഗത്തിലെ ന്യൂനപക്ഷമായ ഈ ഉപരിവിഭാഗത്തെപ്പറ്റി മാത്രമേ സാധാരണ പറയാറുള്ളൂ. ഉദാഹരണത്തിന്, 'തൊഴിലില്ലായ്മയുടെ പ്രശ്നം പ്രധാനമായും ലണ്ടനെ ബാധിക്കുന്ന പ്രശ്നമാണ്, തൊഴിലാളിവർഗത്തിലെ അധോവിഭാഗത്തെ ബാധിക്കുന്ന പ്രശ്ന

മാണ്. ആ വിഭാഗത്തിനു രാഷ്ട്രീയനേതാക്കൾ വലിയ പ്രാധാന്യം കൽപി ക്കുന്നില്ല....''* ബൂർഷ്വാ രാഷ്ട്രീയനേതാക്കളും 'സോഷ്യലിസ്റ്റ്' അവസരവാദികളും വലിയ പ്രാധാന്യം കൽപ്പിക്കുന്നില്ലെന്നാണ് അദ്ദേഹം പറയേണ്ടിയിരുന്നത്.

സാമ്രാജ്യത്വരാജ്യങ്ങളിൽ നിന്നുള്ള കുടിയേറ്റം കുറഞ്ഞുവരികയും കൂലി കുറവായ പിന്നാക്കരാജ്യങ്ങളിൽ നിന്ന് ആ രാജ്യങ്ങളിലേക്കുള്ള കുടിയേറ്റം കൂടിവരികയും ചെയ്യുന്നുവെന്നതാണ് ഞാൻ വിവരിക്കുന്ന വസ്തുതകളോടു ബന്ധപ്പെട്ട സാമ്രാജ്യത്വത്തിന്റെ പ്രത്യേകതകളിലൊന്ന്. ഹോബ്സൻ നിരീക്ഷിച്ചിട്ടുള്ളതുപോലെ, ബ്രിട്ടനിൽനിന്നുള്ള കുടിയേറ്റം 1884 മുതൽ കുറഞ്ഞുവരികയാണ്. ആ വർഷം കുടിയേറ്റക്കാരുടെ എണ്ണം 242,000 ആയിരുന്നു. 1900-ൽ അത് 169,000 ആയി. ജർമനിയിൽനിന്നുള്ള കുടിയേറ്റം അതിന്റെ പാരമ്യത്തിലെത്തിയത് 1881-നും 1890-നുമിട യ്ക്കാണ്-ആകെ 1,453,000 കുടിയേറ്റക്കാർ. തുടർന്നുള്ള രണ്ടു ദശാബ്ദ ങ്ങളിൽ അവരുടെ എണ്ണം 544,000 ആയും 341,000 ആയും കുറഞ്ഞു. അതേസമയം, ആസ്ത്രിയ, ഇറ്റലി, റഷ്യ തുടങ്ങിയ രാജ്യങ്ങളിൽനിന്ന് ജർമനിയിൽ പ്രവേശിച്ച തൊഴിലാളികളുടെ എണ്ണം വർധിച്ചു. 1907-ലെ കാനേഷുമാരിക്കണക്കനുസരിച്ച് ജർമനിയിൽ 1,342,294 വിദേശികളുണ്ടാ യിരുന്നതിൽ 440,800 പേർ വ്യാവസായികത്തൊഴിലാളികളും 257,329 പേർ കർഷകത്തൊഴിലാളികളുമായിരുന്നു.** ഫ്രാൻസിൽ ഖനനവ്യവസായ ത്തിൽ പണിയെടുക്കുന്ന തൊഴിലാളികളിൽ "വലിയൊരുഭാഗം" വിദേ ശികളാണ്-പോളണ്ടുകാരും ഇറ്റലിക്കാരും സ്പെയിൻകാരുമാണ്.*** യുണൈറ്റഡ് സ്റ്റേറ്റ്സിൽ കിഴക്കൻ യൂറോപ്പിൽനിന്നു തെക്കൻ യൂറോ പ്പിൽനിന്നുമുള്ള കുടിയേറ്റക്കാരെക്കൊണ്ട് ഏറ്റവും വിലകുറഞ്ഞ ജോലി കൾ ചെയ്യിക്കുമ്പോൾ ഓവർസിയർമാരായും മെച്ചപ്പെട്ട വേതനം കിട്ടുന്ന തൊഴിലാളികളായും പ്രവർത്തിക്കുന്നവരിൽ ഏറ്റവും വലിയ ശതമാനം അമേരിക്കൻ തൊഴിലാളികളാണ്****. തൊഴിലാളികൾക്കിടയിലും വിശേ ഷാനുകൂല്യങ്ങൾ അനുഭവിക്കുന്ന വിഭാഗങ്ങളെ സൃഷ്ടിക്കുകയും അവരെ വിപുലമായ തൊഴിലാളിബഹുജനങ്ങളിൽ നിന്ന് അകറ്റിനിർത്തു കയും ചെയ്യുകയെന്നത് സാമ്രാജ്യത്വത്തിന്റെ പ്രവണതയാണ്.

തൊഴിലാളികളെ ഭിന്നിപ്പിക്കാനും അവർക്കിടയിൽ അവസരവാദത്തെ ശക്തിപ്പെടുത്താനും തൊഴിലാളിപ്രസ്ഥാനത്തെ തൽക്കാലത്തേക്ക് കെട്ട ഴുകിക്കാനുമുള്ള സാമ്രാജ്യത്വത്തിന്റെ പ്രവണത പത്തൊമ്പതാം നൂറ്റാണ്ടിന്റെ അവസാനത്തിനും ഇരുപതാം നൂറ്റാണ്ടിന്റെ ആരംഭത്തിനും എത്രയോ മു മ്പുതന്നെ ബ്രിട്ടനിൽ പ്രകടമായിരുന്നുവെന്ന് ശ്രദ്ധിക്കേണ്ടതുണ്ട്. കാര

---

* Schulze-Gaevernitz. Britischer Imperialismus, പേജ് 301.

** Statistik des Deutschen Reichs. Bd. 211

*** Henger. Die Kapitalsanlage der Franzosen, Stuttgart, 1913

**** Hourwich, Immigration and Labour, ന്യൂയോർക്ക്, 1913

ണം, സാമ്രാജ്യത്വത്തിന്റെ രണ്ടു പ്രധാനപ്പെട്ട സവിശേഷലക്ഷണങ്ങൾ ബ്രിട്ടനിൽ 19-ാം നൂറ്റാണ്ടിന്റെ മധ്യത്തിൽത്തന്നെ കാണാമായിരുന്നു- വിപുലമായ കോളനികളും ലോകകമ്പോളത്തിൽ കുത്തകസ്ഥാനവും. തൊഴിലാളിപ്രസ്ഥാനത്തിലെ അവസരവാദവും ബ്രിട്ടീഷ് മുതലാളിത്തത്തിന്റെ സാമ്രാജ്യത്വലക്ഷണങ്ങളും തമ്മിലുള്ള ഈ ബന്ധത്തെ മാർക്സും എംഗൽസും ചിട്ടയായി ദശാബ്ദങ്ങളായിത്തന്നെ നിരീക്ഷിച്ചുകൊണ്ടിരുന്നു. ഉദാഹരണത്തിന്, 1858 ഒക്ടോബർ 7-നു എംഗൽസ് മാർക്സിനെഴുതി: "ഇംഗ്ലണ്ടിലെ തൊഴിലാളിവർഗം യഥാർഥത്തിൽ കൂടുതൽ കൂടുതൽ ബൂർഷ്വയായിത്തീരുകയാണ്. അങ്ങനെ ബൂർഷ്വാസിയോടൊപ്പം ഒരു ബൂർഷ്വാ പ്രഭുവർഗത്തെയും ബൂർഷ്വാതൊഴിലാളി വർഗത്തെയും സമ്പാദിക്കണമെന്നതാണ് രാഷ്ട്രങ്ങളിൽ വച്ചേറ്റവും ബൂർഷ്വയായ ഈ രാഷ്ട്രത്തിന്റെ അന്തിമലക്ഷ്യമെന്നു തോന്നുന്നു. ലോകത്തെ മുഴുവനും ചൂഷണം ചെയ്യുന്ന ഒരു രാഷ്ട്രത്തിന്റെ ഭാഗത്തുനിന്നു നോക്കുമ്പോൾ ഇതു തീർച്ചയായും ഒരു പരിധിവരെ ന്യായീകരിക്കാവുന്നതാണ്". ഏതാണ്ടൊരു കാൽനൂറ്റാണ്ടിനുശേഷം, 1881 ആഗസ്റ്റ് 11-നു എഴുതിയ ഒരു കത്തിൽ എംഗൽസ് 'ഇടത്തരക്കാർക്കു വിൽക്കപ്പെട്ടവരോ ചുരുങ്ങിയ പക്ഷം അവരുടെ ശമ്പളം പറ്റുന്നവരോ ആയ ആളുകളാൽ നയിക്കപ്പെടാനനുവദിക്കുന്ന ഏറ്റവും ദുഷിച്ച ട്രേഡ് യൂണിയനുകളെ'പ്പറ്റി പറയുന്നുണ്ട്. 1882 സെപ്തംബർ 12-നു കൗട്സ്കിക്കുള്ള ഒരു കത്തിൽ എംഗൽസ് എഴുതി: "കോളനിനയത്തെക്കുറിച്ച് ഇംഗ്ലണ്ടിലെ തൊഴിലാളികൾ എന്തു ചിന്തിക്കുന്നുവെന്നാണ് നിങ്ങൾ ചോദിക്കുന്നത്. പൊതുവിൽ രാഷ്ട്രീയത്തെപ്പറ്റി അവർ എന്തു ചിന്തിക്കുന്നുവോ അതുതന്നെ. ഇവിടെ തൊഴിലാളിപാർട്ടി എന്നൊന്നില്ല. യാഥാസ്ഥിതികകക്ഷിക്കാരും ലിബറൽ-റാഡിക്കൽ കക്ഷിക്കാരുമേയുള്ളൂ. ലോകകമ്പോളത്തിലും കോളനികളുടെ കാര്യത്തിലും ഇംഗ്ലണ്ടിനുള്ള കുത്തകയാകുന്ന സദ്യയിൽ തൊഴിലാളികൾ സാമോദം പങ്കുചേരുന്നു"*. (1892-ൽ പുറത്തുവന്ന "ഇംഗ്ലണ്ടിലെ തൊഴിലാളിവർഗസ്ഥിതി" എന്ന പുസ്തകത്തിന്റെ രണ്ടാം പതിപ്പിനുള്ള മുഖവുരയിലും ഇതുപോലുള്ള ആശയങ്ങൾ എംഗൽസ് പ്രകടിപ്പിച്ചിട്ടുണ്ട്.)

കാരണങ്ങളെന്തെന്നും അവയുടെ ഫലങ്ങളെന്തെന്നും ഇതു വ്യക്തമായി കാണിച്ചുതരുന്നു. കാരണങ്ങൾ ഇവയാണ്: 1) ഈ രാജ്യം ലോകത്തെ മുഴുവനും ചൂഷണം ചെയ്യുന്നു; 2) ലോകകമ്പോളത്തിൽ അതിനുള്ള കുത്തകനില; 3) കോളനികളുടെ കാര്യത്തിൽ അതിനുള്ള കുത്തക. ഫലങ്ങൾ ഇവയാണ്: 1) ബ്രിട്ടീഷ് തൊഴിലാളിവർഗത്തിന്റെ ഒരു വിഭാഗം ബൂർഷ്വയായിത്തീരുന്നു: 2) തൊഴിലാളിവർഗത്തിന്റെ ഒരുവിഭാഗം, ബൂർഷ്വാസി വിലയ്ക്കെടുത്തിട്ടുള്ളവരോ ചുരുങ്ങിയപക്ഷം ശമ്പളത്തിനെടുത്തിട്ടുള്ള

* Briefwechsel von Marx und Engels, Bd. II. t]Pv 290, IV, 433ImdÂ IuSvkvIn, Sozialismus und Kolonialpolitik ബർലിൻ, 1907, പേജ് 79. കൗട്സ്കി ഒരു മാർക്സിസ്റ്റായിരുന്ന അതിവിദൂരകാലത്ത് അദ്ദേഹം എഴുതിയതാണ് ഈ ലഘുലേഖ.

വരോ ആയ ആളുകളാൽ നയിക്കപ്പെടാനനുവദിക്കുന്നു. ഇരുപതാം നൂറ്റാണ്ടിന്റെ ആരംഭത്തിലുള്ള സാമ്രാജ്യത്വം, ഒരുപിടി സ്റ്റേറ്റുകൾ ലോകത്തെ പങ്കിട്ടെടുക്കുകയെന്ന പ്രക്രിയ പൂർത്തിയാക്കി. അവയിലോരോന്നും ഇന്ന് (അമിതലാഭമെടുക്കുന്നുവെന്ന അർഥത്തിൽ) 'മുഴുവൻ ലോകത്തിന്റെയും' ഒരു ഭാഗത്തെ–1858–ൽ ഇംഗ്ലണ്ട് ചൂഷണം ചെയ്തിരുന്നതിനേക്കാൾ കുറച്ചുമാത്രം ചെറുതായ ഒരു ഭാഗത്തെ–ചൂഷണം ചെയ്യുന്നു; ട്രസ്റ്റുകളും കാർട്ടലുകളും ഫിനാൻസ് മൂലധനവും ഉത്തമാധമർണ ബന്ധങ്ങളും മുഖേന ആ സ്റ്റേറ്റുകളിലോരോന്നും ലോകവിപണിയിൽ കുത്തകസ്ഥാനം വഹിക്കുന്നു; കോളനികളുടെ കാര്യത്തിൽ അവയോരോന്നും ഒരളവുവരെ കുത്തക അനുഭവിക്കുന്നു (ലോകത്തിലാകെയുള്ള 75,000,000 ചാ.കി.മി കോളനിപ്രദേശത്തിൽ 65,000,000 ചാ.കി.മി, അഥവാ 86 ശതമാനം, അഥവാ 81 ശതമാനം, മൂന്നു ശക്തികളുടെ കൈവശവുമാണെന്നു നാം കണ്ടു).

അവസരവാദവും തൊഴിലാളിപ്രസ്ഥാനത്തിന്റെ സാമാന്യവും ജീവൽപ്രധാനവുമായ താൽപ്പര്യങ്ങളും തമ്മിലുള്ള പൊരുത്തക്കേടിനെ വർധിപ്പിക്കാതിരിക്കാൻ നിവൃത്തിയില്ലാത്ത സാമ്പത്തികവും രാഷ്ട്രീയവുമായ സാഹചര്യങ്ങൾ നിലവിലുണ്ടെന്നതാണ് ഇന്നത്തെ സ്ഥിതിയുടെ പ്രത്യേകത. സാമ്രാജ്യത്വം ബീജരൂപത്തിൽനിന്ന് ഒരു അധീശവ്യവസ്ഥയായി വളർന്നിരിക്കുന്നു. മുതലാളിത്തകുത്തകകൾ സാമ്പത്തികരംഗത്തും രാഷ്ട്രീയരംഗത്തും പ്രഥമസ്ഥാനത്തു നിൽക്കുന്നു; ലോകം പങ്കിടൽ പൂർത്തിയായിരിക്കുന്നു; മറുവശത്ത്, ബ്രിട്ടന്റെ അവിഭക്തകുത്തകയ്ക്കു പകരം ആ കുത്തകയുടെ പങ്കുപറ്റാനുള്ള അവകാശത്തിനുവേണ്ടി ഏതാനും സാമ്രാജ്യത്വശക്തികൾ മത്സരിക്കുന്നതു നാം കാണുന്നു. ഇരുപതാം നൂറ്റാണ്ടിന്റെ പ്രാരംഭദശയ്ക്കൊട്ടാകെയുള്ള സവിശേഷതയാണ് ഈ സമരം. പത്തൊമ്പതാം നൂറ്റാണ്ടിന്റെ ഉത്തരാർധത്തിൽ ബ്രിട്ടനിൽ സംഭവിച്ചതുപോലെ അവസരവാദത്തിന് ഇപ്പോൾ ഏതെങ്കിലുമൊരു രാജ്യത്തിലെ തൊഴിലാളി പ്രസ്ഥാനത്തിൽ ദശാബ്ദങ്ങളായി പരിപൂർണ വിജയത്തിൽക്കഴിയാൻ സാധ്യമല്ല. എന്നാൽ പല രാജ്യങ്ങളിലും അത് പക്വവും അതിപക്വവുമായിത്തീർന്ന് ചീഞ്ഞളിഞ്ഞിരിക്കുന്നു; 'സോഷ്യൽ ഷോവിനിസ'ത്തിന്റെ രൂപത്തിൽ ബൂർഷ്വാ നയവുമായി നിശ്ശേഷം ലയിച്ചുചേർന്നിരിക്കുന്നു.*

---

* റഷ്യൻ സോഷ്യൽ ഷോവിനിസവും, പൊത്രേസൊവ്മാരും ച്ഹെൻകെലിമാരും മാസ്ലോവ്മാരും മറ്റും പ്രതിനിധീകരിക്കുന്ന പ്രത്യക്ഷരൂപത്തിലെന്നപോലെതന്നെ പരോക്ഷരൂപത്തിലും (ച്ഹെയീദ്സെ, സ്ക്കോബെലെവ്, ആക്സെൽറോഡ്, മാർത്തൊവ് മുതലായവർ)ആവിർഭവിച്ചത് അവസരവാദത്തിന്റെ റഷ്യൻ വകഭേദമായ ലിക്വിഡേഷനിസത്തിൽ നിന്നാണ്.

9

സാമ്രാജ്യത്വത്തെക്കുറിച്ചുള്ള നിരൂപണം

സാമ്രാജ്യത്വത്തെക്കുറിച്ചുള്ള നിരൂപണം എന്നതുകൊണ്ട് ആ വാക്കിന്റെ വിപുലമായ അർഥത്തിൽ നാം ഉദ്ദേശിക്കുന്നത്, സമുദായത്തിലെ വിവിധവർഗങ്ങൾ അവയുടെ പൊതുവായ പ്രത്യയശാസ്ത്രത്തോടനുബന്ധിച്ച് സാമ്രാജ്യത്വ നയത്തോട് കൈക്കൊള്ളുന്ന മനോഭാവത്തെയാണ്.

ഒരു വശത്ത്, കുറച്ചുകൈകളിൽ കേന്ദ്രീകരിച്ചിട്ടുള്ളതും ചെറുകിട-ഇടത്തരം മുതലാളിമാരെ മാത്രമല്ല വളരെച്ചെറിയ മുതലാളിമാരെയും ചെറുസ്വത്തുടമകളെയും കൂടി കീഴ്പ്പെടുത്തിക്കൊണ്ട് അസാമാന്യ സാന്ദ്രതയും വൈപുല്യവുമാർന്ന കെട്ടുപാടുകളുടെയും ബന്ധങ്ങളുടെയും വലക്കെട്ടുണ്ടാക്കിയിട്ടുള്ളതുമായ ഫിനാൻസ് മൂലധനത്തിന്റെ ഭീമമായ വലിപ്പം; മറുവശത്ത്, ലോകം പങ്കിടാനും മറ്റു രാജ്യങ്ങളുടെ മേൽ ആധിപത്യം സ്ഥാപിക്കാനുംവേണ്ടി മറ്റു ദേശീയ-സ്റ്റേറ്റ് ഗ്രൂപ്പുകളിൽപ്പെട്ട ഫിനാൻസ് പ്രഭുക്കൾക്കെതിരെ കൂടുതൽ കൂടുതൽ തീവ്രമായി നടത്തുന്ന സമരം-ഇതെല്ലാം കാരണം സ്വത്തുടമവർഗങ്ങൾ പൂർണമായും സാമ്രാജ്യത്വത്തിന്റെ ഭാഗത്തേക്കു പോകുന്നു. സാമ്രാജ്യത്വത്തിന്റെ സാധ്യതകളെക്കുറിച്ച് 'പൊതുവായ' ഉത്സാഹം, അതിനെ വീറോടെ ന്യായീകരിക്കൽ, ഏറ്റവും വർണപ്പകിട്ടോടെ വരച്ചുകാട്ടൽ-ഇതൊക്കെയാണ് കാലത്തിന്റെ ലക്ഷണങ്ങൾ. സാമ്രാജ്യവാദത്തിന്റെ പ്രത്യയശാസ്ത്രം തൊഴിലാളിവർഗത്തിലേക്കും നുഴഞ്ഞുകയറുന്നുണ്ട്. യാതൊരു ചൈനീസ് മതിലും അതിനെ ഇതരവർഗങ്ങളിൽനിന്നു വേർതിരിച്ചു നിർത്തുന്നില്ല. ജർമനിയിലെ ഇന്നത്തെ 'സോഷ്യൽ ഡമോക്രാറ്റിക്' എന്നു പറയപ്പെടുന്ന പാർട്ടിയുടെ നേതാക്കളെ ന്യായമായും വിളിക്കുന്നത് 'സോഷ്യൽ സാമ്രാജ്യവാദികൾ' എന്നാണ്-അതായത്, വാക്കിൽ സോഷ്യലിസ്റ്റുകൾ, പ്രവൃത്തി

യിൽ സാമ്രാജ്യവാദികളും അവസരവാദികളുടെതായ ഫേബിയൻ സൊസൈറ്റി[22]യിൽപ്പെട്ട 'ഫേബിയൻ സാമ്രാജ്യവാദികൾ' ബ്രിട്ടനിലുള്ള കാര്യം 1902-ൽത്തന്നെ ഹോബ്സൺ രേഖപ്പെടുത്തിയിട്ടുണ്ട്.

ബൂർഷ്വാപണ്ഡിതരും പ്രചാരകരും സാധാരണയായി സാമ്രാജ്യത്വത്തെ ന്യായീകരിക്കാൻ വരുന്നത് ഏറെക്കുറെ പ്രച്ഛന്നരൂപത്തിലാണ്. അവർ അതിന്റെ പരിപൂർണമേധാവിത്വത്തെയും ആഴമേറിയ വേരുകളെയും മൂടിവയ്ക്കുന്നു; രണ്ടാംകിട പ്രാധാന്യമുള്ള പ്രത്യേക വിശദാംശങ്ങളെ മുൻപന്തിയിൽ കൊണ്ടുവരാൻ ശ്രമിക്കുന്നു; ട്രസ്റ്റുകളുടെയും ബാങ്കുകളുടെയും പ്രവർത്തനത്തിൽ പൊലീസ് മേൽനോട്ടമുണ്ടായിരിക്കണമെന്നും മറ്റും പോലുള്ള തികച്ചും അപഹാസ്യമായ 'പരിഷ്കരണ' പദ്ധതികൾ വഴി പ്രധാനപ്പെട്ട കാര്യത്തിൽനിന്ന് ശ്രദ്ധതിരിക്കാൻ പരമാവധി ശ്രമിക്കുന്നു. സാമ്രാജ്യത്വത്തിന്റെ മൗലികസ്വഭാവങ്ങളെ പരിഷ്കരിച്ചെടുക്കുകയെന്ന ആശയം അസംബന്ധമാണെന്നു സമ്മതിക്കാൻ മാത്രം ധൈര്യമുള്ള, സർവതിനോടും അവജ്ഞയുള്ളവരും കാര്യം തുറന്നുപറയുന്നവരുമായ സാമ്രാജ്യവാദികൾ അപൂർവമായിട്ടേ പ്രത്യക്ഷപ്പെടാറുള്ളു.

ഒരുദാഹരണം പറയാം. *ലോകസമ്പദ്‌വ്യവസ്ഥയെ സംബന്ധിച്ച രേഖകൾ* എന്ന മാസികയിൽ ജർമൻ സാമ്രാജ്യവാദികൾ കോളനികളിലെ-വിശേഷിച്ചും ജർമനിയുടെതല്ലാത്ത കോളനികളിലെ-ദേശീയ വിമോചനപ്രസ്ഥാനങ്ങളെ നിരീക്ഷിക്കാൻ ശ്രമിക്കുന്നുണ്ട്. ഇന്ത്യയിലെ അസ്വസ്ഥതയും പ്രതിഷേധപ്രസ്ഥാനങ്ങളും നറ്റാലിലെയും (ദക്ഷിണാഫ്രിക്ക) ഡച്ച് ഈസ്റ്റിൻഡീസിലെയും മറ്റും പ്രസ്ഥാനങ്ങളും അവർ ശ്രദ്ധിക്കുന്നുണ്ട്. വിദേശഭരണത്തിൻ കീഴിലുള്ള ഏഷ്യയിലെയും ആഫ്രിക്കയിലെയും യൂറോപ്പിലെയും ജനതകളുടെ വിവിധ പ്രതിനിധികൾ പങ്കെടുത്തുകൊണ്ട് 1910 ജൂൺ 28-30 തീയതികളിൽ നടന്ന വിധേയരാഷ്ട്രീയങ്ങളുടെയും വർഗങ്ങളുടെയും സമ്മേളനത്തെസംബന്ധിച്ച് ഒരു ഇംഗ്ലീഷ് പ്രസിദ്ധീകരണത്തിൽ വന്ന റിപ്പോർട്ടിനെ പരാമർശിച്ചുകൊണ്ടും പ്രസ്തുത സമ്മേളനത്തിലെ പ്രസംഗങ്ങളെ വിലയിരുത്തിക്കൊണ്ടും അവരിലൊരാൾ ഇങ്ങനെ എഴുതുന്നു: "സാമ്രാജ്യത്വത്തോടു സമരം ചെയ്യണമെന്നും ഭരിക്കുന്ന രാഷ്ട്രങ്ങൾ അവരുടെ കീഴിലുള്ള ജനതകൾക്കു സ്വാതന്ത്ര്യത്തിനുള്ള അവകാശം അംഗീകരിക്കണമെന്നും വൻശക്തികളും ദുർബലജനതകളും തമ്മിൽ ഏർപ്പെട്ടിട്ടുള്ള ഉടമ്പടികൾ പാലിക്കപ്പെടുന്നുണ്ടോയെന്ന് ഒരു സാർവദേശീയ ന്യായാസനം മേൽനോട്ടം വഹിക്കണമെന്നുമാണ് നമ്മോടു പറയുന്നത്. ഈ നല്ല ആഗ്രഹങ്ങൾ പ്രകടിപ്പിക്കുന്നതിനപ്പുറം അവർ പോകുന്നില്ല. ഇന്നത്തെ രൂപത്തിലുള്ള മുതലാളിത്തവുമായി അഭേദ്യമാംവണ്ണം ബന്ധപ്പെട്ടതാണ് സാമ്രാജ്യത്വമെന്നും അതുകൊണ്ട് (!!) അതിന്റെ വിശേഷിച്ചും ഗർഹണീയമായ ചില അതിക്രമങ്ങൾക്കെതിരായ പ്രതിഷേധങ്ങളിൽ ഒതുങ്ങിനിൽക്കുന്ന സമരമൊഴിച്ച് സാമ്രാജ്യത്വത്തിനെതിരായ തുറന്നൊരു സമരം നിഷ്ഫലമാ

യിരിക്കുമെന്നുമുള്ള വസ്തുത മനസിലാക്കിയിട്ടുള്ളതിന്റെ യാതൊരു ലാഞ്ഛനയും നാം കാണുന്നില്ല'*. സാമ്രാജ്യത്വത്തിന്റെ അടിത്തറയെ പരിഷ്ക്കരിക്കാമെന്നത് വഞ്ചനയും 'നല്ല ആഗ്രഹവും' ആയതുകൊണ്ട്, മർദിതരാഷ്ട്രങ്ങളുടെ ബൂർഷ്വാ പ്രതിനിധികൾ കൂടുതൽ പുറകോട്ടു പോകുന്നു, 'ശാസ്ത്രീയ'മാണെന്ന അവകാശവാദത്തിന്റെ മറപിടിച്ചുകൊണ്ട് സാമ്രാജ്യത്വത്തോടുള്ള ദാസ്യത്തിലേക്കു പോകുന്നു. ഇതും 'യുക്തി'യാണ്!

സാമ്രാജ്യത്വത്തിന്റെ അടിത്തറ പരിഷ്കരിക്കാൻ സാധ്യമാണോ? അതു സംജാതമാകുന്ന വൈരുധ്യങ്ങളുടെ മൂർച്ചയും ആഴവും കൂട്ടുന്നതിലേക്ക് മുമ്പോട്ടു പോകണോ, അതോ അവയെ മയപ്പെടുത്തുന്നതിലേക്ക് പുറകോട്ടുപോകണോ? സാമ്രാജ്യത്തെക്കുറിച്ചുള്ള നിരൂപണത്തെ സംബന്ധിച്ചിടത്തോളം മൗലികപ്രശ്നങ്ങളാണിവ. എവിടെയും പിന്തിരിപ്പത്തം, ഫിനാൻസ് പ്രഭുത്വത്തിന്റെ മർദനവും സ്വതന്ത്രമത്സരത്തിന്റെ നിഷ്കാസനവും മൂലമുള്ള വർധമാനമായ ദേശീയമർദനം, എന്നിവ സാമ്രാജ്യത്വത്തിന്റെ സവിശേഷരാഷ്ട്രീയസ്വഭാവങ്ങളായതുകൊണ്ട് ഏതാണ്ടെല്ലാ സാമ്രാജ്യത്വരാജ്യങ്ങളിലും ഇരുപതാം നൂറ്റാണ്ടിന്റെ ആരംഭത്തിൽ സാമ്രാജ്യത്വത്തോട് പെറ്റിബൂർഷ്വാ ജനാധിപത്യസ്വഭാവത്തോടുകൂടിയ എതിർപ്പ് ഉയർന്നുവന്നു. സാമ്പത്തികാടിസ്ഥാനം വച്ചുനോക്കിയാൽ യഥാർഥത്തിൽ പിന്തിരിപ്പനായ ഈ പെറ്റിബൂർഷ്വാ പരിഷ്കരണവാദപരമായ എതിർപ്പിനെ കൗട്സ്കി എതിർക്കാൻ മിനക്കെട്ടില്ലെന്നു മാത്രമല്ല, അതിന് അദ്ദേഹം അപ്രാപ്തനായിരുന്നുവെന്നു മാത്രമല്ല, പ്രവൃത്തിയിൽ അദ്ദേഹം അതുമായി ലയിച്ചുചേരുകയാണുണ്ടായത്. കൗട്സ്കിയും കൗട്സ്കിയിസമെന്ന വിപുലമായ സാർവദേശീയ പ്രവണതയും മാർക്സിസത്തിൽ നിന്നു തെറ്റിപ്പിരിഞ്ഞത് ഇക്കാര്യത്തിൽത്തന്നെയാണ്.

യുനൈറ്റഡ് സ്റ്റേറ്റ്സിൽ 1898-ൽ സ്പെയിനിനെതിരെ നടത്തിയ സാമ്രാജ്യത്വയുദ്ധം 'സാമ്രാജ്യത്വവിരോധികളുടെ', ബൂർഷ്വാജനാധിപത്യത്തിന്റെ അവസാനത്തെ അനന്തരാവകാശികളുടെ, എതിർപ്പ് ഇളക്കിവിട്ടു. അവർ ആ യുദ്ധം 'കുറ്റകര'മാണെന്നു പ്രഖ്യാപിച്ചു; വിദേശരാജ്യങ്ങൾ വെട്ടിപ്പിടിക്കുന്നത് ഭരണഘടനാലംഘനമായി കരുതി; ഫിലിപ്പൈൻകാരുടെ നേതാവായ അഗ്വിനാൾദോയോടുള്ള പെരുമാറ്റം (അമേരിക്കക്കാർ അദ്ദേഹത്തിന് രാജ്യത്തിന് സ്വാതന്ത്ര്യം വാഗ്ദാനം ചെയ്തെങ്കിലും പിന്നീട് പട്ടാളത്തെ ഇറക്കി അതു പിടിച്ചടക്കി) 'ഷോവിനിസ്റ്റുകളുടെ വഞ്ചന'യാണെന്നു പ്രഖ്യാപിച്ചു; 'വെള്ളക്കാർ തന്നെത്തന്നെ ഭരിക്കുമ്പോൾ അതു സ്വയംഭരണമല്ല, സ്വേച്ഛാധിപത്യമാണ്'** എന്ന ലിങ്കന്റെ[23] വാക്കുകൾ ഉദ്ധരിച്ചു. എന്നാൽ സാമ്രാജ്യത്വവും ട്രസ്റ്റുകളും തമ്മിലുള്ള-അങ്ങനെ, സാമ്രാജ്യത്വവും മുതലാളിത്തത്തിന്റെ അടിത്തറകളും തമ്മിലുള്ള-അഭേദ്യമായ ബന്ധത്തെ അംഗീകരിക്കാൻ ഭയന്ന കാല

---

* Weltwirtschaftliches Archi, Bd.II, പേജ് 193.

** J. Patouillet. Limperialisme americain, Dijon, 1904. പേജ് 272.

ത്തോളം, വൻകിടമുതലാളിത്തവും അതിന്റെ വളർച്ചയും സംജാതമാകുന്ന ശക്തികളോടു യോജിക്കാൻ ഭയന്ന കാലത്തോളം, ഈ വിമർശനമെല്ലാം 'നല്ല ആഗ്രഹ'മായി അവശേഷിച്ചു.

സാമ്രാജ്യത്വത്തെക്കുറിച്ചുള്ള നിരൂപണത്തിൽ ഹോബ്സൻ കൈക്കൊണ്ടിട്ടുള്ള അടിസ്ഥാനപരമായ നിലപാടും ഇതുതന്നെയാണ്. 'സാമ്രാജ്യത്വം അനിവാര്യമാണെ'ന്ന വാദത്തിനെതിരെ പ്രതിഷേധിക്കുന്നതിലും ജനങ്ങളുടെ 'ഉപഭോഗശേഷി വർധിപ്പിക്കേണ്ടതിന്റെ' (മുതലാളിത്തത്തിൻ കീഴിൽ!) ആവശ്യകത ഊന്നുന്നതിലും ഹോബ്സൻ കൗട്സ്കിയുടെ മുന്നോടിയായിരുന്നു. സാമ്രാജ്യത്വം, ബാങ്കുകളുടെ സർവശക്തി, ഫിനാൻസ് പ്രഭുത്വം തുടങ്ങിയവയെക്കുറിച്ചുള്ള നിരൂപണത്തിൽ പെറ്റിബൂർഷ്വാ വീക്ഷണമുള്ളവരാണ് ഞാൻ ഒന്നിലധികം തവണ ഉദ്ധരിച്ചിട്ടുള്ള അഗാദ്, എ ലാൻസ് ബുർഗ്, എൽ. എഷ്‌വെഗെ എന്നിവരും, ഫ്രഞ്ച് എഴുത്തുകാർക്കിടയിൽ, 1900-ൽ പുറത്തുവന്ന 'ഇംഗ്ലണ്ടും സാമ്രാജ്യത്വവും' എന്ന ഉപരിപ്ലവ പുസ്തകത്തിന്റെ രചയിതാവായ വിക്തോർ ബെറാറും. മാർക്സിസ്റ്റുകാരെന്നു തെല്ലും അവകാശപ്പെടാത്ത ഇവരെല്ലാവരും സാമ്രാജ്യത്വത്തെ സ്വതന്ത്രമൽസരത്തിനും ജനാധിപത്യത്തിനുമെതിരെ എടുത്തുകാട്ടുന്നു; സംഘട്ടനങ്ങൾക്കും യുദ്ധത്തിനും വഴിതെളിക്കുന്ന ബാഗ്ദാദ് റെയിൽവേപദ്ധതിയെ അപലപിക്കുന്നു; സമാധാനം വേണമെന്ന 'നല്ല ആഗ്രഹം' പ്രകടിപ്പിക്കുന്നു, മറ്റും മറ്റും. സാർവദേശീയ സ്റ്റോക്ക് വിൽപ്പനയെ സംബന്ധിച്ച സ്ഥിതിവിവരക്കണക്കുകളുടെ സമാഹർത്താവായ എ നെയ്മാർക്കിനും ബാധകമാണിത്. 'സാർവദേശീയ' സെക്യൂരിറ്റികളുടെ രൂപത്തിലുള്ള കോടിക്കണക്കിനു ഫ്രാങ്കുകൾ കണക്കുകൂട്ടിയശേഷം അദ്ദേഹം ഉൽഘോഷിച്ചു: 'സമാധാനലംഘനമുണ്ടാകാനിടയുണ്ടെന്ന്.....ഈ ഭീമമായ സംഖ്യകളുടെ മുമ്പിൽ ആരെങ്കിലും യുദ്ധം തുടങ്ങാൻ സാഹസപ്പെടുമെന്ന്, വിശ്വസിക്കാൻ സാധ്യമാണോ?'*

ബൂർഷ്വാ ധനശാസ്ത്രജ്ഞന്മാർ ഇത്തരം ശുദ്ധഗതി പ്രകടിപ്പിക്കന്നതിൽ അത്ഭുതമില്ല. എന്നുതന്നെയല്ല, ഇത്രയേറെ ശുദ്ധഗതി നടിക്കുകയും സാമ്രാജ്യത്വത്തിൻ കീഴിൽ സമാധാനം എന്നതിനെപ്പറ്റി 'കാര്യമായി' സംസാരിക്കുകയും ചെയ്യുന്നത് *അവരുടെ* താൽപ്പര്യമാണ്. എന്നാൽ 1914-ലും 1915-ലും 1916-ലും ബൂർഷ്വാ പരിഷ്കരണവാദപരമായ ഇതേ വീക്ഷണഗതി സ്വീകരിക്കുകയും സമാധാനത്തിന്റെ കാര്യത്തിൽ 'എല്ലാവരും യോജിക്കുന്നു' (സാമ്രാജ്യവാദികളും കപടസോഷ്യലിസ്റ്റുകളും സോഷ്യൽ-ശാന്തിവാദികളും) എന്ന് ഉറപ്പിച്ചുപറയുകയും ചെയ്യുന്ന കൗട്സ്കിയുടെ മാർക്സിസത്തിൽ പിന്നെന്താണ് അവശേഷിക്കുന്നത്? സാമ്രാജ്യത്വത്തിന്റെ വൈരുധ്യങ്ങളുടെ ആഴത്തെ അപഗ്രഥിക്കുകയും തുറന്നുകാട്ടുകയും ചെയ്യുന്നതിനു പകരം അവയെ നിസ്സാരമായി കരുതാനും അവയിൽനിന്ന് ഒഴിഞ്ഞുമാറാനുമുള്ള ഒരു പരിഷ്കരണവാദിയുടെ 'നല്ല

---

* Bulletin de l'institut international de statistique, T. XIX, Livr.II, പേജ് 225.

ആഗ്രഹ'മാണ് നാം കാണുന്നത്.

സാമ്രാജ്യത്വത്തെക്കുറിച്ചുള്ള കൗട്സ്കിയുടെ സാമ്പത്തികനിരൂപണത്തിന്റെ ഒരു മാതൃകയിതാ. ബ്രിട്ടനും ഈജിപ്തും തമ്മിലുള്ള കയറ്റുമതിയുടെയും ഇറക്കുമതിയുടെയും 1872, 1912 എന്നീ വർഷങ്ങളിലേക്കുള്ള കണക്കുകൾ അദ്ദേഹം എടുക്കുന്നു. ബ്രിട്ടന്റെ മൊത്തം വിദേശ വ്യാപാരത്തെ അപേക്ഷിച്ച് ഈ കയറ്റുമതി-ഇറക്കുമതി വ്യാപാരം മന്ദഗതിയിലാണ് വളർന്നതെന്നു തോന്നുന്നു. ഇതിൽനിന്നു കൗട്സ്കി എത്തുന്ന നിഗമനം ഇതാണ്:

> സൈനികാധിനിവേശം കൂടാതെ ഈജിപ്തുമായുള്ള ബ്രിട്ടന്റെ വ്യാപാരം കേവലം സാമ്പത്തികഘടകങ്ങളുടെ പ്രവർത്തനഫലമായി മാത്രം ഇതിലും കുറയുമായിരുന്നുവെന്നു കരുതാൻ കാരണമില്ല. വികസിക്കാനുള്ള മൂലധനത്തിന്റെ വ്യഗ്രതയെ..........ഏറ്റവും നന്നായി സഫലമാക്കാൻ കഴിയുന്നത് സാമ്രാജ്യത്വത്തിന്റെ ബലപ്രയോഗമാർഗങ്ങൾ വഴിയല്ല, പിന്നെയോ, സമാധാനപരമായ ജനാധിപത്യം വഴിക്കാണ്.*

കൗട്സ്കിയുടെ ഈ വാദമുഖമാണ്-അദ്ദേഹത്തിന്റെ റഷ്യൻകവചധാരിയും (സോഷ്യൽ ഷോവിനിസ്റ്റുകളുടെ സംരക്ഷകനും) ആയ മി. സ്പെക്റ്റേറ്റർ പല സ്വരങ്ങളിൽ ആവർത്തിക്കുന്ന ഈ വാദമുഖമാണ്-സാമ്രാജ്യത്വത്തെക്കുറിച്ചുള്ള കൗട്സ്കിയൻ വിമർശനത്തിന് ആധാരമായിട്ടുള്ളത്. അതുകൊണ്ട് നമുക്ക് അതു കൂടുതൽ വിസ്തരിച്ചു പരിശോധിക്കേണ്ടിയിരിക്കുന്നു. നമുക്ക് ഹിൽഫെർഡിങിനെ ഉദ്ധരിച്ചുകൊണ്ടു തുടങ്ങാം. അദ്ദേഹത്തിന്റെ നിഗമനങ്ങളെ 'എല്ലാ സോഷ്യലിസ്റ്റ് സൈദ്ധാന്തികരും ഏകകണ്ഠമായി അംഗീകരിച്ചിട്ടുണ്ടെ'ന്ന് കൗട്സ്കി പലതവണ, വിശേഷിച്ചും 1915 ഏപ്രിലിൽ, പ്രഖ്യാപിച്ചിട്ടുള്ളതാണല്ലോ.

ഹിൽഫെർഡിങ് എഴുതുന്നു:

> കൂടുതൽ പുരോഗമനപരമായ മുതലാളിത്തനയത്തെ സ്വതന്ത്ര വ്യാപാരത്തിന്റേതും സ്റ്റേറ്റിനോടുള്ള വിദ്വേഷത്തിന്റേതുമായ കഴിഞ്ഞ കാലത്തെ നയത്തിനെതിരായി എടുത്തുകാട്ടുകയെന്നത് തൊഴിലാളിവർഗത്തിന്റെ പണിയല്ല. ഫിനാൻസ് മൂലധനത്തിന്റെ നയത്തിന്, സാമ്രാജ്യത്വത്തിന്, തൊഴിലാളിവർഗത്തിന്റെ മറുപടി സ്വതന്ത്രവ്യാപാരമല്ല, സോഷ്യലിസം മാത്രമാകാനേ നിവൃത്തിയുള്ളൂ. സ്വതന്ത്രമത്സരം പുനഃസ്ഥാപിക്കുകയെന്നത് ഇന്ന് തൊഴിലാളിവർഗനയത്തിന്റെ ആദർശമാവാൻ സാധ്യമല്ല. അതിപ്പോൾ ഒരു പിന്തിരിപ്പൻ ആദർശമായി മാറിയിരിക്കുകയാണ്. മുതലാളി

---

* കൗട്സ്കി, Nationalstaat, imperialistischer Staat und Staatenbund, Nurnberg, 1915.പേജ് 72, 70.

ത്തത്തെ ഉച്ചാടനം ചെയ്തുകൊണ്ട് മത്സരത്തെ നിശ്ശേഷം ഇല്ലാതാക്കുകയെന്നതു മാത്രമേ തൊഴിലാളിവർഗനയത്തിന്റെ ആദർശമാവാൻ നിവൃത്തിയുള്ളൂ.*

ഫിനാൻസ് മൂലധനത്തിന്റെ കാലഘട്ടത്തിൽ ഒരു 'പിന്തിരിപ്പൻ ആദർശത്തിനു' വേണ്ടി വാദിച്ചുകൊണ്ട്, 'സമാധാനപരമായ ജനാധിപത്യത്തിനും' 'കേവലം സാമ്പത്തികഘടകങ്ങളുടെ പ്രവർത്തനത്തിനും' വേണ്ടി വാദിച്ചുകൊണ്ട്, കൗട്സ്കി മാർക്സിസവുമായി തെറ്റിപ്പിരിയുകയാണുണ്ടായത്. കാരണം, വസ്തുനിഷ്ഠമായി ഈ ആദർശം നമ്മെ കുത്തകമുതലാളിത്തത്തിൽ നിന്ന് കുത്തകയല്ലാത്ത മുതലാളിത്തത്തിലേക്കു പുറകോട്ടു വലിക്കുന്നു. അതൊരു പരിഷ്കരണവാദിയുടെ തട്ടിപ്പാണ്.

സൈനികാധി വേശം *കൂടാതെ*, സാമ്രാജ്യത്വം കൂടാതെ, ഫിനാൻസ് മൂലധനം കൂടാതെ, ഈജിപ്തുമായുള്ള (അല്ലെങ്കിൽ മറ്റേതെങ്കിലും കോളനിയോ അർധകോളനിയോ ആയുള്ള) വ്യാപാരം 'കൂടുതൽ വളരുമായിരുന്നു'വത്രേ. എന്താണ് ഇതിനർഥം? കുത്തകകൾ പൊതുവിലും ഫിനാൻസ് മൂലധനത്തിന്റെ 'ബന്ധങ്ങളും' അഥവാ നുകവും (എന്നുവച്ചാൽ അതും കുത്തകതന്നെ) ചില രാജ്യങ്ങൾ കോളനികളെ അവയുടെ കുത്തകയാക്കി വച്ചിരിക്കുന്നതും സ്വതന്ത്രമത്സരത്തെ പരിമിതപ്പെടുത്തിയിരുന്നില്ലെങ്കിൽ മുതലാളിത്തം കൂടുതൽ വേഗം വളരുമായിരുന്നുവെന്നല്ലേ?

കൗട്സ്കിയുടെ വാദമുഖത്തിന് മറ്റൊരു അർഥവുണ്ടാകാൻ നിവൃത്തിയില്ല. *ഈ* 'അർഥ'മാകട്ടെ, നിരർഥകവുമാണ്. യാതൊരുവിധ കുത്തകയും കൂടാതെ സ്വതന്ത്രമത്സരം മുതലാളിത്തത്തെയും വ്യാപാരത്തെയും കൂടുതൽ വേഗം വളർത്തുമായിരുന്നുവെന്നു നമുക്കു വിചാരിക്കാം. എന്നാൽ വ്യാപാരവും മുതലാളിത്തവും എത്രവേഗം വളരുന്നുവോ, ഉൽപ്പാദനത്തിന്റെയും മൂലധനത്തിന്റെയും കേന്ദ്രീകരണം അത്രയും കൂടുതൽ വർധിക്കുന്നതാണ്. അതു കുത്തകയ്ക്കു ജന്മം നൽകുന്നു. കുത്തകകൾ ഇതിനകം ജന്മമെടുത്തുകഴിഞ്ഞിട്ടുമുണ്ട്-അതും, സ്വതന്ത്രമത്സരത്തിൽ നിന്നുതന്നെ! കുത്തകകൾ ഇപ്പോൾ പുരോഗതിയെ മന്ദീഭവിപ്പിക്കാൻ തുടങ്ങിയിട്ടുണ്ടെങ്കിൽത്തന്നെ അത് സ്വതന്ത്രമത്സരത്തിന് അനുകൂലമായ ഒരു വാദമുഖമല്ല. കുത്തകയ്ക്കു ജന്മം നൽകിയ ശേഷം സ്വതന്ത്രമത്സരമെന്നത് അസാധ്യമാണ്.

കൗട്സ്കിയുടെ വാദത്തെ എങ്ങനെയൊക്കെ തിരിച്ചുമറിച്ചാലും പിന്തിരിപ്പത്തവും ബൂർഷ്വാ പരിഷ്കരണവാദവുമൊഴിച്ച് മറ്റൊന്നും അതിൽ കണ്ടെത്താൻ കഴിയുകയില്ല.

ഈ വാദം തിരുത്തിക്കൊണ്ട് നാം, സ്പെക്റ്റേറ്റർ പറയുന്നതുപോലെ, ബ്രിട്ടനുമായുള്ള കോളനികളുടെ വ്യാപാരം മറ്റു രാജ്യങ്ങളുമായ

* ഫിനാൻസ് മൂലധനം, പേജ് 567.

അവയുടെ വ്യാപാരത്തെക്കാൾ സാവധാനത്തിലാണ് വളരുന്നതെന്നു പറഞ്ഞാൽത്തന്നെ അത് കൗട്സ്കിയെ രക്ഷിക്കുകയില്ല. കാരണം, ബ്രിട്ടനെ പിന്തള്ളുന്നത് കുത്തകതന്നെയാണ്; സാമ്രാജ്യത്വം തന്നെയാണ്. അത് മറ്റൊരു രാജ്യത്തെ (അമേരിക്ക, ജർമനി) കുത്തകയും സാമ്രാജ്യത്വവുമാണെന്നു മാത്രം. കാർട്ടലുകൾ സംരക്ഷണച്ചുങ്കങ്ങളുടെ പുതുതും അന്യാദൃശവുമായ ഒരു രൂപത്തിന് ഇടനൽകിയിട്ടുണ്ടെന്നു നമുക്കറിയാം. അതായത്, കയറ്റുമതിക്കു പറ്റിയ ചരക്കുകൾക്ക് സംരക്ഷണം നൽകുന്നു. (*മൂലധന*ത്തിന്റെ III-ാം വാള്യത്തിൽ എംഗൽസ് ചൂണ്ടിക്കാണിച്ചിട്ടുള്ളതാണിത്) കാർട്ടലുകൾക്കും ഫിനാൻസ് മൂലധനത്തിനും പ്രത്യേകമായിട്ടുള്ള മറ്റൊരു സമ്പ്രദായവും നമുക്കറിയാം. 'തുച്ഛവിലയ്ക്ക് കയറ്റി അയയ്ക്കുക'-ഇംഗ്ലീഷുകാരുടെ ഭാഷയിൽ പറഞ്ഞാൽ, 'എറിഞ്ഞുകളയുക' -എന്നാണത്. രാജ്യത്തിനകത്ത് കാർട്ടൽ അതിന്റെ സാധനങ്ങൾ വിൽക്കുന്നത് ഉയർന്ന കുത്തകവിലയ്ക്കായിരിക്കും. എന്നാൽ താരതമ്യേന വളരെക്കുറഞ്ഞ വിലയ്ക്കായിരിക്കും വിദേശങ്ങളിൽ വിൽക്കുന്നത്. മൽസരത്തിൽ എതിരാളിയെ പൊളിക്കാനും സ്വന്തം ഉൽപ്പാദനം പരമാവധി വിപുലപ്പെടുത്താനും മറ്റുമാണ് അങ്ങനെ ചെയ്യുന്നത്. ബ്രിട്ടീഷ് കോളനികളുമായുള്ള ജർമനിയുടെ വ്യാപാരം ബ്രിട്ടന്റെ വ്യാപാരത്തേക്കാൾവേഗം വളരുന്നുണ്ടെങ്കിൽ, ജർമൻ സാമ്രാജ്യത്വം ബ്രിട്ടീഷ് സാമ്രാജ്യത്വത്തെക്കാൾ യൗവനയുക്തവും സുശക്തവും സുസംഘടിതവും മേന്മയേറിയതുമാണെന്നു മാത്രമേ അതു തെളിയിക്കുന്നുള്ളൂ. സ്വതന്ത്ര വ്യാപാരത്തന്റെ 'മേന്മ'യെ അത് ഒരു തരത്തിലും തെളിയിക്കുന്നില്ല. കാരണം, സ്വതന്ത്രവ്യാപാരം സംരക്ഷണവ്യവസ്ഥയോടും കൊളോണിയൽ ആശ്രിതത്വത്തോടും നടത്തുന്ന സമരമല്ല ഇത്, പിന്നെയോ, ഒരു സാമ്രാജ്യത്വം മറ്റൊരു സാമ്രാജ്യത്വത്തോട്, ഒരു കുത്തക മറ്റൊരു കുത്തകയോട്, ഒരു ഫിനാൻസ് മൂലധനം മറ്റൊരു ഫിനാൻസ് മൂലധനത്തോട്, നടത്തുന്ന സമരമാണ്. ബ്രിട്ടീഷ് സാമ്രാജ്യത്വത്തെ അപേക്ഷിച്ച് ജർമൻ സാമ്രാജ്യത്വത്തിനുള്ള മേന്മ കോളനിയതിർത്തികളുടെയും സംരക്ഷണച്ചുങ്കങ്ങളുടെയും ഭിത്തികളേക്കാൾ ബലമുള്ളതാണ്. ഇതിനെ സ്വതന്ത്രവ്യാപാരത്തിനും "സമാധാനപരമായ ജനാധിപത്യ"ത്തിനും അനുകൂലമായ ഒരു "വാദമുഖ"മായി ഉപയോഗിക്കുന്നത് അൽപ്പത്തരമാണ്. സാമ്രാജ്യത്വത്തിന്റെ മൗലികലക്ഷണങ്ങളും സവിശേഷതകളും മറക്കുന്നുവെന്നാണ്, മാർക്സിസത്തിന്റെ സ്ഥാനത്ത് പെറ്റിബൂർഷ്വാ പരിഷ്കരണവാദത്തെ പ്രതിഷ്ഠിക്കുന്നുവെന്നാണ്, അതിനർഥം.

കൗട്സ്കിയോളംതന്നെ പെറ്റിബൂർഷ്വാ മട്ടിൽ സാമ്രാജ്യത്വത്തെക്കുറിച്ചു വിമർശനം നടത്തുന്ന എ ലാൻസ്ബുർഗ് എന്ന ബൂർഷ്വാധനശാസ്ത്രജ്ഞൻ പോലും വ്യാപാരത്തിന്റെ സ്ഥിതിവിവരക്കണക്കുകളുടെ കൂടുതൽ ശാസ്ത്രീയമായ പഠനത്തോട് കുറെക്കൂടി അടുത്തുവന്നിട്ടുണ്ടെന്നത് ശ്രദ്ധേയമാണ്. അദ്ദേഹം ഏതെങ്കിലുമൊരു രാജ്യത്തെയും ഒരു കോളനിയെയും മറ്റു രാജ്യങ്ങളോടും താരതമ്യപ്പെടുത്തുകയല്ല

ചെയ്തത്. ഒരു സാമ്രാജ്യത്വരാജ്യം 1) ധനപരമായി അതിനെ ആശ്രയിക്കുന്നതും അതിനോട് പണം കടംവാങ്ങുന്നതുമായ രാജ്യങ്ങളിലേക്കും, 2) ധനപരമായി അതിനെ ആശ്രയിക്കാത്ത രാജ്യങ്ങളിലേക്കും നടത്തുന്ന കയറ്റുമതി പരിശോധിക്കുകയാണ് അദ്ദേഹം ചെയ്തത്. അദ്ദേഹത്തിനു കിട്ടിയത് ഇതാണ് (പേജ് 138 കാണുക):

ലാൻസ്ബർഗ് യാതൊരു നിഗമനങ്ങളിലും എത്തിയില്ല. അതുകൊണ്ട്, ഈ കണക്കുകൾ എന്തെങ്കിലും തെളിയിക്കുന്നു*ണ്ടെങ്കിൽ* അദ്ദേഹത്തിന് എതിരായിട്ടാണത് എന്ന കാര്യം, വിചിത്രമെന്നു പറയട്ടെ, അദ്ദേഹം കണ്ടില്ല. എന്തുകൊണ്ടെന്നാൽ, ജർമനിയെ ധനപരമായി ആശ്രയിക്കുന്ന രാജ്യങ്ങളിലേക്കുള്ള കയറ്റുമതിയാണ് ആശ്രയിക്കാത്ത രാജ്യങ്ങളിലേക്കുള്ള കയറ്റുമതിയെക്കാൾ കുറച്ചെങ്കിലും കൂടുതൽ വേഗത്തിൽ വളർന്നിട്ടുള്ളത് (ലാൻസ്ബർഗിന്റെ കണക്കുകൾ വളരെയേറെ അപൂർണമായതുകൊണ്ടാണ് ഞാൻ 'എങ്കിൽ' എന്ന് അടിവരയിട്ടു പറഞ്ഞത്.)

കയറ്റുമതിയും വായ്പകളും തമ്മിലുള്ള ബന്ധം പരിശോധിച്ചുകൊണ്ട് ലാൻസ്ബർഗ് എഴുതുന്നു:

> 1890–91-ൽ റുമേനിയ ജർമൻ ബാങ്കുകൾ വഴി കടമെടുപ്പു നടത്തി. അവ മുൻകൊല്ലങ്ങളിൽത്തന്നെ ആ കടത്തിന്മേൽ മുൻകൂർ പണം നൽകിയിരുന്നു. ജർമനിയിൽനിന്നു റെയിൽവേ സാമഗ്രികൾ വാങ്ങാനാണ് ആ കടം പ്രധാനമായും ഉപയോഗിച്ചത്. 1891-ൽ ജർമനിയിൽ നിന്നു റുമേനിയയിലേക്കുള്ള കയറ്റുമതി 550 ലക്ഷം മാർക്കിനുള്ളതായിരുന്നു. അടുത്തവർഷം അത് 394 ലക്ഷം മാർക്കായി കുറഞ്ഞു. ഏറ്റക്കുറച്ചിലുകൾക്കുശേഷം അത് 1900-ൽ 254 ലക്ഷമായി കുറഞ്ഞു. ഏറ്റവും ഒടുവിലത്തെ വർഷങ്ങളിൽ മാത്രമാണ് രണ്ടു പുതിയ വായ്പകളുടെ ഫലമായി അത് 1891-ലെ നിലവാരത്തിൽ വീണ്ടുമെത്തിയത്.
>
> 1888–89-ലെ വായ്പകളെത്തുടർന്ന് ജർമനിയിൽനിന്നു പോർച്ചുഗലിലേക്കുള്ള കയറ്റുമതി 211ലക്ഷം മാർക്കായി (1890-ൽ) വർധിച്ചു. അടുത്ത രണ്ടു വർഷങ്ങളിൽ അത് 162 ലക്ഷമായും 74 ലക്ഷമായും കുറഞ്ഞു. 1903-ൽ മാത്രമാണ് അത് വീണ്ടും മുൻനിലയിലെത്തിയത്.
>
> ജർമനിയും അർജന്റീനയും തമ്മിലുള്ള വ്യാപാരത്തിന്റെ കണക്കുകൾ കുറെക്കൂടി ശ്രദ്ധേയമാണ്. 1888-ലും 1890-ലും കടമെടുപ്പു നടത്തി. ജർമനിയിൽ നിന്ന് അർജന്റീനയിലേക്കുള്ള കയറ്റുമതി 607 ലക്ഷം മാർക്കായി (1889-ൽ). രണ്ടുവർഷം കഴിഞ്ഞപ്പോൾ അത് 186 ലക്ഷമേ ഉണ്ടായിരുന്നുള്ളൂ. മുൻസംഖ്യയുടെ മൂന്നിലൊന്നുപോലുമില്ല. 1901-ൽ മാത്രമാണ് അത് 1889-ലെ നിലവാരം വീണ്ടെടുക്കുകയും അതിനെ കവച്ചുവയ്ക്കുകയും ചെയ്തത്. അതുതന്നെ, സ്റ്റേറ്റും മുനിസിപ്പാലിറ്റികളും പുതിയ കടമെടുപ്പു

കൾ നടത്തിയതിന്റേയും വൈദ്യുതനിലയങ്ങൾ നിർമിക്കാൻ മൂൻകൂർ പണം നൽകിയതിന്റേയും മറ്റുതരത്തിലുള്ള ക്രെഡിറ്റ് ഇടപാടുകളുടെയും ഫലമായിട്ടാണ്.

1889-ലെ വായ്പയുടെ ഫലമായി ചിലിയിലേക്കുള്ള കയറ്റുമതി 452 ലക്ഷം മാർക്കായി (1892-ൽ) വർധിച്ചു. ഒരു വർഷം കഴിഞ്ഞപ്പോൾ അത് 225 ലക്ഷം മാർക്കായി കുറഞ്ഞു. 1906-ൽ ജർമൻ ബാങ്കു കൾവഴി പുതിയൊരു കടമെടുപ്പ് നടത്തിയതിനെത്തുടർന്ന് 1907-ൽ കയറ്റുമതി 847 ലക്ഷം മാർക്കായി ഉയർന്നു. എന്നാൽ 1908-ൽ അതു വീണ്ടും 524 ലക്ഷമായി കുറഞ്ഞു.*

ജർമനിയിൽനിന്നുള്ള കയറ്റുമതി
(ദശ ലക്ഷം മാർക്കിൽ)

		1889	1909	വർധനവിന്റെ ശതമാനം
ജർമനിയെ ധന പരമായി ആശ്രയി ക്കുന്ന രാജ്യങ്ങളി ലേക്ക്	റുമേനിയ	48.2	70.8	47
	പോർച്ചുഗൽ	19.0	70.8	73
	അർജന്റീന	60.7	147.0	143
	ബ്രസീൽ	48.7	84.5	73
	ചിലി	28.3	52.4	85
	തുർക്കി	29.9	64.0	114
	ആകെ	234.8	451.5	92
ജർമനിയെ ധന പരമായി ആശ്രയി ക്കാത്ത രാജ്യങ്ങളി ലേക്ക്	ഗ്രേറ്റ് ബ്രിട്ടൻ	651.8	997.4	53
	ഫ്രാൻസ്	210.2	437.9	108
	ബൽജിയം	137.2	322.8	135
	സ്വിറ്റ്സർലന്റ്	177.4	401.1	127
	ഓസ്ട്രേലിയ	21.2	64.5	205
	ഡച്ച്			
	ഈസ്റ്റിൻഡീസ്	8.8	40.7	363
	ആകെ	1206.6	264.4	87

* *Die Bank*, 1909, 2 പേജ് 819 മുതൽ.

ഈ വസ്തുതകളിൽനിന്ന് ലാൻസ്ബർഗ് എത്തിച്ചേരുന്നത് രസകരമായ ഒരു ഫിലിസ്റ്റൈൻ ധർമോപദേശത്തിലാണ്. വായ്പകളോടു കൂട്ടിക്കെട്ടപ്പെട്ട കയറ്റുമതി എത്ര അസ്ഥിരവും ക്രമമില്ലാത്തതുമാണ്, 'സ്വാഭാവികമായും' 'സമഞ്ജസമായും' ആഭ്യന്തരവ്യവസായത്തെ വളർത്തുന്നതിനു പകരം മൂലധനം വിദേശങ്ങളിൽ ഇറക്കുന്നത് എത്ര മോശമാണ്, വിദേശ കടമെടുപ്പുകൾ സംഘടിപ്പിക്കുമ്പോൾ ദശലക്ഷക്കണക്കിനു പണം 'ബക്ഷീഷ്' ആയി കൊടുക്കേണ്ടിവരുന്ന ക്രൂപ്പിന് എത്ര വലിയ 'ചെലവാണ്', എന്നും മറ്റുമാണത്. എന്നാൽ വസ്തുതകൾ വ്യക്തമായി പറയുന്നു: കയറ്റുമതിയുടെ വർധനവ് ഫിനാൻസ് മൂലധനത്തിന്റെ ഈ തട്ടിപ്പുകളുമായിത്തന്നെയാണ് ബന്ധപ്പെട്ടിരിക്കുന്നത്. ഫിനാൻസ് മൂലധനത്തിനു താൽപ്പര്യമുള്ളത് ബൂർഷ്വാ ധർമബോധത്തിലല്ല, കാളയെ രണ്ടു തവണ തൊലിയുരിക്കുന്നതിലാണ്. അത് ആദ്യം വായ്പയിൽനിന്നുള്ള ലാഭം കീശയിലാക്കുന്നു. അതുകഴിഞ്ഞ്, വായ്പവാങ്ങുന്നവൻ ക്രൂപ്പിൽ നിന്ന് സാധനങ്ങൾ വാങ്ങാനോ ഉരുക്കു സിൻഡിക്കേറ്റിൽനിന്ന് റെയിൽവേ സാമഗ്രികൾ വാങ്ങാനോ മറ്റോ ഉപയോഗിക്കുന്ന അതേ വായ്പയിൽനിന്ന് വേറെയും ലാഭം കീശയിലാക്കുന്നു.

ഞാൻ ഒരു തരത്തിലും ലാൻസ്ബർഗിന്റെ കണക്കുകളെ അന്യൂനമായി കരുതുന്നില്ലെന്ന് ആവർത്തിച്ചു കൊള്ളട്ടെ. അവ കൗട്സ്കിയുടെയും സ്പെക്റ്റേറ്ററുടെയും കണക്കുകളെക്കാൾ ശാസ്ത്രീയമായതുകൊണ്ടും പ്രശ്നത്തോടുള്ള ശരിയായ സമീപനരീതി ലാൻസ്ബുർഗ് കാട്ടിത്തരുന്നതുകൊണ്ടുമാണ് എനിക്ക് അവയെ ഉദ്ധരിക്കേണ്ടിവന്നത്. കയറ്റുമതിയെയും മറ്റും സംബന്ധിച്ചിടത്തോളം ഫിനാൻസ് മൂലധനത്തിനുള്ള പ്രാധാന്യത്തെപ്പറ്റി ചർച്ചചെയ്യുമ്പോൾ, കയറ്റുമതിക്ക് പണമിടപാടുകാരുടെ സൂത്രങ്ങളോടു പ്രത്യേകമായും മാത്രമായുമുള്ള ബന്ധത്തെയും, കാർട്ടലുകളുടെ ചരക്കു വിൽപ്പനയോടു പ്രത്യേകമായും മാത്രമായുമുള്ള ബന്ധത്തെയും മറ്റും കണ്ടുപിടിക്കാൻ കഴിയണം. കോളനികളെ കോളനികളല്ലാത്തവയോടും ഒരു സാമ്രാജ്യത്വത്തെ മറ്റൊരു സാമ്രാജ്യത്വത്തോടും ഒരു അർധകോളനിയെയോ കോളനിയെയോ (ഈജിപ്ത്) മറ്റെല്ലാ രാജ്യങ്ങളോടും വെറുതെ താരതമ്യപ്പെടുത്തുകയെന്നുവച്ചാൽ പ്രശ്നത്തിന്റെ സാരാംശത്തിൽ നിന്നുതന്നെ ഒഴിഞ്ഞുമാറുകയും അതിനെ മറച്ചുപിടിക്കുകയും ചെയ്യുകയെന്നാണർഥം.

സാമ്രാജ്യത്വത്തിന്റെ അത്യഗാധവും മൗലികവുമായ വൈരുധ്യങ്ങളിൽ നിന്ന്-കുത്തകയും അതോടൊപ്പം നിലനിൽക്കുന്ന സ്വതന്ത്രമത്സരവും തമ്മിലും, ഫിനാൻസ് മൂലധനത്തിന്റെ ഭീമമായ 'ഇടപാടുകളും' (ഭീമമായ ലാഭവും) സ്വതന്ത്രവിപണിയിലെ 'സത്യസന്ധമായ' വ്യാപാരവും തമ്മിലും, ഒരുവശത്ത് കാർട്ടലുകളും ട്രസ്റ്റുകളും മറുവശത്ത് കാർട്ടലീകരിക്കപ്പെടാത്ത വ്യവസായവും തമ്മിലും മറ്റുമുള്ള വൈരുധ്യങ്ങളിൽ നിന്ന്-ഒഴിഞ്ഞുമാറുകയും അവയെ മൂടിവയ്ക്കുകയും ചെയ്യുന്നതുകൊണ്ടാണ് സാമ്രാജ്യത്വത്തെക്കുറിച്ചുള്ള കൗട്സ്കിയുടെ സൈദ്ധാന്തിക

നിരൂപണത്തിന് മാർക്സിസവുമായി യാതൊരു ബന്ധവുമില്ലാത്തത്; അവസരവാദികളും സോഷ്യൽ ഷോവിനിസ്റ്റുകളുമായി സമാധാനവും ഐക്യവും വേണമെന്ന പ്രചാരണത്തിനുള്ള മുഖവുരയായി മാത്രം അത് ഉപകരിക്കുന്നത്.

കൗട്സ്കി കണ്ടുപിടിച്ച 'അതിസാമ്രാജ്യത്വ'മെന്ന കുപ്രസിദ്ധ സിദ്ധാന്തവും ഇത്രതന്നെ പിന്തിരിപ്പനാണ്. ഈ വിഷയത്തെക്കുറിച്ച് 1915-ലെ അദ്ദേഹത്തിന്റെ വാദങ്ങളെ 1902-ലെ ഹോബ്സന്റെ വാദങ്ങളുമായി തട്ടിച്ചു നോക്കുക.

> കൗട്സ്കി: "......ദേശീയ ഫിനാൻസ് മൂലധനങ്ങൾ തമ്മിലുള്ള സമ്മത്തിന്റെ സ്ഥാനത്ത് സാർവദേശീയമായി ഏകോപിച്ച ഫിനാൻസ് മൂലധനം ലോകത്തെ കൂട്ടായി ചൂഷണം ചെയ്യുകയെന്നത് ഏർപ്പെടുത്തിക്കൊണ്ടുള്ള പുതിയൊരു അതിസാമ്രാജ്യത്വനയത്തെ ഇന്നത്തെ സാമ്രാജ്യത്വനയത്തിനു പകരമായി കൊണ്ടുവരാൻ കഴിയുകയില്ലേ? ഏതായാലും മുതലാളിത്തത്തിന്റെ അത്തരമൊരു പുതിയഘട്ടം സങ്കൽപ്പിക്കാവുന്നതാണ്. അത് പ്രായോഗികമാണോ എന്ന ചോദ്യത്തിന് മറുപടി നൽകാൻ വേണ്ടത്ര വകകൾ നമ്മുടെ പക്കൽ ഇപ്പോഴും ഇല്ല*.

ഹോബ്സൻ:

> അപരിഷ്കൃതങ്ങളായ ആശ്രിതരാജ്യങ്ങളുടെ പരിവാരത്തോടുകൂടിയ ഏതാനും വലിയ ഫെഡറൽ സാമ്രാജ്യങ്ങളിലായി വ്യാപിച്ചുകിടക്കുന്ന ക്രൈസ്തവലോകം ഇന്നത്തെ പ്രവണതകളുടെ ഏറ്റവും ന്യായമായ വളർച്ചയാണെന്നും ദേശാന്തരസാമ്രാജ്യത്വത്തിന്റെ ഉറച്ച അടിത്തറയിന്മേൽ ശാശ്വതസമാധാനം കൈവരുത്താമെന്ന പ്രതീക്ഷയ്ക്ക് അത് ഏറ്റവുമധികം വക നൽകുന്നുവെന്നുമാണ് പലർക്കും തോന്നുന്നത്.

ഹോബ്സൻ 13 വർഷം മുമ്പ് ദേശാന്തരസാമ്രാജ്യത്വമെന്നു വിളിച്ചതിനെയാണ് കൗട്സ്കി അതിസാമ്രാജ്യത്വം അല്ലെങ്കിൽ ഉപരിസാമ്രാജ്യത്വം എന്നു വിളിച്ചത്. ഒരു ലാറ്റിൻ ഉപസർഗത്തിനു പകരം മറ്റൊന്ന് ഉപയോഗിച്ചുകൊണ്ട് സമർഥമായ പുതിയൊരു വാക്ക് കണ്ടുപിടിച്ചുവെന്നതൊഴിച്ചാൽ, 'ശാസ്ത്രീയ' ചിന്തയുടെ രംഗത്ത് കൗട്സ്കിയുടെ ഒരേയൊരു പുരോഗതി ഇതുമാത്രമാണ്: ഇംഗ്ലീഷ് പാതിരിമാരുടെ തട്ടിപ്പായി ഹോബ്സൻ ഫലത്തിൽ വിവരിച്ചതെന്തോ അതിനെ മാർക്സിസമായി കൗട്സ്കി അവതരിപ്പിച്ചു. ആംഗ്ലോ-ബോയർ യുദ്ധത്തിനു ശേഷം ദക്ഷിണാഫ്രിക്കയിലെ യുദ്ധരംഗങ്ങളിൽ അനേകം ബന്ധുക്കളെ നഷ്ടപ്പെട്ട

---

* Die Neue Zeit, ഏപ്രിൽ 30, 1915, പേജ് 144.

വരും ബ്രിട്ടീഷ് പണമിടപാടുകാർക്ക് മുമ്പത്തേതിലും കൂടുതൽ ലാഭത്തിന് ഉറപ്പുനൽകാൻ വേണ്ടി കൂടുതൽ നികുതി കൊടുക്കേണ്ടിവന്നവരുമായ ബ്രിട്ടനിലെ ഇടത്തരക്കാരെയും തൊഴിലാളികളെയും സമാശ്വസിപ്പിക്കാൻ വളരെയേറെ മാന്യരായ അക്കൂട്ടർ പരമാവധി ശ്രമിച്ചുവെന്നത് തികച്ചും സ്വാഭാവികമാണ്. സാമ്രാജ്യത്വം അത്ര ചീത്തയല്ലെന്നും അത് ശാശ്വത സമാധാനത്തിന് ഉറപ്പുനൽകാൻ കഴിവുള്ള ദേശാന്തര(അല്ലെങ്കിൽ അതി) സാമ്രാജ്യത്വവുമായിട്ടടുപ്പമുള്ള ഒന്നാണെന്നുമുള്ള സിദ്ധാന്തത്തേക്കാൾ നല്ല സമാശ്വാസനം എന്തുണ്ട്? ഇംഗ്ലണ്ടിലെ പാതിരിമാരുടെയും വികാരലോലനായ കൗട്സ്കിയുടെയും സദുദ്ദേശ്യങ്ങൾ എന്തുതന്നെയായിരുന്നേക്കാമെങ്കിലും, കൗട്സ്കിയുടെ "സിദ്ധാന്തത്തിന്റെ" വസ്തുനിഷ്ഠമായ, അതായത്, യഥാർഥമായ ഒരേയൊരു സാമൂഹ്യാർഥം ഇതാണ്: ഇക്കാലത്തെ മൂർച്ചയേറിയ വൈരുധ്യങ്ങളിൽനിന്നും മൂർച്ചയേറിയ പ്രശ്നങ്ങളിൽനിന്നും ബഹുജനശ്രദ്ധ മാറ്റിക്കൊണ്ടും ഭാവിയിലെ ഏതോ സാങ്കൽപ്പിക "അതിസാമ്രാജ്യത്വ"മെന്ന മിഥ്യയായ കാഴ്ചപ്പാടിലേക്ക് അതിനെ തിരിച്ചുവിട്ടുകൊണ്ടും മുതലാളിത്തത്തിൻ കീഴിൽ ശാശ്വതസമാധാനം സാധ്യമാണെന്ന ആശ നൽകി ബഹുജനങ്ങളെ സമാശ്വസിപ്പിക്കുകയെന്ന അങ്ങേയറ്റം പിന്തിരിപ്പൻ മാർഗമാണത്. ബഹുജനങ്ങളെ കബളിപ്പിക്കുക-ഇതാണ് കൗട്സ്കിയുടെ 'മാർക്സിസ്റ്റ്' സിദ്ധാന്തത്തിൽ ആകെയുള്ളത്.

ജർമൻ തൊഴിലാളികളുടെ (മാത്രമല്ല, എല്ലാ രാജ്യങ്ങളിലെയും തൊഴിലാളികളുടെ) മുമ്പിൽ കൗട്സ്കി പൊക്കിക്കാട്ടാൻ ശ്രമിക്കുന്ന കാഴ്ചപ്പാട് എത്രമാത്രം സത്യവിരുദ്ധമാണെന്ന് ബോധ്യമാകാൻ സുവിദിതവും അനിഷേധ്യവുമായ വസ്തുതകളെ താരതമ്യപ്പെടുത്തിനോക്കിയാൽ മതിയാകും. നമുക്ക് ഇന്ത്യ, ഇന്തോചൈന, ചൈന എന്നീ രാജ്യങ്ങളെ എടുക്കാം. അറുപത്-എഴുപതുകോടി ജനസംഖ്യയുള്ള ഈ കോളനി-അർധകോളനിരാജ്യങ്ങൾ ബ്രിട്ടൻ, ഫ്രാൻസ്, ജപ്പാൻ, യു എസ്സ് എ തുടങ്ങിയ കുറെ സാമ്രാജ്യത്വശക്തികളുടെ ഫിനാൻസ് മൂലധനത്തിന്റെ ചൂഷണത്തിനുവിധേയമാണെന്നു നമുക്കറിയാം. ഈ ഏഷ്യൻ സ്റ്റേറ്റുകളിലുള്ള തങ്ങളുടെ കൈവശസ്ഥലങ്ങളും താൽപ്പര്യങ്ങളും സ്വാധീനമേഖലകളും സംരക്ഷിക്കാനോ വിപുലപ്പെടുത്താനോ വേണ്ടി ഈ സാമ്രാജ്യത്വരാജങ്ങൾ ഒന്നിനൊന്നെതിരായി കൂട്ടുകെട്ടുകളുണ്ടാക്കുന്നുവെന്നു വയ്ക്കുക. ആ കൂട്ടുകെട്ടുകൾ 'ദേശാന്തരസാമ്രാജ്യത്വ'പരമായ, അല്ലെങ്കിൽ 'അതിസാമ്രാജ്യത്വ'പരമായ കൂട്ടുകെട്ടുകളായിരിക്കും. ഏഷ്യയിലെ ഈ ഭാഗങ്ങളെ 'സമാധാനപരമായി' പങ്കിടാൻ വേണ്ടി എല്ലാ സാമ്രാജ്യത്വരാജ്യങ്ങളും കൂടി ഒരു കൂട്ടുകെട്ടുണ്ടാക്കിയെന്നു വയ്ക്കൂ. ആ കൂട്ടുകെട്ട് സാർവദേശീയമായി ഏകോപിച്ച ഫിനാൻസ് മൂലധനത്തിന്റെ കൂട്ടുകെട്ടായിരിക്കും. ഇരുപതാംനൂറ്റാണ്ടിന്റെ ചരിത്രത്തിൽ ഇത്തരം കൂട്ടുകെട്ടുകളുണ്ടായിട്ടുള്ളതിന്റെ യഥാർഥ ദൃഷ്ടാന്തങ്ങളുണ്ട്. ഈ ശക്തികൾക്ക് ചൈനയോടുള്ള മനോഭാവം[24] ഒരു ഉദാഹരണമാണ്. ഞങ്ങൾ ചോദിക്കട്ടെ:

മുതലാളിത്തവ്യവസ്ഥ ഭദ്രമായി തുടരുന്നുവെന്നു സങ്കൽപ്പിച്ചാൽത്തന്നെ -അതുതന്നെയാണല്ലോ കൗട്സ്കി സങ്കൽപ്പിക്കുന്നതും-അത്തരം കൂട്ടുകെട്ടുകൾ താൽക്കാലികമായിരിക്കുകയില്ലെന്ന്, അവ എല്ലാ രൂപത്തിലുമുള്ള ഉരസലുകളെയും സംഘട്ടനങ്ങളെയും സമരത്തെയും ഒഴിവാക്കുമെന്ന്, 'ചിന്തിക്കാൻ' സാധ്യമാണോ?

ചോദ്യം വ്യക്തമായി ഉന്നയിക്കുകയേ വേണ്ടൂ, നിഷേധരൂപത്തിലല്ലാത്തൊരു മറുപടി അസാധ്യമാവാൻ. കാരണം, മുതലാളിത്തത്തിൻ കീഴിൽ സ്വാധീനമേഖലകളും താൽപ്പര്യങ്ങളും കോളനികളും മറ്റും പങ്കിടാൻ പങ്കാളികളുടെ ശക്തി പൊതുസാമ്പത്തികവും ധനപരവും സൈനികവും മറ്റുമായ ശക്തി-കണക്കാക്കുകയെന്നതല്ലാതെ മറ്റൊരടിസ്ഥാനം ചിന്തനീയമല്ല. പങ്കാളികളുടെ ശക്തിയാവട്ടെ, ഒരേ തോതിലല്ല മാറുന്നത്. കാരണം, വിവിധ സ്ഥാപനങ്ങളുടെയോ ട്രസ്റ്റുകളുടെയോ വ്യവസായ ശാഖകളുടെയോ രാജ്യങ്ങളുടെയോ സമമായ വളർച്ച മുതലാളിത്തത്തിൻ കീഴിൽ അസാധ്യമാണ്. അരനൂറ്റാണ്ടുമുമ്പ് ജർമനി-അതിന്റെ മുതലാളിത്തശക്തിയെ അന്നത്തെ ബ്രിട്ടന്റേതുമായി തട്ടിച്ചുനോക്കിയാൽ-ശോചനീയവും നിസ്സാരവുമായ ഒരു രാജ്യമായിരുന്നു. റഷ്യയുമായി തട്ടിച്ചുനോക്കിയാൽ ജപ്പാനും അങ്ങനെയായിരുന്നു. പത്തോ ഇരുപതോ വർഷങ്ങൾക്കിടയിൽ സാമ്രാജ്യത്വശക്തികളുടെ ആപേക്ഷികബലം മാറ്റമില്ലാതെ തുടരുമെന്ന് 'ചിന്തിക്കാൻ' സാധ്യമാണോ? തികച്ചും അസാധ്യമാണത്.

അതുകൊണ്ട് ഇംഗ്ലീഷ് പാതിരമാരുടെയോ ജർമൻ 'മാർക്സിസ്റ്റായ' കൗട്സ്കിയുടെയോ ക്ഷുദ്രമായ ഫിലിസ്റ്റൈൻ ഭാവനാവിലാസങ്ങളെയല്ലാതെ മുതലാളിത്തവ്യവസ്ഥയുടെ യാഥാർഥ്യങ്ങളെ എടുത്താൽ, 'ദേശാന്തരസാമ്രാജ്യത്വ'പരമായ, അല്ലെങ്കിൽ 'അതിസാമ്രാജ്യത്വ'പരമായ, കൂട്ടുകെട്ടുകൾ-ഒരു സാമ്രാജ്യത്വക്കൂട്ടുകെട്ടിനെതിരെ മറ്റൊരു സാമ്രാജ്യത്വക്കൂട്ടുകെട്ടെന്ന രൂപത്തിലോ എല്ലാ സാമ്രാജ്യത്വശക്തികളെയും ഉൾക്കൊള്ളുന്ന ഒരു പൊതുകൂട്ടുകെട്ടിന്റെ രൂപത്തിലോ, ഏതു രൂപത്തിലായാലും വേണ്ടില്ല- അനിവാര്യമായും യുദ്ധങ്ങൾക്കിടയിലെ 'താൽക്കാലികവിരാമ'ങ്ങളിൽ കവിഞ്ഞൊന്നുമില്ല. സമാധാനപരമായ കൂട്ടുകെട്ടുകൾ യുദ്ധങ്ങൾക്കു കളമൊരുക്കുകയും യുദ്ധങ്ങളിൽനിന്നു വളരുകയും ചെയ്യുന്നു. ഒന്നു മറ്റേതിനുള്ള ഉപാധിയായിത്തീരുന്നു; മുഴുവൻ ലോകത്തിലെയും സാമ്പത്തികരംഗത്തും രാഷ്ട്രീയരംഗത്തുമുള്ള സാമ്രാജ്യത്വക്കെട്ടുപാടുകളും പരസ്പരബന്ധങ്ങളുമെന്ന ഒരേ അടിസ്ഥാനത്തിൽ സമാധാനപരവും അല്ലാത്തതുമായ രൂപങ്ങളെ മാറി മാറി ഉളവാക്കുന്നു. എന്നാൽ തൊഴിലാളികളെ സമാശ്വസിപ്പിക്കാനും ബൂർഷ്വാസിയുടെ ഭാഗത്തേക്കു പോയ സോഷ്യൽ ഷോവിനിസ്റ്റുകളുമായി അവരെ രഞ്ജിപ്പിക്കാനും വേണ്ടി അതിബുദ്ധിമാനായ കൗട്സ്കി ഒരേയൊരു ചങ്ങലയുള്ളതിലെ ഒരു കണ്ണിയെ മറ്റൊന്നിൽനിന്നു വേർതിരിക്കുന്നു. ചൈനയെ 'അടക്കി നിർത്താൻ' വേണ്ടി (ബോക്സർ കലാപത്തെ[25] അടിച്ചമർത്തിയത് ഓർക്കുക)

എല്ലാ ശക്തികളും കൂടി ഇന്നുണ്ടാക്കിയിട്ടുള്ള സമാധാനപരമായ (അതിസാമ്രാജ്യത്വപരമായ-പോരാ, അതി-സാമ്രാജ്യത്വപരമായ) കൂട്ടുകെട്ടിനെ നാളത്തെ, സമാധാനപരമല്ലാത്ത, സംഘട്ടനത്തിൽനിന്നു വേർതിരിക്കുന്നു. ആ സംഘട്ടനമാകട്ടെ, ഉദാഹരണത്തിന് തുർക്കിയെ പങ്കിടാൻ വേണ്ടി, മറ്റന്നാൾ സമാധാനപരമായ മറ്റൊരു പൊതുകൂട്ടുകെട്ടിനുള്ള കളമൊരുക്കുകയായിരിക്കും ചെയ്യുക. അങ്ങനെ തുടർന്നും സാമ്രാജ്യത്വസമാധാനത്തിന്റെ ഘട്ടങ്ങളും സാമ്രാജ്യത്വയുദ്ധത്തിന്റെ ഘട്ടങ്ങളും തമ്മിലുള്ള ജീവത്തായ ബന്ധം കാണിക്കുന്നതിനുപകരം, തൊഴിലാളികളെ അവരുടെ നിർജീവനേതാക്കളുമായി രഞ്ജിപ്പിക്കാൻവേണ്ടി നിർജീവമായൊരു അമൂർത്തസങ്കൽപ്പം അവരുടെ മുമ്പിൽ അവതരിപ്പിക്കുകയാണ് കൗട്സ്കി ചെയ്യുന്നത്.

യൂറോപ്പിന്റെ സാർവദേശീയവികസനത്തിലെ നയതന്ത്രത്തിന്റെ ചരിത്രം എന്ന പുസ്തകത്തിന്റെ മുഖവുരയിൽ ഹിൽ എന്ന അമേരിക്കൻ എഴുത്തുകാരൻ സമീപകാലത്തെ നയതന്ത്രചരിത്രത്തിലെ മൂന്നു കാലഘട്ടങ്ങളെ പരാമർശിക്കുന്നുണ്ട്. 1) വിപ്ലവത്തിന്റെ കാലഘട്ടം; 2) വ്യവസ്ഥാപിതപ്രസ്ഥാനം; 3) വ്യാപാരസാമ്രാജ്യത്വമെന്ന ഇപ്പോഴത്തെ കാലഘട്ടം*. മറ്റൊരു ലേഖകൻ 1870-നു ശേഷമുള്ള ഗ്രേറ്റ് ബ്രിട്ടന്റെ 'ലോകനയത്തെ' നാലു കാലഘട്ടങ്ങളായി തിരിച്ചിരിക്കുന്നു; 1) ഒന്നാം ഏഷ്യൻ കാലഘട്ടം (ഇന്ത്യയുടെ നേർക്ക് മധ്യേഷ്യയിൽ റഷ്യ നടത്തുന്ന നീക്കത്തിനെതിരായ സമരം); 2) ആഫ്രിക്കൻ കാലഘട്ടം (ഉദ്ദേശം 1885-1902); ആഫ്രിക്കയെ പങ്കിടാൻ വേണ്ടി ഫ്രാൻസിനെതിരായ സമരം (ബ്രിട്ടനെ ഫ്രാൻസുമായുള്ള യുദ്ധത്തിന്റെ വക്കത്തുകൊണ്ടെത്തിച്ച 1898-ലെ 'ഫഷോദാ സംഭവം'[26]); 3) രണ്ടാം ഏഷ്യൻ കാലഘട്ടം (റഷ്യക്കെതിരായി ജപ്പാനുമായുള്ള സഖ്യം); 4) 'യൂറോപ്യൻ' കാലഘട്ടം-മുഖ്യമായും ജർമനിക്കെതിരെ* ഇറ്റലിയിൽ പ്രവർത്തിക്കുന്ന ഫ്രഞ്ച് ഫിനാൻസ് മൂലധനം എങ്ങനെയാണ് ഇരുരാജ്യങ്ങളും തമ്മിൽ ഒരു രാഷ്ട്രീയസഖ്യത്തിന് വഴിയൊരുക്കുന്നതെന്നും ജർമനിയും ബ്രിട്ടനും തമ്മിൽ പേർഷ്യയെച്ചൊല്ലിയും എല്ലാ യൂറോപ്യൻ മുതലാളിമാരും തമ്മിൽ ചൈനീസ് വായ്പകളെച്ചൊല്ലിയും മറ്റും എങ്ങനെയാണ് സംഘട്ടനം വളർന്നുവരുന്നതെന്നും കാണിച്ചുകൊണ്ട് ബാങ്കുടമയായ റീസ്സർ 1905-ൽ എഴുതി: 'മുന്നണി സംഘങ്ങൾ തമ്മിലുള്ള രാഷ്ട്രീയസംഘട്ടനങ്ങൾ ഫിനാൻസ് രംഗത്തു നടക്കുന്നുണ്ട്'. കണ്ടോ, സമാധാനപരമായ 'അതിസാമ്രാജ്യത്വ'ക്കൂട്ടുകെട്ടുകളെ സംബന്ധിച്ചിടത്തോളം, സാധാരണ സാമ്രാജ്യത്വസംഘട്ടനങ്ങളോട് അഭേദ്യമാംവണ്ണം ബന്ധപ്പെട്ടുകൊണ്ടുള്ള ജീവത്തായ യാഥാർഥ്യം ഇതാണ്!

---

* David Jayne Hill. A History of the Diplomacy in the International Development of Europe, വാല്യം I, പേജ് X.

* Schilder, മുമ്പുദ്ധരിച്ച കൃതി, പേജ് 178.

സാമ്രാജ്യത്വത്തിന്റെ ഏറ്റവും അഗാധമായ വൈരുധ്യങ്ങളെ കൗട്സ്കി മൂടിവയ്ക്കുന്നത് അനിവാര്യമായും സാമ്രാജ്യത്വത്തിന്റെ നിറപ്പകിട്ടോടെ വരച്ചുകാട്ടലായിത്തീരുന്നു. സാമ്രാജ്യത്വത്തിന്റെ രാഷ്ട്രീയ സവിശേഷതകളെക്കുറിച്ചുള്ള ലേഖകന്റെ വിമർശനത്തിലും ഈ മൂടിവയ്ക്കലിന്റെ അടയാളങ്ങൾ കാണാം. സ്വാതന്ത്ര്യവാഞ്ഛയല്ല, പിന്നെയോ ആധിപത്യമോഹം എല്ലായിടത്തും കൊണ്ടുവരുന്ന ഫിനാൻസ് മൂലധനത്തിന്റെയും കുത്തകകളുടെയും യുഗമാണ് സാമ്രാജ്യത്വം. രാഷ്ട്രീയവ്യവസ്ഥിതി എന്തു തന്നെയായാലും വേണ്ടില്ല, എവിടെയും പിന്തിരപ്പത്തവും ഈ രംഗത്തു വൈരുധ്യങ്ങൾ അങ്ങേയറ്റം മൂർച്ഛിക്കലുമാണ് ഈ പ്രവണതകളുടെ ഫലം. ദേശീയമർദനത്തിന്റെ നുകവും വെട്ടിപ്പിടിക്കാനുള്ള, അതായത് ദേശീയസ്വാതന്ത്ര്യം ലംഘിക്കാനുള്ള ശ്രമവും (കാരണം, വെട്ടിപ്പിടിത്തം രാഷ്ട്രങ്ങളുടെ സ്വയംനിർണയാവകാശത്തിന്റെ ലംഘനമല്ലാതൊന്നുമല്ല) വിശേഷിച്ചും രൂക്ഷമായിത്തീരുന്നു. സാമ്രാജ്യത്വവും ദേശീയമർദനം രൂക്ഷമാകലും തമ്മിലുള്ള ബന്ധം ഹിൽഫെർഡിങ് ശരിക്ക് ചൂണ്ടിക്കാട്ടുന്നുണ്ട്. അദ്ദേഹം എഴുതുന്നു:

> പുതുതായി തുറക്കപ്പെട്ട രാജ്യങ്ങളിൽ, അവയിലേക്ക് ഇറക്കുമതി ചെയ്ത മൂലധനം വൈരുധ്യങ്ങളെ മൂർച്ഛിപ്പിക്കുകയും ദേശീയബോധത്തിലേക്ക് ഉണർന്നുവരുന്ന ജനതകളുടെ ഭാഗത്തുനിന്നു കയ്യേറ്റക്കാർക്കെതിരെ നിരന്തരം വർധിച്ചുവരുന്ന ചെറുത്തുനിൽപ്പ് ഉളവാക്കുകയും ചെയ്യുന്നു. ഈ ചെറുത്തുനിൽപ്പ് വിദേശമൂലധനത്തിനെതിരായുള്ള അപകടകരമായ നടപടികളായി എളുപ്പം വളരാവുന്നതാണ്. പഴയ സാമൂഹ്യബന്ധങ്ങൾ തികച്ചും വിപ്ലവകരമായ വിധത്തിൽ മാറുന്നു. 'ചരിത്രമില്ലാത്ത രാഷ്ട്രങ്ങളുടെ' സഹസ്രാബ്ദങ്ങളായുള്ള കാർഷിക-ഏകാന്തത തകരുന്നു. അവ മുതലാളിത്ത നീർച്ചുഴിയിൽ അകപ്പെടുന്നു. മുതലാളിത്തം തന്നെ കീഴടക്കപ്പെട്ടവർക്ക് വിമോചനത്തിനുള്ള വഴികളും വകകളും കുറേശ്ശെക്കുറേശ്ശെ നൽകുന്നു. യൂറോപ്യൻ രാഷ്ട്രങ്ങൾക്ക് ഒരു കാലത്ത് ഏറ്റവും ഉയർന്നതായി തോന്നിയിരുന്ന ലക്ഷ്യം-നേടാൻ അവർ മുന്നോട്ടു വരുന്നു. ഈ ദേശീയസ്വാതന്ത്ര്യപ്രസ്ഥാനം യൂറോപ്യൻ മൂലധനത്തെ അതിന്റെ ഏറ്റവും വിലപ്പെട്ടതും വാഗ്ദാനം നിറഞ്ഞതുമായ ചൂഷണരംഗങ്ങളിലാണ് ഭീഷണിപ്പെടുത്തുന്നത്. സൈനികശക്തി നിരന്തരം വർധിപ്പിച്ചുകൊണ്ടുമാത്രമേ യൂറോപ്യൻ മൂലധനത്തിന് അതിന്റെ ആധിപത്യം നിലനിർത്താൻ കഴിയൂ*.

പുതുതായി തുറക്കപ്പെട്ട രാജ്യങ്ങളിൽ മാത്രമല്ല, പഴയവയിലും സാമ്രാജ്യത്വം വെട്ടിപ്പിടിത്തത്തിലേക്കും വർധമാനമായ ദേശീയമർദനത്തിലേക്കും തദ്വാരാ വർധമാനമായ ചെറുത്തുനിൽപ്പിലേക്കും വഴിതെളി

* ഫിനാൻസ് മൂലധനം, പേജ് 487

ക്കുന്നുണ്ടെന്നുകൂടി കൂട്ടിച്ചേർക്കണം. സാമ്രാജ്യത്വം രാഷ്ട്രീയപിന്തിരിപ്പത്തെ ശക്തിപ്പെടുത്തുന്നതിനോട് എതിർപ്പു പ്രകടിപ്പിക്കുമ്പോൾത്തന്നെ കൗട്സ്കി, വിശേഷിച്ചും അടിയന്തരമായിത്തീർന്നിട്ടുള്ള ഒരു പ്രശ്നത്തെ അപ്രധാനമായിക്കാണുന്നു. സാമ്രാജ്യത്വയുഗത്തിൽ അവസരവാദികളുമായുള്ള ഐക്യം അസാധ്യമാണെന്നതാണത്. വെട്ടിപ്പിടിത്തങ്ങളോട് എതിർപ്പു പ്രകടിപ്പിക്കുമ്പോൾത്തന്നെ അവസരവാദികൾക്ക് ഏറ്റവും കുറച്ച് ഉപദ്രവകരവും ഏറ്റവും കൂടുതൽ സ്വീകാര്യവുമായ രൂപത്തിലാണ് അദ്ദേഹം അതു ചെയ്യുന്നത്. അദ്ദേഹം അഭിസംബോധന ചെയ്യുന്നത് ജർമൻ സദസിനെയാണെങ്കിലും ഏറ്റവും പ്രധാനപ്പെട്ട, നീറുന്ന കാര്യം അദ്ദേഹം മൂടിവയ്ക്കുന്നു-ഉദാഹരണത്തിന്, ജർമനി അൽസാസ്-ലൊറെയിൻ വെട്ടിപ്പിടിച്ചത്. കൗട്സ്കിയുടെ ഈ 'മാനസികപാളിച്ച'യെ വിലയിരുത്താൻവേണ്ടി ഞാൻ ഒരു ഉദാഹരണമെടുക്കാം. അമേരിക്കക്കാർ ഫിലിപ്പൈൻ ദ്വീപുകൾ വെട്ടിപ്പിടിച്ചതിനെ ഒരു ജപ്പാൻകാരൻ അപലപിക്കുന്നുവെന്നു വിചാരിക്കുക. ചോദ്യമിതാണ്: അയാളിങ്ങനെ ചെയ്യുന്നത് പൊതുവിൽ വെട്ടിപ്പിടുത്തങ്ങളോടുള്ള വിരോധംകൊണ്ടാണെന്നും ഫിലിപ്പൈൻ ദ്വീപുകൾ സ്വയം വെട്ടിപ്പിടിക്കാനുള്ള മോഹംകൊണ്ടല്ലെന്നും വളരെപ്പേർ വിശ്വസിക്കുമോ? ആ ജപ്പാൻകാരൻ, ജപ്പാൻ കൊറിയയെ വെട്ടിപ്പിടിച്ചതിനെതിരെ പൊരുതുകയും ജപ്പാനിൽനിന്നു വിട്ടുപോകാനുള്ള കൊറിയയുടെ സ്വാതന്ത്ര്യത്തിനുവേണ്ടി വാദിക്കുകയും ചെയ്താൽ മാത്രമല്ലേ വെട്ടിപ്പിടിത്തങ്ങൾക്കെതിരായി അയാൾ നടത്തുന്ന 'സമരം' ആത്മാർഥവും രാഷ്ട്രീയസത്യസന്ധതയുള്ളതുമാണെന്നു സമ്മതിക്കാൻ നാം നിർബന്ധിതരാവൂ?

സാമ്രാജ്യത്വത്തിന്റെ മൗലികവൈരുധ്യങ്ങളെ മൂടിവയ്ക്കുകയും മയപ്പെടുത്തുകയും ചെയ്യുകയെന്ന, മാർക്സിസത്തോട് തീരെ പൊരുത്തപ്പെടാത്ത മനോഭാവത്തിലും യൂറോപ്യൻ തൊഴിലാളി പ്രസ്ഥാനത്തിൽ അവസരവാദികളുമായുള്ള തകർന്നുകൊണ്ടിരിക്കുന്ന ഐക്യത്തെ എന്തു വിലകൊടുത്തും നിലനിർത്താനുള്ള ശ്രമത്തിലും അടിമുടി മുങ്ങിക്കുളിച്ചതാണ് സാമ്രാജ്യത്വത്തെക്കുറിച്ചുള്ള കൗട്സ്കിയുടെ സൈദ്ധാന്തിക വിശകലനവും സാമ്രാജ്യത്വത്തെക്കുറിച്ചുള്ള അദ്ദേഹത്തിന്റെ സാമ്പത്തിക-രാഷ്ട്രീയനിരൂപണവും.

10

ചരിത്രത്തിൽ സാമ്രാജ്യത്വത്തിനുള്ള സ്ഥാനം

സാമ്രാജ്യത്വം അതിന്റെ സാമ്പത്തിക സാരാംശത്തിൽ കുത്തക മുതലാളിത്തമാണെന്നു നാം കണ്ടു. ഇതുതന്നെയാണ് ചരിത്രത്തിലുള്ള അതിന്റെ സ്ഥാനം നിർണയിക്കുന്നത്. എന്തുകൊണ്ടെന്നാൽ സ്വതന്ത്ര മത്സരത്തിന്റെ മണ്ണിൽനിന്ന്, തിട്ടമായും സ്വതന്ത്രമത്സരത്തിൽനിന്ന്, വളർന്നുവരുന്ന കുത്തക മുതലാളിത്തവ്യവസ്ഥയിൽനിന്ന് കൂടുതലുയർന്ന ഒരു സാമൂഹ്യ-സാമ്പത്തിക ക്രമത്തിലേക്കുള്ള പരിവർത്തനമാണത്. കുത്തകയുടെ നാലു പ്രധാനതരങ്ങളെ, അഥവാ കുത്തകമുതലാളിത്തത്തിന്റെ നാലു പ്രധാന പ്രകടിതരൂപങ്ങളെ, നാം പ്രത്യേകം ശ്രദ്ധിക്കണം. നാം പരിശോധിച്ചുകൊണ്ടിരിക്കുന്ന കാലഘട്ടത്തിനു സവിശേഷമായിട്ടുള്ളതാണ് അവ.

ഒന്നാമത്, ഉൽപ്പാദനത്തിന്റെ കേന്ദ്രീകരണം വളരെ ഉയർന്ന ഘട്ടത്തിലെത്തിയപ്പോൾ ഉത്ഭവിച്ചതാണ് കുത്തക. മുതലാളിമാരുടെ കുത്തക്കൂട്ടുകെട്ടുകളായ കാർട്ടലുകളും സിൻഡിക്കേറ്റുകളും ട്രസ്റ്റുകളുമാണത്. ഇന്നത്തെ സാമ്പത്തിക ജീവിതത്തിൽ ഇവ വഹിക്കുന്ന പ്രധാന പങ്ക് നാം കണ്ടു. ഇരുപതാംനൂറ്റാണ്ടിന്റെ തുടക്കത്തിൽ കുത്തകകൾ മുന്നണിരാജ്യങ്ങളിൽ പരിപൂർണമേധാവിത്വം നേടിക്കഴിഞ്ഞിരുന്നു. ഉയർന്ന ചുങ്കങ്ങളുടെ സംരക്ഷണം ലഭിച്ച രാജ്യങ്ങളാണ് (ജർമനി, അമേരിക്ക) കാർട്ടലുകളുടെ രൂപീകരണത്തിലേക്കുള്ള ആദ്യത്തെ ചുവടുകൾ വച്ചതെങ്കിൽ, സ്വതന്ത്രമത്സരവ്യവസ്ഥയുള്ള ഗ്രേറ്റ് ബ്രിട്ടനും അൽപ്പം കഴിഞ്ഞിട്ടാണെങ്കിലും ഇതേ മൗലിക പ്രതിഭാസം വെളിപ്പെടുത്തി: ഉൽപ്പാദനത്തിന്റെ കേന്ദ്രീകരണത്തിൽ നിന്ന് കുത്തകയുടെ പിറവി.

രണ്ടാമത്, അസംസ്കൃതപദാർഥങ്ങളുടെ-വിശേഷിച്ചും മുതലാളിത്തസമുദായത്തിലെ മൗലികവും ഏറ്റവും ഉയർന്ന തോതിൽ കാർട്ടലീ

കരിക്കപ്പെട്ടിട്ടുള്ളതുമായ കൽക്കരി, ഇരുമ്പ് എന്നീ വ്യവസായങ്ങൾക്കാവശ്യമായവയുടെ ഏറ്റവും പ്രധാനപ്പെട്ട ഉറവിടങ്ങൾ പിടിച്ചെടുക്കാൻ കുത്തകകൾ പ്രചോദനമേകിയിട്ടുണ്ട്. അസംസ്കൃതപദാർഥങ്ങളുടെ ഏറ്റവും പ്രധാനപ്പെട്ട ഉറവിടങ്ങളുടെ കുത്തക വൻകിടമൂലധനത്തിന്റെ ശക്തിയെ വൻതോതിൽ വർധിപ്പിക്കുകയും കാർട്ടലീകരിച്ചതും അല്ലാത്തതുമായ വ്യവസായങ്ങൾ തമ്മിലുള്ള വൈരുധ്യം മൂർച്ഛിപ്പിക്കുകയും ചെയ്തിട്ടുണ്ട്.

മൂന്നാമത്, കുത്തക മുളച്ചുവന്നിട്ടുള്ളത് ബാങ്കുകളിൽ നിന്നാണ്. ബാങ്കുകൾ എളിയ ഇടനിലസ്ഥാപനങ്ങളെന്ന നിലയിൽനിന്ന് ഫിനാൻസ് മൂലധനത്തിന്റെ കുത്തകക്കാരായി വളർന്നിരിക്കുന്നു. ഏറ്റവും മുന്നണിയിൽ നിൽക്കുന്ന മുതലാളിത്തരാജ്യങ്ങളിലോരോന്നിലുമുള്ള ഏറ്റവും വലിയ മൂന്നാലഞ്ചു ബാങ്കുകൾ വ്യാവസായികമൂലധനവും ബാങ്കുമൂലധനവും തമ്മിലുള്ള 'വ്യക്തിപരമായ സന്ധിക്കൽ' നേടുകയും മുഴുവൻ രാജ്യങ്ങളുടെ തന്നെ മൂലധനത്തിന്റെയും വരവിന്റെയും ഭൂരിഭാഗം വരുന്ന ശതകോടിക്കണക്കിനു പണം സ്വന്തം കൈകളിൽ കേന്ദ്രീകരിക്കുകയും ചെയ്തിരിക്കുന്നു. ആധുനിക ബൂർഷ്വാ സമുദായത്തിലെ ഒന്നൊഴിയാതെയുള്ള എല്ലാ സാമ്പത്തിക-രാഷ്ട്രീയസ്ഥാപനങ്ങളിന്മേലും ആശ്രിതത്വബന്ധങ്ങളുടേതായ ഇടതൂർന്ന വല വീശിയിരിക്കുന്ന ഫിനാൻസ് പ്രഭുത്വം-ഇതാണ് ഈ കുത്തകയുടെ ഏറ്റവും പ്രകടമായ രൂപം.

നാലാമത്, കുത്തക വളർന്നിരിക്കുന്നത് കോളനിനയത്തിൽ നിന്നാണ്. അസംസ്കൃതപദാർഥങ്ങളുടെ ഉറവിടങ്ങൾക്കും മൂലധനക്കയറ്റുമതിക്കും സ്വാധീനമേഖലകൾക്കും വേണ്ടിയുള്ള, അതായത്, ആദായകരമായ ഇടപാടുകളും സൗജന്യങ്ങളും കുത്തകലാഭവും മറ്റും കിട്ടാവുന്ന മേഖലകൾക്കും വേണ്ടിയുള്ള, പൊതുവിൽ സാമ്പത്തികപ്രദേശങ്ങൾക്കു വേണ്ടിയുള്ള സമരത്തെക്കൂടി കോളനിനയത്തിന്റെ നിരവധി 'പഴയ'ലക്ഷ്യങ്ങളോട് ഫിനാൻസ് മൂലധനം കൂട്ടിച്ചേർത്തിരിക്കുന്നു. ഉദാഹരണത്തിന് ആഫ്രിക്കയുടെ പത്തിലൊരുഭാഗം മാത്രം യൂറോപ്യൻ ശക്തികളുടെ കോളനികളായിരുന്ന കാലത്ത് (1876-ലെ സ്ഥിതി അതായിരുന്നു) കുത്തകയുടേതല്ലാത്ത മാർഗങ്ങളിലൂടെ -സ്ഥലങ്ങൾ 'യഥേഷ്ടം പിടിച്ചെടുത്ത്' എന്നു പറയാം-വളരാൻ കോളനിനയത്തിനു കഴിഞ്ഞിരുന്നു. എന്നാൽ ആഫ്രിക്കയുടെ പത്തിലൊമ്പതു ഭാഗവും പിടിച്ചെടുത്തുകഴിഞ്ഞപ്പോൾ (1900-ത്തോടുകൂടി ലോകം മുഴുവനും പങ്കിട്ടു കഴിഞ്ഞപ്പോൾ, കോളനികളെ കുത്തകയായി കൈവശം വയ്ക്കുന്നതിന്റെയും തദ്വാരാ ലോകത്തിന്റെ വിഭജനത്തിനും പുനർവിഭനത്തിനുമുള്ള വിശേഷിച്ചും തീവ്രമായ സമരത്തിന്റെയും കാലഘട്ടം അനിവാര്യമായും ഉൽഘാടനം ചെയ്യപ്പെട്ടു.

കുത്തകമൂലധനം മുതലാളിത്തത്തിന്റെ എല്ലാ വൈരുധ്യങ്ങളെയും എത്രത്തോളം മൂർച്ഛിപ്പിച്ചിട്ടുണ്ടെന്നത് സർവവിദിതമാണ്. ഉയർന്ന ജീവിതച്ചെലവും കാർട്ടലുകളുടെ മർദനവും ചൂണ്ടിക്കാട്ടിയാൽ മതിയാകും.

ലോക ഫിനാൻസ് മൂലധനം അന്തിമവിജയം നേടിയ സമയംതൊട്ടുള്ള ചരിത്രത്തിന്റെ പരിവർത്തനദശയിലെ ഏറ്റവും പ്രബലമായ ചാലകശക്തിയാണ് വൈരുധ്യങ്ങളുടെ ഈ മൂർച്ഛിക്കൽ.

കുത്തകകൾ, ഫിനാൻസ് പ്രഭുത്വവാഴ്ച, സ്വാതന്ത്ര്യത്തിനല്ലാതെ ആധിപത്യത്തിനുള്ള വാഞ്ഛ, ഏറ്റവും സമ്പന്നമോ ഏറ്റവും പ്രബലമോ ആയ ഒരുപിടി രാഷ്ട്രങ്ങൾ ചെറുതോ ദുർബലമോ ആയ കൂടുതൽ കൂടുതൽ രാഷ്ട്രങ്ങളുടെമേൽ നടത്തുന്ന ചൂഷണം-ഇവയെല്ലാമാണ് ഇത്തിക്കണ്ണിസ്വഭാവമുള്ള അഥവാ ജീർണിച്ച മുതലാളിത്തമെന്ന് സാമ്രാജ്യത്വത്തെ നിർവചിക്കാൻ നമ്മെ നിർബന്ധിതരാക്കുന്ന അതിന്റെ സവിശേഷതകൾക്ക് ജന്മം നൽകിയിട്ടുള്ളത്. ബൂർഷ്വാസി വർധമാനമായ തോതിൽ മൂലധനക്കയറ്റുമതിയിൽനിന്നുള്ള വരുമാനത്തിന്മേലും 'കൂപ്പണുകൾ മുറിച്ചും' ജീവിക്കുന്ന ഒരു 'പലിശോപജീവിസ്റ്റേറ്റിനെ', ഹുണ്ടികസ്റ്റേറ്റിനെ, സൃഷ്ടിക്കുകയെന്നത് സാമ്രാജ്യത്വത്തിന്റെ പ്രവണതകളിലൊന്നായി കൂടുതൽ കൂടുതൽ മിഴിവോടെ രംഗത്തുവരുന്നു. ജീർണിക്കാനുള്ള ഈ പ്രവണത മുതലാളിത്തത്തിന്റെ ദ്രുതവളർച്ചയെ ഇല്ലാതാക്കുന്നുവെന്നു കരുതുന്നതു തെറ്റായിരിക്കും. അതങ്ങനെ ചെയ്യുന്നില്ല. സാമ്രാജ്യത്വയുഗത്തിൽ ചില വ്യവസായശാഖകളും ബൂർഷ്വാസിയുടെ ചില വിഭാഗങ്ങളും ചില രാജ്യങ്ങളും കൂടിയ തോതിലോ കുറഞ്ഞ തോതിലോ ഈ പ്രവണതകളിൽ ഒരെണ്ണം ഒരിക്കലും മറ്റൊരെണ്ണം മറ്റൊരിക്കലും വെളിപ്പെടുത്തുകയാണ് ചെയ്യുന്നത്. മൊത്തത്തിൽ മുതലാളിത്തം മുമ്പത്തെക്കാൾ എത്രയോ വേഗത്തിൽ വളരുന്നുണ്ട്. എന്നാൽ ഈ വളർച്ച പൊതുവിൽ കൂടുതൽ കൂടുതൽ അസമമായിക്കൊണ്ടിരിക്കുന്നുവെന്നു മാത്രമല്ല; മൂലധനത്തിന്റെ കാര്യത്തിൽ ഏറ്റവും സമ്പന്നമായ രാജ്യങ്ങളുടെ (ബ്രിട്ടൻ) ജീർണതയിൽ ഈ അസമത പ്രത്യേകിച്ചും പ്രകടമാകുന്നുമുണ്ട്.

വൻകിട ജർമൻ ബാങ്കുകളെക്കുറിച്ച് പുസ്തകമെഴുതിയിട്ടുള്ള റീസ്സെർ, ജർമനിയുടെ സാമ്പത്തികവികസനത്തിന്റെ വേഗതയെ സംബന്ധിച്ച് ഇങ്ങനെ പറയുന്നു:

> പഴയകാലത്തെ മെയിൽകോച്ചിന്റെ വേഗതയെ വഴിയിലുള്ള കാൽനടക്കാർക്കു മാത്രമല്ല അകത്തിരിക്കുന്നവർക്കുകൂടി അപകടകരമാംവണ്ണം ചീറിപ്പായുന്ന ഇന്നത്തെ മോട്ടോർകാറിന്റെ വേഗതയോട് എങ്ങനെ താരതമ്യപ്പെടുത്താമോ ഏതാണ്ടതുപോലെയാണ്, മന്ദമെന്നു പറഞ്ഞുകൂടാത്ത മുൻകാലത്തെ (1848-70) പുരോഗതിയെ ജർമനിയുടെ സമ്പദ്വ്യവസ്ഥയ്ക്കൊട്ടാകെയും അതോടൊപ്പം ജർമൻ ബാങ്കിങ്ങിനും ഇക്കാലത്ത് (1870-1905) ഉണ്ടായിട്ടുള്ള പുരോഗതിയുടെ വേഗതയോട് താരതമ്യപ്പെടുത്താവുന്നത്.

ഇത്ര അസാമാന്യവേഗതയോടെ വളർന്നുവന്നിട്ടുള്ള ഫിനാൻസ് മൂലധനമാകട്ടെ, ഇത്രവേഗം വളർന്നുവെന്നതുകൊണ്ടുതന്നെ, കോളനി

കളെ-കൂടുതൽ സമ്പന്നങ്ങളായ രാഷ്ട്രങ്ങളിൽനിന്നു സമാധാനപരമല്ലാത്ത മാർഗങ്ങളിലൂടെ പിടിച്ചെടുക്കേണ്ടതായിട്ടുള്ള കോളനികളെ-കൂടുതൽ 'ശാന്തമായി' കൈവശം വച്ചുകൊണ്ടിരിക്കുന്നതിലേക്കു മാറുന്നതിനോടു വൈമുഖ്യം പ്രകടിപ്പിക്കുന്നില്ല. കഴിഞ്ഞ ദശാബ്ദങ്ങളിൽ യുണൈറ്റഡ് സ്റ്റേറ്റ്സിലെ സാമ്പത്തികവികസനം ജർമനിയിലേതിനേക്കാളും വേഗത്തിലായിരുന്നു. അതുകൊണ്ടുതന്നെയാണ് ആധുനിക അമേരിക്കൻ മുതലാളിത്തത്തിന്റെ ഇത്തിക്കണ്ണി സ്വഭാവലക്ഷണങ്ങൾ വിശേഷിച്ചും പ്രകടമായി മുഴച്ചുനിൽക്കുന്നത്. മറുവശത്ത്, ഉദാഹരണത്തിന് അമേരിക്കയിലെ റിപ്പബ്ലിക്കൻ ബൂർഷ്വാസിയെ ജപ്പാനിലെയോ ജർമനിയിലെയോ രാജാധിപത്യബൂർഷ്വാസിയുമായി താരതമ്യപ്പെടുത്തി നോക്കുന്നപക്ഷം, അവ തമ്മിലുള്ള ഏറ്റവും പ്രകടമായ രാഷ്ട്രീയാന്തരം സാമ്രാജ്യത്വയുഗത്തിൽ അങ്ങേയറ്റം കുറയുന്നുണ്ടെന്നു കാണാൻ കഴിയും. ഇത് ആ അന്തരം പൊതുവിൽ അപ്രധാനമായതുകൊണ്ടല്ല, പിന്നെയോ ഈ ദൃഷ്ടാന്തങ്ങളിലെല്ലാംതന്നെ നാം സംസാരിക്കുന്നത് ഇത്തിക്കണ്ണി സ്വഭാവത്തിന്റെ വ്യക്തമായ ലക്ഷണങ്ങളുള്ള ഒരു ബൂർഷ്വാസിയെക്കുറിച്ചാണെന്നതുകൊണ്ടാണ്.

അനേകം വ്യവസായശാഖകളിലൊന്നിൽ നിന്നും അനേകം രാജ്യങ്ങളിലൊന്നിൽ നിന്നും മറ്റുമായി മുതലാളിമാർക്കു ലഭിക്കുന്ന ഉയർന്ന കുത്തകലാഭം, തൊഴിലാളികളിൽ ചില വിഭാഗങ്ങളെ-കുറച്ചുകാലത്തേക്ക് അവരിൽ സാമാന്യം ഗണ്യമായൊരു ന്യൂനപക്ഷത്തെത്തന്നെ- കോഴ കൊടുത്തു പാട്ടിലാക്കാനും അവരെ മറ്റെല്ലാവർക്കുമെതിരായി നിർദിഷ്ട വ്യവസായത്തിലെയോ രാഷ്ട്രീയത്തിലെയോ ബൂർഷ്വാസിയുടെ പക്ഷത്തേക്ക് കൊണ്ടുവരാനുള്ള സാമ്പത്തികസാധ്യതയുളവാക്കുന്നു. ലോകം പങ്കിടുന്നതിനെച്ചൊല്ലി സാമ്രാജ്യത്വരാഷ്ട്രങ്ങൾ തമ്മിലുള്ള വൈരങ്ങൾ മൂർഛിക്കുന്നതോടെ ഈ വ്യഗ്രത വർധിക്കുന്നു. അങ്ങനെ സാമ്രാജ്യത്വവും അവസരവാദവും തമ്മിൽ ഒരു ബന്ധം രൂപമെടുക്കുന്നു. ഇത് ആദ്യമായും ഏറ്റവും വ്യകതമായും വെളിപ്പെട്ടത് ബ്രിട്ടനിലാണ്. സാമ്രാജ്യത്വവികസനത്തിന്റെ ചില സവിശേഷതകൾ മറ്റു രാജ്യങ്ങളേക്കാൾ വളരെ മുമ്പു തന്നെ അവിടെ കാണാമായിരുന്നുവെന്നതാണ് ഇതിനു കാരണം. സാമ്രാജ്യത്വവും തൊഴിലാളിപ്രസ്ഥാനത്തിലെ അവസരവാദവും തമ്മിലുള്ള ബന്ധത്തെ-ഇക്കാലത്ത് വിശേഷിച്ചും മുഴച്ചുനിൽക്കുന്ന ഇക്കാര്യത്തെ -താഴെപ്പറയുന്നതരത്തിലുള്ള 'ഔദ്യോഗിക ശുഭപ്രതീക്ഷ' അവലംബിച്ചുകൊണ്ട് (കൗട്സ്കിയുടെയും ഹ്യൂയിസ്മൻസിന്റെയും മട്ടിൽ) നിസ്സാരമായിത്തള്ളാൻ എൽ മാർത്തൊവിനെപ്പോലുള്ള ചില ലേഖകർ ഇഷ്ടപ്പെടുന്നുണ്ട്: പുരോഗമിച്ച മുതലാളിത്തമാണ് അവസരവാദത്തിന്റെ വർധനവിനു വഴിതെളിച്ചിരുന്നതെങ്കിൽ, അഥവാ ഏറ്റവും നല്ല കൂലി കിട്ടുന്ന തൊഴിലാളികളാണ് അവസരവാദത്തോടു ചായ്വു കാട്ടിയിരുന്നതെങ്കിൽ, മുതലാളിത്തത്തിന്റെ എതിരാളികളുടെ കാര്യം കഷ്ടമാകുമായിരുന്നുവത്രെ. ഇത്തരം 'ശുഭപ്രതീക്ഷ'യെപ്പറ്റി നമുക്കു യാതൊരു വ്യാമോഹവും

പാടില്ല. അവസരവാദത്തെസ്സംബന്ധിച്ച ശുഭപ്രതീക്ഷയാണത്. വാസ്തവത്തിൽ അവസരവാദത്തിന്റെ വളർച്ചയുടെ അസാമാന്യവേഗതയും വിശേഷിച്ചും ഗർഹണീയമായ സ്വഭാവവും ഒരുതരത്തിലും അതിന്റെ വിജയം സ്ഥായിയായിരിക്കുമെന്നതിനുള്ള ഉറപ്പല്ല. ആരോഗ്യകരമായ ശരീരത്തിൽ വേദനാജനകമായ ഒരു പരുവിന്റെ ശീഘ്രവളർച്ച അതിനെ എത്രയും വേഗം പൊട്ടിക്കുകയും ശരീരത്തെ അതിൽനിന്നു വിമുക്തമാക്കുകയും മാത്രമേ ചെയ്യൂ. സാമ്രാജ്യത്വത്തിനെതിരായ സമരത്തെ അവസരവാദത്തിനെതിരായ സമരത്തോട് അഭേദ്യമായി ബന്ധപ്പെടുത്തിയില്ലെങ്കിൽ അത് വെറും കഴമ്പില്ലാത്ത, കപടമായ പദപ്രയോഗമായിരിക്കുമെന്നു മനസിലാക്കാൻ ആഗ്രഹിക്കാത്തവരാണ് ഇക്കാര്യത്തിൽ ഏറ്റവും വലിയ അപകടകാരികൾ.

സാമ്രാജ്യത്വത്തിന്റെ സാമ്പത്തികസത്തയെ സംബന്ധിച്ച ഈ പുസ്തകത്തിൽ പറഞ്ഞിട്ടുള്ളതിൽ നിന്നെല്ലാം സിദ്ധിക്കുന്നത് നാമതിനെ പരിവർത്തനദശയിലെ മുതലാളിത്തമായി, കുറെക്കൂടി കൃത്യമായി പറഞ്ഞാൽ ക്ഷയോന്മുഖമായ മുതലാളിത്തമായി, നിർവചിക്കണമെന്നാണ്. ആധുനിക മുതലാളിത്തത്തെ വിവരിക്കുമ്പോൾ ബൂർഷ്വാധനശാസ്ത്രജ്ഞന്മാർ പലപ്പോഴും 'കെട്ടുപിണയൽ' എന്നും 'ഒറ്റപ്പെട്ട നിലയുടെ അഭാവം' എന്നും മറ്റുമുള്ള വാക്കുകൾ പ്രയോഗിക്കാറുണ്ടെന്ന കാര്യം ശ്രദ്ധിക്കുന്നത് ഇക്കാര്യത്തിൽ വളരെയേറെ വിജ്ഞാനപ്രദമാണ്. ബാങ്കുകൾ 'അവയുടെ ചുമതലകൾ നോക്കിയാലും വികാസഗതി നോക്കിയാലും തനി സ്വകാര്യബിസിനസ്സ് സ്ഥാപനങ്ങളല്ല. അവ അധികമധികം തനി സ്വകാര്യബിസിനസ്സ് ചിട്ടയുടെ പരിധിവിട്ട് വളർന്നുകൊണ്ടിരിക്കുകയാണ്.' ഈ വാക്കുകൾ പറഞ്ഞ അതേ റീസ്സെർതന്നെ, തികഞ്ഞ ഗൗരവത്തോടെ പ്രഖ്യാപിക്കുകയാണ്, 'സമൂഹവൽക്കരണ'ത്തെക്കുറിച്ചുള്ള മാർക്സിസ്റ്റുകാരുടെ 'പ്രവചനം' 'ഫലിച്ചില്ലെന്ന്'!

'കെട്ടുപിണയൽ' എന്ന വാക്ക് എന്താണ് പ്രകാശിപ്പിക്കുന്നത്? നമ്മുടെ കണ്മുമ്പിൽ നടക്കുന്ന പ്രക്രിയയുടെ ഏറ്റവും പ്രകടമായ ലക്ഷണത്തെ അതു പ്രകാശിപ്പിക്കുന്നുവെന്നേയുള്ളൂ. നിരീക്ഷകൻ ഒറ്റയ്ക്കുള്ള മരങ്ങളെണ്ണുന്നുണ്ടെങ്കിലും കാടു കാണുന്നില്ലെന്നാണ് അതു കാണിക്കുന്നത്. ഉപരിപ്ലവവും യാദൃച്ഛികവും അനിയതവുമായതിനെ അത് അടിമഭാവത്തോടെ പകർത്തുന്നു. അസംസ്കൃതപദാർഥങ്ങളുടെ ബാഹുല്യം കണ്ട് അമ്പരക്കുന്നവനും അതിന്റെ അർഥമോ പ്രാധാന്യമോ മനസിലാക്കാൻ തീരെ ത്രാണിയില്ലാത്തവനുമാണ് നിരീക്ഷകനെന്ന് അതു വെളിപ്പെടുത്തുന്നു. ഓഹരിയുടമസ്ഥതയും സ്വകാര്യസ്വത്തുടമകൾ തമ്മിലുള്ള ബന്ധങ്ങളും 'ക്രമമില്ലാത്ത മട്ടിൽ കെട്ടുപിണഞ്ഞു കിടക്കുന്നു.' എന്നാൽ ഈ കെട്ടുപിണയലിന്റെ അടിയിൽ കിടക്കുന്നത്, അതിന്റെ അടിത്തറയായിട്ടുള്ളത്, ഉൽപ്പാദനത്തിന്റെ മാറിക്കൊണ്ടിരിക്കുന്ന സാമൂഹ്യബന്ധങ്ങളാണ്. ഒരു വലിയ സ്ഥാപനം ഭീമമായ തോതിൽ വളരുകയും കൂട്ടത്തോടെയും കൃത്യമായുമുള്ള കണക്കുകൂട്ടലിന്റെ അടിസ്ഥാനത്തിൽ കോടി

ക്കണക്കിനു ജനങ്ങൾക്ക് ഒട്ടാകെ ആവശ്യമുള്ള പ്രാഥമിക അസംസ്കൃത സാധനങ്ങളുടെ മൂന്നിൽ രണ്ടോ നാലിൽ മൂന്നോ ഭാഗത്തിന്റെ വരെ വിതരണം പ്ലാനനുസരിച്ച് സംഘടിപ്പിക്കുകയും ചെയ്യുമ്പോൾ; അസംസ്കൃതസാധനങ്ങളെ ചിലപ്പോൾ പരസ്പരം നൂറുകണക്കിനും ആയിരക്കണക്കിനും മൈൽ അകലെ സ്ഥിതിചെയ്യുന്ന ഏറ്റവും പറ്റിയ ഉൽപ്പാദനസ്ഥലങ്ങളിൽ ചിട്ടയായും സംഘടിതമായും എത്തിച്ചുകൊടുക്കുമ്പോൾ, പലതരം ഉൽപ്പന്നങ്ങളുടെ രൂപത്തിൽ പൂർത്തിയായി പുറത്തുവരുന്നതു വരെ അസംസ്കൃത സാധനങ്ങളുടെ സംസ്കരണത്തിന്റെ തുടർച്ചയായ എല്ലാ ഘട്ടങ്ങളെയും ഒരൊറ്റ കേന്ദ്രം നിയന്ത്രിക്കുമ്പോൾ; ഈ ഉൽപ്പന്നങ്ങളെ ഒരൊറ്റ പ്ലാനനുസരിച്ച് കോടിക്കണക്കിനും ദശകോടിക്കണക്കിനുമുള്ള ഉപഭോക്താക്കൾക്കിടയിൽ വിതരണം ചെയ്യുമ്പോൾ (അമേരിക്കൻ എണ്ണട്രസ്റ്റ് അമേരിക്കയിലും ജർമനിയിലും നടത്തുന്ന എണ്ണവിതരണം), നമ്മുടെ കൺമുമ്പിലുള്ളത് വെറും 'കെട്ടുപിണയൽ' അല്ല, ഉൽപ്പാദനത്തിന്റെ സമൂഹവൽക്കരണമാണ്, എന്നു വ്യക്തമായിത്തീരുന്നു. ഉള്ളടക്കവുമായി പൊരുത്തപ്പെടാതായിക്കഴിഞ്ഞ പുറംതോടാണ് സ്വകാര്യ സാമ്പത്തികബന്ധങ്ങളും സ്വകാര്യ സ്വത്തുടമബന്ധങ്ങളുമെന്നു വ്യക്തമായിത്തീരുന്നു. ആ പുറംതോടിനെ നീക്കംചെയ്യുന്നത് കൃത്രിമമായി താമസിപ്പിച്ചാൽ അതു ചീഞ്ഞഴുകുമെന്നത് അനിവാര്യമാണ്. അത് ആ അഴുകിയ നിലയിൽ സാമാന്യം നീണ്ടൊരു കാലത്തേക്ക് തുടരുമായിരിക്കാം (കഷ്ടകാലത്തിന് അവസരവാദമാകുന്ന വ്രണത്തെ ചികിൽസിച്ചു മാറ്റാൻ വളരെയേറെ സമയമെടുത്താൽ). എങ്കിലും ആ പുറംതോട് നീക്കം ചെയ്യപ്പെടുമെന്നത് അനിവാര്യമാണ്.

ജർമൻ സാമ്രാജ്യത്വത്തെ ആവേശപൂർവം ആരാധിക്കുന്ന ഷുൽറ്റ്സെ-ഗെവെർനിറ്റ്സ് ഉൽഘോഷിക്കുന്നു:

'ജർമൻ ബാങ്കുകളുടെ പരമമായ നേതൃത്വം ഒരു ഡസൻ ആളുകളിൽ നിക്ഷിപ്തമാണെങ്കിൽ, അവരുടെ പ്രവർത്തനത്തിന് ഇപ്പോൾത്തന്നെ പൊതുജനനന്മയെ സംബന്ധിച്ചിടത്തോളം ഭൂരിപക്ഷം സ്റ്റേറ്റ് മന്ത്രിമാരുടെ പ്രവർത്തനത്തെക്കാൾ പ്രാധാന്യമുണ്ടായിരിക്കും..... (ബാങ്കുടമകളും മന്ത്രിമാരും വ്യവസായപ്രമുഖരും പലിശോപജീവികളും തമ്മിലുള്ള 'കെട്ടുപിണയൽ' സൗകര്യപൂർവം വിസ്മരിച്ചിരിക്കുന്നു) നാം നിരീക്ഷിച്ച ഈ പ്രവണതകൾ അവയുടെ യുക്തിയുക്തമായ പരിണാമത്തിലെത്തുമെന്നു നാം വിഭാവനം ചെയ്യുന്നപക്ഷം നമുക്കു കിട്ടുന്ന ചിത്രം ഇതായിരിക്കും: പണരൂപത്തിലുള്ള രാഷ്ട്രത്തിന്റെ മൂലധനം ബാങ്കുകളിൽ ഒന്നിച്ചുചേരും; ബാങ്കുകൾതന്നെ ഏകോപിച്ച് കാർട്ടലുകളായിത്തീരും; നിക്ഷേപത്തിനായിട്ടുള്ള രാഷ്ട്രത്തിന്റെ മൂലധനത്തെ സെക്യൂരിറ്റികളുടെ രൂപത്തിൽ വാർത്തെടുക്കും. അപ്പോൾ ആ പ്രതിഭാശാലിയായ സാൻ സിമോന്റെ[27] പ്രവചനം നിറവേറ്റപ്പെടുന്നതാണ്: 'സാമ്പത്തികബന്ധങ്ങൾ ഒരേ ചിട്ടയോടെയല്ല വളരുന്നതെന്ന വസ്തുതയ്ക്കനുസൃതമായി ഉൽപ്പാദനത്തിൽ ഇന്നുള്ള അരാജകത്വം ഉൽപ്പാദനത്തിന്റെ

സംഘടിതസ്വഭാവത്തിനു വഴിമാറിക്കൊടുക്കണം. പരസ്പരം ആശ്രയിക്കാത്തവരും മനുഷ്യന്റെ സാമ്പത്തികാവശ്യങ്ങളെക്കുറിച്ച് അറിഞ്ഞുകൂടാത്തവരുമായ ഒറ്റതിരിഞ്ഞ നിർമാതാക്കളായിരിക്കുകയില്ല, പിന്നെയോ, ഒരു നിശ്ചിതപൊതുസ്ഥാപനമായിരിക്കും ഉൽപ്പാദനത്തിന്റെ കടിഞ്ഞാൺ പിടിക്കുന്നത്. സാമൂഹ്യസമ്പദ്വ്യവസ്ഥയുടെ വിശാലരംഗത്തെ കുറേക്കൂടി ഉയർന്നൊരു വീക്ഷണകോണിൽനിന്ന് അവലോകനം ചെയ്യാൻ കഴിയുന്ന ഒരു കേന്ദ്രഭരണസമിതി മുഴുവൻ സമുദായത്തിന്റെയും ഗുണത്തിനുവേണ്ടി അതിനെ നിയന്ത്രിക്കുകയും ഉൽപ്പാദനോപാധികളെ ഏറ്റവും പറ്റിയ കൈകളിൽ ഏൽപ്പിക്കുകയും, സർവോപരി ഉൽപ്പാദനവും ഉപഭോഗവും തമ്മിൽ എപ്പോഴും രഞ്ജിപ്പുണ്ടായിരിക്കാൻ ശ്രദ്ധിക്കുകയും ചെയ്യും. സാമ്പത്തികാധ്വാനത്തെ ഒരു നിശ്ചിതരീതിയിൽ സംഘടിപ്പിക്കുകയെന്നത് തങ്ങളുടെ ചുമതലയുടെ ഭാഗമായിട്ടെടുത്തിട്ടുള്ള സ്ഥാപനങ്ങൾ ഇന്നു നിലവിലുണ്ട്. അവയാണ് 'ബാങ്കുകൾ'. നാം ഇപ്പോഴും സാൻ സിമോന്റെ പ്രവചനം നിറവേറ്റുന്നതിൽനിന്ന് എത്രയോ അകലെയാണ്. എങ്കിലും നാം അതിലേക്കു നീങ്ങിക്കൊണ്ടിരിക്കുകയാണ്: മാർക്സ് വിഭാവനം ചെയ്തതിൽ നിന്നും വ്യത്യസ്തമായ, രൂപത്തിൽ മാത്രം വ്യത്യസ്തമായ, മാർക്സിസമാണത്'*.

മാർക്സിന്റെ കണിശമായ ശാസ്ത്രീയവിശകലനത്തിൽനിന്ന് സാൻ സിമോന്റെ അഭ്യൂഹത്തിലേക്ക്-ഒരു പ്രതിഭാശാലിയുടേതാണെങ്കിലും വെറുമൊരു അഭ്യൂഹം മാത്രമായതിലേക്ക്-ഒരടി പുറകോട്ടു വയ്ക്കൽ മാർക്സിനുള്ള ഒരു ഉഗ്രൻ 'ഖണ്ഡന'മാണത്രേ!

---

* Grundriss der Sozialokonomik പേജ് 146.

കുറിപ്പുകൾ

1. എന്ന പുസ്തകമെഴുതിയത് 1916 ജനുവരിക്കും ജൂണിനുമിടയ്ക്കാണ്. 1915-ൽ ബേർണിൽവച്ചുതന്നെ ലെനിൻ സാമ്രാജ്യത്വത്തെക്കുറിച്ച് ലോകമൊട്ടുക്കുമുള്ള പ്രസിദ്ധീകരണങ്ങൾ പഠിച്ചുതുടങ്ങിയിരുന്നു. 1916 ജനുവരിയിൽ അദ്ദേഹം ഗ്രന്ഥരചന ആരംഭിക്കുകയും ചെയ്തു. 1916 ഫെബ്രുവരി ആദ്യത്തിൽ ലെനിൻ സൂറിഹിലേക്കു താമസം മാറ്റി. അവിടത്തെ കാന്റൺവക ഗ്രന്ഥശാലയിൽ വച്ച് അദ്ദേഹം പുസ്തകം സംബന്ധിച്ച പ്രവർത്തനം തുടർന്നു. 1916 ജൂൺ 19 (ജൂലായ് 2)-നു ലെനിൻ പുസ്തകം പൂർത്തിയാക്കുകയും 'പാറുസ്' പ്രസാധകശാലയിലേക്ക് കയ്യെഴുത്തുപ്രതി അയച്ചുകൊടുക്കുകയും ചെയ്തു. പ്രസാധകശാലയുടെ നേതൃത്വത്തിലുണ്ടായിരുന്ന മെൻഷെവിക്കുകൾ കൗട്സ്കിയുടെയും മാർത്തൊാവ് തുടങ്ങിയ റഷ്യൻ മെൻഷെവിക്കുകളുടെയും അവസരവാദപരമായ സിദ്ധാന്തങ്ങളെക്കുറിച്ചുള്ള നിശിതമായ വിമർശനത്തെ പുസ്തകത്തിൽനിന്ന് നീക്കം ചെയ്തു. ലെനിന്റെ ശൈലിയുടെ സഹജസ്വഭാവം നഷ്ടപ്പെടുത്തുക മാത്രമല്ല, അദ്ദേഹത്തിന്റെ ആശയങ്ങളെ വളച്ചൊടിക്കുകൂടി ചെയ്യുന്നതരത്തിലുള്ള തിരുത്തലുകൾ കയ്യെഴുത്തുപ്രതിയിൽ വരുത്തി. ലെനിൻ 'വളർച്ച' (മുതലാളിത്തം സാമ്രാജ്യത്വമായി വളരുന്നത്) എന്ന് എഴുതിയത് അവർ 'രൂപാന്തരണം' എന്നാക്കി മാറ്റി. 'പിന്തിരിപ്പൻ സ്വഭാവം' (അതിസാമ്രാജ്യത്വസിദ്ധാന്തത്തിന്റേത്) എന്നത് 'പിന്നോക്കസ്വഭാവം' എന്നാക്കി. അതുപോലെ വേറെയും.

'സാമ്രാജ്യത്വം-മുതലാളിത്തത്തിന്റെ ഏറ്റവും പുതിയ ഘട്ടം' എന്ന ശീർഷകത്തിൽ 1917 മധ്യത്തിൽ പുസ്തകം പ്രസിദ്ധപ്പെടുത്തി-1917

ഏപ്രിൽ 26-നു ലെനിൻ എഴുതിയ മുഖവുരയോടുകൂടി. സി. പി.എസ്. യു കേന്ദ്രക്കമ്മറ്റിയുടെ കീഴിലുള്ള മാർക്സിസം-ലെനിനിസം ഇൻസ്റ്റിറ്റ്യൂട്ട് തയ്യാറാക്കിയ ലെനിന്റെ സമാഹൃതകൃതികളുടെ (അഞ്ചാം പതിപ്പ്) 27-ാം വാല്യത്തിൽനിന്നുള്ള തർജമയാണിത്. ഇതിൽ പുസ്തകത്തിന്റെ മൂലപാഠം ലെനിന്റെ കയ്യെഴുത്തുപ്രതിയനുസരിച്ച് പുനഃസ്ഥാപിച്ചിട്ടുണ്ട്-1.

2. 1921 ഒക്ടോബറിൽ *കമ്യൂണിസ്റ്റ് ഇന്റർനാഷനൽ* എന്ന പത്രികയുടെ 18-ാം ലക്കത്തിൽ, 'സാമ്രാജ്യത്വവും മുതലാളിത്തവും' എന്ന ശീർഷകത്തിൽ ഈ മുഖവുര ആദ്യമായി പ്രസിദ്ധപ്പെടുത്തി. ലെനിന്റെ ജീവിതകാലത്ത് *സാമ്രാജ്യത്വം-മുതലാളിത്തത്തിന്റെ പരമോന്നതഘട്ടം* എന്ന പുസ്തകം 1921-ൽ ജർമൻ ഭാഷയിലും 1923-ൽ സംക്ഷിപ്ത രൂപത്തിൽ ഫ്രഞ്ച്, ഇംഗ്ലീഷ് എന്നീ ഭാഷകളിലും പ്രത്യേകപുസ്തകമായി ഇറക്കി.

3. ബ്രെസ്റ്റ്-ലിറ്റോവ്സ്ക് ഉടമ്പടി - സോവിയറ്റ് റഷ്യയും ജർമൻ സഖ്യകക്ഷിരാജ്യങ്ങളും (ജർമനി, ആസ്ട്രിയ-ഹങ്കറി, ബൾഗേറിയ, തുർക്കി) തമ്മിൽ 1918 മാർച്ച് 3-നു സോവിയറ്റുകളുടെ നാലാം അസാധാരണ അഖിലറഷ്യാ കോൺഗ്രസ് അംഗീകരിച്ചതുമായ ഉടമ്പടി. സമാധാനത്തിനുള്ള വ്യവസ്ഥകൾ സോവിയറ്റ് റഷ്യക്ക് അങ്ങേയറ്റം ദുസ്സഹമായിരുന്നു. ജർമനിയിൽ നടന്ന വിപ്ലവം അവിടത്തെ രാജവാഴ്ചയെ നിഷ്കാസനം ചെയ്തശേഷം 1918 നവംബർ 13-നു അഖിലറഷ്യാ കേന്ദ്രനിർവാഹകസമിതി കവർച്ച സ്വഭാവത്തോടുകൂടിയതും അനീതികരവുമായ ബ്രെസ്റ്റ്-ലിറ്റോവ്സ്ക് ഉടമ്പടി റദ്ദു ചെയ്തു.

4. വെഴ്സയിൽസ് ഉടമ്പടി-1914-18-ലെ ഒന്നാം ലോകമഹായുദ്ധത്തിനു വിരാമമിട്ട പ്രസ്തുത ഉടമ്പടിയിൽ ഒരു ഭാഗത്ത് യു എസ് എ, ബ്രിട്ടീഷ് സാമ്രാജ്യം, ഫ്രാൻസ്, ഇറ്റലി, ജപ്പാൻ, മറ്റു സഖ്യശക്തികൾ എന്നിവയും മറുഭാഗത്ത് ജർമനിയും വെഴ്സയിൽസിൽവച്ച് 1919 ജൂൺ 28-നു ഒപ്പുവച്ചു.

മുതലാളിത്തലോകത്തിന്റെ പുനർവിഭജനം വിജയികൾക്കനുകൂലമായ വിധത്തിൽ സുദൃഢമാക്കുകയും സോവിയറ്റ് റഷ്യയെ ഞെരിച്ചുകൊല്ലാനും ലോകവിപ്ലവ പ്രസ്ഥാനത്തെ തകർക്കാനും വേണ്ടി ഒരു രാജ്യാന്തരബന്ധവ്യവസ്ഥ സൃഷ്ടിക്കുകയും ചെയ്യുകയെന്നതായിരുന്നു ഈ ഉടമ്പടിയുടെ ലക്ഷ്യം.-20.

5. വിൽസണിസം- 1913 മുതൽ 1921 വരെ അമേരിക്കൻ പ്രസിഡന്റായിരുന്ന വുഡ്റോ വിൽസന്റെ നാമത്തെ ആസ്പദമാക്കിയ ഒരു രാഷ്ട്രീയപ്രവണത.

6. ബാസെൽ പ്രകടനപത്രിക- 1912 നവംബർ 24,25 തീയതികളിൽ ബാസെലിൽ സമ്മേളിച്ച അസാധാരണ സാർവദേശീയ സോഷ്യലിസ്റ്റ് കോൺഗ്രസിൽ വച്ച് അംഗീകരിക്കപ്പെട്ടു. പ്രകടനപത്രിക

ഒരു ലോകസാമ്രാജ്യത്വ യുദ്ധത്തിന്റെ ആസന്ന വിപത്തിനെക്കുറിച്ച് രാഷ്ട്രങ്ങൾക്കു മുന്നറിയിപ്പു നൽകുകയും അതിന്റെ അപഹരണലക്ഷ്യങ്ങളെ തുറന്നുകാട്ടുകയും സമാധാനത്തിനുവേണ്ടിയും യുദ്ധഭീഷണിക്കെതിരായും ഉറച്ചുനിന്നു പൊരുതാൻ എല്ലാ രാജ്യത്തുമുള്ള തൊഴിലാളികളെ ഉൽബോധിപ്പിക്കുകയും ചെയ്തു. ഒരു സാമ്രാജ്യത്വയുദ്ധം പൊട്ടിപ്പുറപ്പെടുന്നപക്ഷം തുടർന്നുണ്ടാവുന്ന സാമ്പത്തിക-രാഷ്ട്രീയ പ്രതിസന്ധിയെ പ്രയോജനപ്പെടുത്തിക്കൊണ്ട് ഒരു സോഷ്യലിസ്റ്റ് വിപ്ലവത്തിനുവേണ്ടി പൊരുതാൻ അത് സോഷ്യലിസ്റ്റുകാരോട് നിർദേശിച്ചു.

മുന്നാം ഇന്റർനാഷണൽ- സോഷ്യലിസ്റ്റ് പാർട്ടികളുടെ ഈ സാർവദേശീയ സംഘടന 1889-ൽ സ്ഥാപിതമായി. സാമ്രാജ്യത്വ യുഗത്തിന്റെ പിറവിയോടെ അതിൽ അവസരവാദപ്രവണതകൾ പ്രാബല്യം നേടി. 1914-ൽ ഒന്നാം ലോകമഹായുദ്ധം പൊട്ടിപ്പുറപ്പെട്ടപ്പോൾ രണ്ടാം ഇന്റർനാഷണലിന്റെ അവസരവാദിനേതാക്കൾ പരസ്യമായി അവരവരുടെ ബൂർഷ്വാ ഗവൺമെന്റുകളുടെ ഭാഗത്തു നിൽക്കുകയും അവയുടെ സാമ്രാജ്യത്വനയത്തെ പിന്താങ്ങുകയും ചെയ്തു. രണ്ടാം ഇന്റർനാഷണൽ പൊളിഞ്ഞു. സോഷ്യൽ ഡമോക്രാറ്റിക് പാർട്ടികൾക്കുള്ളിലുള്ള വിപ്ലവ ചിന്താഗതിക്കാർ വിപ്ലവ സ്വഭാവമുള്ള ഒരു മൂന്നാം ഇന്റർനാഷണൽ രൂപീകരിക്കാൻ വേണ്ടിയുള്ള സമരം ആരംഭിച്ചു. മൂന്നാം, കമ്യൂണിസ്റ്റ് ഇന്റർനാഷണൽ 1919-ൽ മോസ്ക്കോയിൽ വച്ചു സ്ഥാപിക്കപ്പെട്ടു. 1919-ൽ ബേർണിൽ ചേർന്ന ഒരു സമ്മേളനത്തിൽ വച്ച് രണ്ടാം ഇന്റർനാഷനൽ പുനഃസ്ഥാപിക്കപ്പെട്ടു. സോഷ്യലിസ്റ്റ് പ്രസ്ഥാനത്തിലെ വലത്-അവസരവാദിപക്ഷത്തെ പ്രതിനിധീകരിച്ച പാർട്ടികൾ മാത്രമേ അതിലുണ്ടായിരുന്നുള്ളൂ.

7. പ്രകടനപത്രിക ഈ പതിപ്പിൽ ചേർത്തിട്ടില്ല.

8. രണ്ടാം ഇന്റർനാഷണൽ പുനഃസ്ഥാപിക്കണമെന്ന ലക്ഷ്യത്തോടെ പശ്ചിമയൂറോപ്യൻ സോഷ്യലിസ്റ്റ് പാർട്ടികളുടെ നേതാക്കൾ 1919 ഫെബ്രുവരിയിൽ ബോണിൽ വിളിച്ചുകൂട്ടിയ സമ്മേളനത്തെയാണ് ലെനിൻ പരാമർശിക്കുന്നത്

9. സ്വതന്ത്ര ജർമൻ സോഷ്യൽ ഡമോക്രാറ്റിക് പാർട്ടി - 1917 ഏപ്രിലിൽ ഗോഥയിൽ ചേർന്ന കോൺഗ്രസിൽ വച്ച് സ്ഥാപിക്കപ്പെട്ട ഒരു മധ്യവർത്തികക്ഷി. അവർ സോഷ്യൽഷോവിനിസ്റ്റുകളുമായുള്ള ഐക്യത്തിനുവേണ്ടി വാദിക്കുകയും വർഗസമരം ഉപേക്ഷിക്കുന്നതിലേക്ക് അധഃപതിക്കുകയും ചെയ്തു.

1920 ഒക്ടോബറിൽ ഹാലെയിൽ ചേർന്ന കോൺഗ്രസിൽ വച്ച് പാർട്ടി പിളർന്നു. ഗണ്യമായ ഒരു വിഭാഗം 1920 ഡിസംബറിൽ കമ്യൂണിസ്റ്റ് പാർട്ടിയിൽ ചേർന്നു. വലതുപക്ഷക്കാർ പ്രത്യേകം പാർട്ടിയുണ്ടാക്കി, സ്വതന്ത്ര ജർമൻ സോഷ്യൽ ഡമോക്രാറ്റിക് പാർട്ടിയെന്ന പഴയ പേർ സ്വീകരിച്ചു. 1922 വരെ അതു നിലനിന്നു.

10. മെൻഷെവിക്കുകൾ- റഷ്യൻ സോഷ്യൽ ഡമോക്രസിയിലെ ഒരു അവസരവാദപ്രവണതയുടെ അനുയായികൾ. 1903 ആഗസ്തിൽ നടന്ന രണ്ടാം ആർ എസ് ഡി എൽ പി കോൺഗ്രസിൽ വച്ചാണ് അവർക്ക് ഈ പേർ കിട്ടിയത്. കോൺഗ്രസിന്റെ അവസാനത്തിൽ പാർട്ടിയുടെ കേന്ദ്രഘടകങ്ങളിലേക്കു നടന്ന തിരഞ്ഞെടുപ്പിൽ അവർ ന്യൂനപക്ഷമായി. ലെനിന്റെ നേതൃത്വത്തിലുള്ള വിപ്ലവസോഷ്യൽ ഡെമോക്രാറ്റുകാർക്കു ഭൂരിപക്ഷം ലഭിച്ചു. അങ്ങനെയാണ് ബോൾഷെവിക്കുകളെന്നും മെൻഷെവിക്കുകളെന്നുമുള്ള പേർ വന്നത് (റഷ്യൻ ഭാഷയിൽ 'ബൊൽഷിൻസ്ത്വൊ' എന്നാൽ ഭൂരിപക്ഷമെന്നും 'മെൻഷിൻസ്ത്വൊ' എന്നാൽ ന്യൂനപക്ഷമെന്നുമാണർഥം). ഒന്നാം ലോകമഹായുദ്ധകാലത്ത് മെൻഷെവിക്കുകൾ സോഷ്യൽ റവലൂഷണറികളോടൊപ്പം ബൂർഷ്വാ താൽക്കാലിക ഗവൺമെന്റിൽ ചേർന്നു. അവർ അതിന്റെ സാമ്രാജ്യത്വനയത്തെ പിന്താങ്ങുകയും അലയടിച്ചു വന്ന തൊഴിലാളിവർഗത്തിനെതിരെ പൊരുതുകയും ചെയ്തു. ഒക്ടോബർ സോഷ്യലിസ്റ്റ് വിപ്ലവത്തെത്തുടർന്ന് മെൻഷെവിക്കുകൾ ഒരു തുറന്ന പ്രതിവിപ്ലവകക്ഷിയായി. സോവിയറ്റധികാരത്തെ തകിടം മറിക്കാൻ വേണ്ടി അവർ ഗൂഢാലോചനകളും കലാപങ്ങളും നടത്തി.

സോഷ്യലിസ്റ്റ് റവലൂഷണറികൾ-വിവിധ നരോദ്നിക് ഗ്രൂപ്പുകളും വൃത്തങ്ങളും ലയിച്ചുചേർന്നതിന്റെ ഫലമായി 1901 അവസാനത്തിലും 1902 ആരംഭത്തിലും റഷ്യയിൽ സ്ഥാപിതമായ ഒരു പെറ്റി ബൂർഷ്വാ പാർട്ടി. ഒന്നാം ലോകമഹായുദ്ധകാലത്ത് അവരിൽ ഭൂരിഭാഗവും സോഷ്യൽ ഷോവിനിസ്റ്റ് വീക്ഷണമുള്ളവരായിരുന്നു.

1917 ഫെബ്രുവരിയിലെ ബൂർഷ്വാ ജനാധിപത്യവിപ്ലവത്തിനുശേഷം സോഷ്യലിസ്റ്റ് റവലൂഷണറികൾ മെൻഷെവിക്കുകളോടൊപ്പം ബൂർഷ്വാ-ഭൂവുടമ താൽക്കാലിക ഗവണ്മെന്റിൽ നെടുംതൂണുകളായി. ആ പാർട്ടിയുടെ നേതാക്കൾ (കേറെൻസ്കി, അവ്ക്സേൻത്യെവ്, ചെർനോവ്) ഗവൺമെന്റിന്റെ മന്ത്രിമാരായിരുന്നു. 1918–20 കാലത്തെ വിദേശ സൈനിക ഇടങ്കോലിടലിനും ആഭ്യന്തരയുദ്ധത്തിനുമിടയ്ക്ക് സോഷ്യലിസ്റ്റ് റവലൂഷണറികൾ പ്രതിവിപ്ലവകരമായ അട്ടിമറിപ്രവർത്തനങ്ങൾ നടത്തുകയും ഇടങ്കോലിടൽകാർക്കും വൈറ്റ്ഗാർഡ് ജനറൽമാർക്കും സജീവപിന്തുണ നൽകുകയും ചെയ്തു. അവർ പ്രതിവിപ്ലവ ഗൂഢാലോചനകളിൽ പങ്കെടുക്കുകയും ഗവണ്മെന്റിന്റെയും കമ്യൂണിസ്റ്റ് പാർട്ടിയുടെയും നേതാക്കളുടെ നേരെ ഭീകര നടപടികൾ കൈക്കൊള്ളുകയും ചെയ്തു. ആഭ്യന്തരയുദ്ധം അവസാനിച്ചശേഷവും സോഷ്യലിസ്റ്റ് റവലൂഷണറികൾ സോവിയറ്റ് സ്റ്റേറ്റിനെതിരായ പ്രവർത്തനം തുടർന്നു.

11. കൊൽച്ചാക്കും ദെനീക്കിനും - 1918-20-ലെ അഭ്യന്തരയുദ്ധകാലത്ത് റഷ്യയിലെ പ്രതിവിപ്ലവത്തിന്റെ നേതാക്കൾ. ഒക്ടോബർ സോഷ്യലിസ്റ്റ് വിപ്ലവത്തിന്റെ നേട്ടങ്ങൾ സംരക്ഷിക്കാൻവേണ്ടി വിദേശ ഇടങ്കോലിടലിനും ആഭ്യന്തര പ്രതിവിപ്ലവത്തിനുമെതിരായി തൊഴിലാളികളും അധ്വാനിക്കുന്ന കർഷകരും നടത്തിയതാണ് ഈ ആഭ്യന്തരയുദ്ധം.

12. ഷൈഡെമാൻ, നോസ്കേ-ജർമൻ സോഷ്യൽ ഡമോക്രസിയുടെ അവസരവാദി നേതാക്കൾ. തൊഴിലാളിവർഗതാൽപ്പര്യങ്ങളെ വഞ്ചിച്ചവർ.-23.

13. സ്പാർട്ടാക്കിസ്റ്റുകൾ-കാറൽ ലീബ്ക്നെക്ട്, റോസലുക്സംബർഗ്, ഫ്രാൻസ് മെറിംഗ് തുടങ്ങിയവർ ചേർന്ന് ഒന്നാം ലോകമഹായുദ്ധത്തിന്റെ ആരംഭകാലത്ത് രൂപീകരിച്ച, ഇടതുപക്ഷ ജർമൻ സോഷ്യൽ ഡമോക്രാറ്റുകാരുടേതായ വിപ്ലവസംഘടനയിലെ അംഗങ്ങൾ. സ്പാർട്ടാക്കിസ്റ്റുകൾ ജനങ്ങൾക്കിടയിൽ വിപ്ലവപ്രചാരണം നടത്തി, യുദ്ധത്തിനെതിരെ ബഹുജനപ്രകടനങ്ങൾ നടത്തി, പണിമുടക്കുകൾ നയിച്ചു, ഒന്നാം ലോകമഹായുദ്ധത്തിന്റെ സാമ്രാജ്യത്വസ്വഭാവത്തെയും സോഷ്യൽ ഡമോക്രസിയുടെ അവസരവാദി നേതാക്കളുടെ വഞ്ചനയെയും തുറന്നുകാട്ടി.

1917 ഏപ്രിലിൽ സ്പാർട്ടാക്കിസ്റ്റുകൾ, തങ്ങളുടെ സംഘടനാസ്വാതന്ത്ര്യം നിലനിർത്തിക്കൊണ്ടുതന്നെ, മധ്യവർത്തികളായ സ്വതന്ത്ര ജർമൻ സോഷ്യൽ ഡമോക്രാറ്റിക് പാർട്ടിയിൽ ചേർന്നു. 1918 നവംബറിൽ, ജർമനിയിലെ വിപ്ലവത്തിനിടയ്ക്ക്, അവർ സ്പാർട്ടാക്കസ് ലീഗ് രൂപീകരിക്കുകയും ഡിസംബർ 14-നു സ്വന്തം പരിപാടി പ്രസിദ്ധപ്പെടുത്തുകയും 'സ്വതന്ത്രന്മാരു'മായി തെറ്റിപ്പിരിയുകയും ചെയ്തു. 1918 ഡിസംബർ 30 മുതൽ 1919 ജനുവരി 1 വരെ ചേർന്ന സംസ്ഥാന കോൺഗ്രസിൽ വച്ച് അവർ ജർമൻ കമ്യൂണിസ്റ്റ് പാർട്ടി സ്ഥാപിച്ചു.

14. വെഴ്സയിൽസുകാർ-1871-ലെ പാരീസ് കമ്യൂണിന്റെ ബദ്ധശത്രുക്കൾ. കമ്യൂണിന്റെ വിജയത്തിനുശേഷം വെഴ്സയിൽസ് ആസ്ഥാനമാക്കി സ്ഥാപിച്ച ത്യേറിന്റെ നേതൃത്വത്തിലുള്ള ഫ്രഞ്ച് പ്രതിവിപ്ലവ ബൂർഷ്വാ ഗവൺമെന്റിന്റെ അനുകൂലികൾ. പാരീസ് കമ്യൂണിനെ അടിച്ചമർത്തുമ്പോൾ അവർ കേട്ടുകേൾവിയില്ലാത്ത ക്രൂരതയോടെയാണ് കമ്യൂണാർഡുകളോടു പെരുമാറിയത്. 1871-നു ശേഷം 'വെഴ്സയിൽസുകാർ' എന്ന വാക്ക് കടുത്ത പ്രതിവിപ്ലവത്തിന്റെ പര്യായമായിത്തീർന്നു.

പാരീസ് കമ്യൂൺ (1871)-തൊഴിലാളിവർഗസർവാധിപത്യം സ്ഥാപിച്ചുകൊണ്ടുള്ള ചരിത്രത്തിലെ ആദ്യത്തെ പരീക്ഷണം. പാരീസിലെ തൊഴിലാളിവർഗ വിപ്ലവം സ്ഥാപിച്ച തൊഴിലാളിവർഗ

വിപ്ലവ ഭരണകൂടം. 1871 മാർച്ച് 18 മുതൽ മേയ് 28 വരെ 72 ദിവസം അതു നിലനിന്നു.

15. 1912 സെപ്തംബർ 20-നു ഹെംനിറ്റ്സിൽ ചേർന്ന് ജർമൻ സോഷ്യൽ ഡമോക്രാറ്റുകാരുടെ കോൺഗ്രസ് സാമ്രാജ്യത്വത്തെയും യുദ്ധത്തോടുള്ള സോഷ്യലിസ്റ്റുകാരുടെ മനോഭാവത്തെയും സംബന്ധിച്ച് അംഗീകരിച്ച പ്രമേയത്തെയാണ് ലെനിൻ പരാമർശിക്കുന്നത്. ആ പ്രമേയം സാമ്രാജ്യത്വനയത്തെ അപലപിക്കുകയും സമാധാനസമരത്തിന്റെ പ്രാധാന്യം ഊന്നുകയും ചെയ്തിരുന്നു.

16. ഈ പതിപ്പിൽ ഗ്രന്ഥകാരന്റെ പരാമർശങ്ങളും കുറിപ്പുകളും അടിക്കുറിപ്പുകളായിട്ടാണ് കൊടുത്തിട്ടുള്ളത്.

17. സ്റ്റോക്ക് എക്സ്ചേഞ്ച് തകർച്ച. 1873-ന്റെ പൂർവാർധത്തിൽ ആസ്ട്രിയ-ഹങ്കറിയിലും പിന്നീട് ജർമനിയിലും മറ്റു രാജ്യങ്ങളിലും സംഭവിച്ചു. 70-കളുടെ ആദ്യവർഷങ്ങളിൽ ക്രെഡിറ്റ് വികസനവും കമ്പനി സ്ഥാപനവും സ്റ്റോക്ക് എക്സ്ചേഞ്ചിലെ ഊഹക്കച്ചവടവും അഭൂതപൂർവമായ തോതിൽ വളർന്നു. വളർന്നുവരുന്ന ലോകസാമ്പത്തിക പ്രതിസന്ധിയുടെ പ്രത്യാഘാതം വ്യവസായത്തിലും വാണിജ്യത്തിലും അനുഭവപ്പെടാൻ തുടങ്ങിയിട്ടും ഈ ഊഹക്കച്ചവടം വർധിച്ചുകൊണ്ടേയിരുന്നു. 1873 മെയ് 9-നു വിയന്നയിലെ സ്റ്റോക്ക് എക്സ്ചേഞ്ചിൽ അത്യാഹിതം സംഭവിച്ചു. ഇരുപത്തിനാലു മണിക്കൂറിനുള്ളിൽ കോടിക്കണക്കിന് ഓഹരികളുടെ വിലയിടിഞ്ഞു. തുടർന്ന് പ്രതിസന്ധി ജർമനിയിലേക്കു കടന്നു.

18. കമ്പനിസ്ഥാപനത്തിലെ കുംഭകോണങ്ങൾ-1870'-കളുടെ തുടക്കത്തിൽ ജർമനിയിൽ ജോയിന്റ് സ്റ്റോക്ക് കമ്പനികൾ തീവ്രമായ തോതിൽ സ്ഥാപിച്ചുകൊണ്ടിരിക്കുന്നതിനിടയിലാണ് ഇവയുണ്ടായത്. കമ്പനികളുടെ സ്ഥാപനത്തെത്തുടർന്ന് ഭൂസ്വത്തുക്കളിന്മേലും സെക്യൂരിറ്റികളിന്മേലും ക്രമംവിട്ട ഊഹക്കച്ചവടവും വൻതോതിൽ പണം കുമിച്ചുകൂട്ടിയ ബൂർഷ്വാ ബിസിനസുകാരുടെ തട്ടിപ്പുകളും നടന്നു.

19. ലെനിൻ ഉദ്ദേശിക്കുന്നത് ഗിയോർഗിയ പ്ലെഹാനൊവിനെയാണ്.

20. പനാമ-ഫ്രഞ്ച് പനാമത്തോടു കമ്പനി വൻതോതിൽ ദുർന്നടപടികളിലേർപ്പെട്ടതിനെയും രാജ്യതന്ത്രജ്ഞർക്കും രാഷ്ട്രീയനേതാക്കൾക്കും ഉദ്യോഗസ്ഥന്മാർക്കും പത്രങ്ങൾക്കും കോഴകൊടുത്തതിനെയും 1892-93 കാലത്ത് ഫ്രാൻസിൽ തുറന്നുകാട്ടിയതിനോടനുബന്ധിച്ചു പ്രചാരത്തിൽ വന്ന ഒരു പ്രയോഗം.

21. നരോദിസം- 1860' കളിലും 1870'-കളിലും റഷ്യൻ വിപ്ലവപ്രസ്ഥാനത്തിൽ ഉയർന്നുവന്ന ഒരു പെറ്റിബൂർഷ്വാപ്രവണത. സ്വേച്ഛാധിപത്യം അവസാനിപ്പിക്കണമെന്നും ഭൂവുടമ എസ്റ്റേറ്റുകൾ കർഷകരിലേക്കു കൈമാറണമെന്നും നരോദ്നിക്കുകൾ വാദിച്ചു. റഷ്യയിൽ മുതലാളിത്ത ബന്ധങ്ങൾ വളർന്നുവരുന്നത് ഒരു സ്വാഭാ

വിക പ്രതിഭാസമായി അവർ കരുതിയില്ല. മുഖ്യവിപ്ലവശക്തിയായി അവർ കണ്ടത് തൊഴിലാളിവർഗത്തെയല്ല, കർഷകരെയാണ്. അവർ ഗ്രാമപ്പഞ്ചായത്തിൽ സോഷ്യലിസത്തിന്റെ ബീജരൂപം കണ്ടെത്തി. സ്വേച്ഛാധിപത്യത്തിനെതിരായ സമരത്തിന് കർഷകരെ തട്ടിയുണർത്താൻ വേണ്ടി അവർ നാട്ടിൻപുറങ്ങളിലേക്ക്, 'ജന താമധ്യത്തിലേക്ക്', പോയെങ്കിലും അവർക്കവിടെ പിന്തുണ ലഭിച്ചില്ല. സമുദായത്തിന്റെ യഥാർഥവളർച്ചയെ കണക്കിലെടുക്കാതിരുന്നതു കൊണ്ട് അവരുടെ സോഷ്യലിസം സാങ്കൽപ്പികമായിരുന്നു. വിപ്ലവ ജനാധിപത്യത്തിൽനിന്ന് ഉൽപ്പതിഷ്ണുത്വത്തിലേയ്ക്കുള്ള പരിണാമത്തിൽ നറോദിസം പല ഘട്ടങ്ങളെയും പിന്നിട്ടു. 1880'-കളിൽ നരോദ്നിക്കുകൾ സാറിസവുമായി അനുരഞ്ജനമെന്ന മാർഗം സ്വീകരിച്ചു. കുലാക്കുകളുടെ താൽപ്പര്യങ്ങൾ പ്രകാശിപ്പിച്ചുകൊണ്ട് അവർ മാർക്സിസത്തിനെതിരെ വാശിയോടെ പൊരുതി.

22. ഫേബിയൻ സൊസൈറ്റി- 1884-ൽ സ്ഥാപിതമായ ഒരു ബ്രിട്ടീഷ് പരിഷ്കരണവാദിസംഘടന. ശാസ്ത്രജ്ഞർ, സാഹിത്യകാരന്മാർ, രാഷ്ട്രീയനേതാക്കൾ എന്നിങ്ങനെയുള്ള ബൂർഷ്വാ ബുദ്ധിജീവികളായിരുന്നു പ്രധാനമായും അതിലെ അംഗങ്ങൾ (സിഡ്നി വെബ്ബ്, ബിയാട്രിസ് വെബ്ബ്, റാംസെ മാക്ഡൊണാൾഡ്, ബെർണാർഡ്ഷാ തുടങ്ങിയവർ). അവർ തൊഴിലാളികളുടെ വർഗസമരത്തിന്റെയും സോഷ്യലിസ്റ്റ് വിപ്ലവത്തിന്റെയും ആവശ്യകതയെ നിഷേധിച്ചു. പരിഷ്കരണങ്ങളിലൂടെയും സമുദായത്തിന്റെ ക്രമാനുഗതമായ രൂപാന്തരണത്തിലൂടെയും മാത്രമേ മുതലാളിത്തത്തിൽ നിന്നു സോഷ്യലിസത്തിലേക്കുള്ള പരിവർത്തനം സാധ്യമാകൂ എന്ന് അവർ വാദിച്ചു. 1900-ൽ ഫേബിയൻ സൊസൈറ്റി ലേബർ പാർട്ടിയിൽ ലയിച്ചു.

23. എബ്രഹാം ലിങ്കൺ (1809-1865)-സമുന്നത അമേരിക്കൻ രാജ്യതന്ത്രജ്ഞൻ. യു എസ് പ്രസിഡണ്ട് (1861-1865).-153

24. 1899-1901-ലെ ബോക്സർ കലാപത്തെ അടിച്ചമർത്തിയശേഷം സാമ്രാജ്യത്വശക്തികളും (ബ്രിട്ടൻ, ആസ്ട്രിയ-ഹങ്കറി, ബൽജിയം, ഫ്രാൻസ്, ഇറ്റലി, ജർമനി, ജപ്പാൻ, റഷ്യ, നെതർലാൻഡ്സ്, സ്പെയിൻ, യു എസ് എ) ചൈനയും ചേർന്ന് 1901 സെപ്തംബർ 7-നു ഒപ്പുവച്ച 'അവസാനപ്രൊട്ടോക്കോൾ'. അതിൻപ്രകാരം വിദേശമൂലധനത്തിന് ചൈനയെ ചൂഷണം ചെയ്യാനും കൊള്ളയടിക്കാനും പുതിയ സാധ്യതകൾ ലഭിച്ചു.

25. ബോക്സർ കലാപം (കൃത്യമായിപ്പറഞ്ഞാൽ, ഇഹൊത്വാൻ കലാപം)- 'ഇ ഹൊ ത്സ്വാൻ' ('നീതിക്കും മൈത്രിക്കും വേണ്ടിയുള്ള മുഷ്ടി'- പിന്നീട് ഇതിന്റെ പേർ ഇഹൊത്വാൻ എന്നായി)- എന്ന് സംഘടന 1899-1901 കാലത്ത് ചൈനയിൽ സാമ്രാജ്യത്വത്തിനെതിരായി നടത്തിയ ജനകീയകലാപം. വാൽഡെർസെയെ എന്ന

ജർമൻ ജനറലിന്റെ നേതൃത്വത്തിൽ സാമ്രാജ്യശക്തികളുടെ ഒരു സംയുക്തസായുധസേനാവിഭാഗം ആ കലാപത്തെ രൂക്ഷമായി അടിച്ചമർത്തി. ജർമനി, ജപ്പാൻ, ബ്രിട്ടൻ, അമേരിക്ക, റഷ്യ എന്നീ രാജ്യങ്ങളിലെ സാമ്രാജ്യാധിപതികൾ കലാപത്തെ അടിച്ചമർത്തുന്നതിൽ പങ്കെടുത്തു. ചൈനയെ വിദേശസാമ്രാജ്യാധിപതികളുടെ അർധകോളനിയായി മാറ്റിക്കൊണ്ടുള്ള 'അവസാന പ്രൊട്ടോക്കോളി'ൽ 1901-ൽ ചൈനയ്ക്ക് ഒപ്പുവയ്ക്കേണ്ടി വന്നു.

26. ഫഷോദ-നൈൽ താഴ്വരയിലെ മേധാവിത്വത്തിനു വേണ്ടി ബ്രിട്ടനും ഫ്രാൻസും തമ്മിലുള്ള സമരത്തിനിടയിൽ നടന്നതാണ് 'ഫഷോദാസംഭവം'. കിഴക്കൻ സുഡാനിൽ വെള്ളനൈൽനദീതീരത്തെ ഒരു ഗ്രാമമായ ഫഷോദ കൈവശപ്പെടുത്താൻ 1898-ൽ ഫ്രാൻസ് ഒരു ശ്രമം നടത്തിയെങ്കിലും ബ്രിട്ടന്റെ സമ്മർദ്ദം മൂലം അവിടന്നു പിൻവാങ്ങേണ്ടി വന്നു. ഈ സംഭവം ഇരുരാജ്യങ്ങളെയും യുദ്ധത്തിന്റെ വക്കുവരെ എത്തിച്ചു.

27. സാൻ സിമോൻ ഹെൻറി ക്ലോദ് (Saint-Simon, Henri Claude, 1760-1825)- മഹാനായ ഫ്രഞ്ച് സാങ്കൽപ്പിക സോഷ്യലിസ്റ്റ്.

www.ingramcontent.com/pod-product-compliance
Lightning Source LLC
LaVergne TN
LVHW100835051026
849519LV00006B/2312